AF876596

അന്വേഷിപ്പിൻ കണ്ടെത്തും

അമൽ

INSIGHT PUBLICA

തിരുവനന്തപുരം ജില്ലയിലെ പിരപ്പൻകോട് സ്വദേശി.

മാവേലിക്കര രാജാ രവി വർമ ഫൈൻ ആർട്സ് കോളേജിൽ നിന്നും പെയിന്റിങ്ങിൽ ബിരുദവും, കൊൽക്കത്ത വിശ്വഭാരതി -ശാന്തിനികേതനിൽ നിന്നും കലാ ചരിത്രത്തിൽ ബിരുദാനന്തര ബിരുദവും നേടി.

ചെറുകഥക്ക് അങ്കണം-ഇപി സുഷമ എൻഡോവ്മെന്റ്, തകഴികഥാപുരസ്കാരം, മുണ്ടൂർ കഥാ പുരസ്കാരം, രാജലക്ഷ്മി കഥാ പുരസ്കാരം, നന്മ-സീവി ശ്രീരാമൻ പുരസ്കാരം, എ മഹ്മൂദ് കഥാ പുരസ്കാരം, കൊൽക്കത്ത മലയാളി സമാജം-ഉഞ്ചൻ പറമ്പ് എൻഡോവ്മെന്റ്, മുട്ടത്തു വർക്കി കലാലയ കഥാ പുരസ്കാരം, പൂർണ-ഉറൂബ് കലാലയ കഥാ പുരസ്കാരം, പ്രഥമ എസ്ബിടി കലാലയ കഥാ പുരസ്കാരം, എം സുകുമാരൻ കഥാ പുരസ്കാരം, ഹരിശ്രീ കഥാപുരസ്കാരം, തുടങ്ങിയ അംഗീകാരങ്ങൾ. സമകാലിക മലയാളംമാസിക നടത്തിയ എം.പി നാരായണ പിള്ള കഥാമത്സരത്തിൽ 'കടൽകരയെടുക്കുന്ന രാത്രി' മികച്ച കഥകളിലൊന്നായി തിരഞ്ഞെടുക്കപ്പെട്ടു. മികച്ച നോവലിനുള്ള യൂന്ന്യേം അമിക്കാൽ ദി മാഹി പുരസ്കാരം ലഭിച്ചിട്ടുണ്ട്. കൽഹണൻ നോവലിന് കെ.സരസ്വതിയമ്മ പുരസ്കാരം, സിദ്ധാർത്ഥ നോവൽ പുരസ്കാരം എന്നിവ ലഭിച്ചിട്ടുണ്ട്. വിവിധ പ്രസിദ്ധീകരണങ്ങൾക്കായി ഗ്രാഫിക് കഥകൾ, രേഖാചിത്രങ്ങൾ വരക്കുന്നുണ്ട്.

പുസ്തകങ്ങൾ: കൽഹണൻ (നോവൽ), വ്യസന സമുച്ചയം (നോവൽ), നരകത്തിന്റെ ടാറ്റൂ (കഥാ സമാഹാരം), കള്ളൻ പവിത്രൻ (ഗ്രാഫിക് നോവൽ), പരസ്യക്കാരൻ തെരുവ് (കഥാ സമാഹാരം), മഞ്ഞക്കാർഡുകളുടെ സുവിശേഷം (കഥാ സമാഹാരം), ദ്വയാർത്ഥം (ഗ്രാഫിക് കഥ), മുള്ള് (കാർട്ടൂൺ സമാഹാരം), വിമാനം (ബാലസാഹിത്യം)

2011 മുതൽ 2017 വരെ തിരുവനന്തപുരം ഫൈൻ ആർട്സ് കോളജ്, മാവേലിക്കര രാജാരവി വർമ സെന്റർ ഓഫ് എക്സലൻസ് ഫോർ വിഷ്വൽ ആർട്സ് എന്നിവിടങ്ങളിൽ ആർട് ഹിസ്റ്ററി ലെക്ചറർ ആയി ജോലി നോക്കിയിരുന്നു.

ഇപ്പോൾ ജപ്പാനിലെ ടോക്യോവിലുള്ള TCJ ജപ്പാനീസ് ഭാഷാ സ്കൂളിൽ ഹ്രസ്വകാല ജപ്പാനീസ് ഭാഷാ പരിശീലനം ചെയ്യുന്നു.

Mobile- 8129293357
e-mail- amalartist@gmail.com
facebook- amal pirappancode

അമൽ

കേരളത്തിന് അറുപത് വർഷം
മലയാളത്തിന് അറുപത് പുസ്തകം

കേരളത്തിന്റെ ഷഷ്ടിപൂർത്തി വേളയിൽ അറുപത് പുസ്തകങ്ങൾ ഞങ്ങൾ പ്രസാധനം ചെയ്യുകയാണ്. കേരളം കേരളമായിത്തീർന്നതിന്റെ സാംസ്കാരിക ധ്വനികൾ, സമരോത്സുകതയുടെ കാഹളങ്ങൾ, ഇനിയും തിരിച്ചു പിടിക്കേണ്ട ജീവിതത്തിന്റെ അർത്ഥസാധ്യതകൾ, തിരുത്തി എഴുതേണ്ട പ്രതിലോമ ചിന്തകൾ, സൗന്ദര്യവും സാഹിതീയവും സംഗമിക്കുന്ന സംസ്കൃതിയുടെ മുദ്രകൾ എല്ലാം ഈ അറുപതിൽ സമാഹരിക്കുന്നു.

പ്രതിരോധത്തിന്റെ പത്ത് പുസ്തകങ്ങൾ, പുതിയ നോവൽ ഭാവനയുടെ പത്ത് പുസ്തകങ്ങൾ, സോവിയറ്റ് ഓർമ്മയുടെ പത്ത് പുസ്തകങ്ങൾ, ഭാഷയുടെയും ജീവിതത്തിന്റെയും പത്ത് പുസ്തകങ്ങൾ, സർഗാത്മക സാഹിത്യത്തിന്റെ പത്ത് പുസ്തകങ്ങൾ, നവോത്ഥാനത്തിന്റെ പത്ത് പുസ്തകങ്ങൾ എന്നിങ്ങനെ ആറ് വിഭാഗങ്ങളിലായാണ് അറുപത് പുസ്തകങ്ങൾ പ്രസിദ്ധീകരിക്കുന്നത്.

ഈ നോവൽ പരമ്പരയുടെ എഡിറ്ററായി പ്രവർത്തിച്ച എന്റെ പ്രിയ സുഹൃത്തും മലയാളത്തിലെ യുവ എഴുത്തുകാരിൽ ശ്രദ്ധേയനുമായ വി.എച്ച്. നിഷാദിന് നന്ദിയും സ്നേഹവും. മാറിവരുന്ന ഭാവനയുടെ നോവൽ അടയാളങ്ങളുമായി കൂടെ നിന്ന എഴുത്തുകാർക്ക് നന്ദി. പുതു നോവൽ ഭാവുകത്വത്തിന്റെ സൗന്ദര്യാത്മക അടരുകൾ മലയാളത്തിനു സമർപ്പിക്കുന്നു.

സുമേഷ് ഇൻസൈറ്റ്

മലയാള നോവൽ കൈവരിയുടെ ഇങ്ങേയറ്റം

പത്ര മാസികകളുടെ ആവിർഭാവവും കൊളോണിയൽ വിദ്യാഭ്യാസവും ചേർന്ന് പത്തൊമ്പതാം നൂറ്റാണ്ടിന് നൽകിയ സമ്മാന കുടുക്കയിൽ നോവൽ എന്ന സാഹിത്യ രൂപവുമുണ്ടായിരുന്നു എന്ന് സർഗാത്മകതയുടെ മലയാള ചരിത്രം നമുക്ക് പറഞ്ഞു തരുന്നു. പലതരം കഥാഖ്യാനങ്ങളിൽ നിന്ന് നോവൽ എന്ന രചനാ-പണിശാല ഉണ്ടായി വന്നതെങ്ങനെയെന്ന് ചന്തു മേനോനിൽ തുടങ്ങി സി.വി. രാമൻപിള്ളയിൽ തുടർന്ന് തകഴി, എസ്.കെ. പൊറ്റക്കാട്, ഉറൂബ്, കേശവദേവ് വഴി സഞ്ചരിച്ച ഒരു വായനാ-വണ്ടിക്കു എളുപ്പം പറയാനാകും.

ബഷീറിന്റെ 'ബാല്യകാല സഖി', കേശവദേവിന്റെ 'ഓടയിൽ നിന്ന്'', തകഴിയുടെ 'തോട്ടിയുടെ മകൻ' എന്നിവ ചേർന്ന് മലയാളത്തിലെ യഥാതഥ നോവൽ ശാഖ ഉദ്ഘാടിക്കുകയും ആധുനികതയുടെ കാലത്ത് നോവലെന്ന ദീർഘമായ സാഹിത്യ രൂപം എം.ടി, എൻ.പി. മുഹമ്മദ്, ഒ.വി. വിജയൻ, ആനന്ദ്, എം മുകുന്ദൻ, കാക്കനാടൻ, വി കെ എൻ, പുനത്തിൽ, സേതു, പത്മരാജൻ, മേതിൽ രാധാകൃഷ്ണൻ എന്നിവരിലൂടെ എഴുത്തിന്റെ നവോന്മേഷങ്ങൾ അന്വേഷിക്കുകയും ചെയ്തു.

എൺപതുകളുടെ അർദ്ധാഘോഷക്കാലത്ത് ഉത്തരാധുനികത എന്നു പിന്നീട് വിശേഷിപ്പിക്കപ്പെട്ട ഒരു നവഭാവുകത്വം മലയാള നോവൽ പ്രസ്ഥാനത്തിനു പുതിയ സർഗാത്മക ചൂട്ട് വീശിയപ്പോൾ ടി.വി. കൊച്ചുബാവ, സി.വി. ബാലകൃഷ്ണൻ, സി.ആർ. പരമേശ്വരൻ, എൻ. പ്രഭാകരൻ, സാറാ ജോസഫ്, കെ.പി. രാമനുണ്ണി തുടങ്ങി ഒട്ടേറെ പേർ എഴുത്തിൽ തങ്ങളുടേതായ ഒറ്റ ദ്വീപ് അന്വേഷിച്ചു നടന്നു.

കുറുക്കിയിട്ടാണെങ്കിലും ഇത്രയൊക്കെ ആമുഖമായി പറയുന്നത് ഏറെ മുന്നോട്ട് വേഗതയിൽ സഞ്ചരിച്ച് പോസ്റ്റ്-പോസ്റ്റ് മോഡേൺ നിയോ റിയലിസ കാലമൊന്നൊക്കെ വിളിക്കാവുന്ന ഇന്നിൽ നിന്നു മലയാള നോവൽ തുരുത്തിലേക്ക് എത്തിപ്പിടിച്ചു നോക്കുമ്പോൾ ഏറെ ഉന്മേഷമുള്ള ചില കാഴ്ചകൾ കാണുന്നതു കൊണ്ടാണ്.

മലയാളത്തിലെ പുതിയ നോവൽ ഭാവനയുടെ പത്തു പുസ്തക പരമ്പരയിൽ അവതരിപ്പിക്കുന്ന രചനകളിൽ നാം പിന്നിട്ട യാത്രാ പഥങ്ങളുടെ അക്ഷര മാപ്പ് പടരുന്നുണ്ട് എന്ന് ഏറെ അഭിമാന ത്തോടെ പറയാനാകും.

കൽഹണൻ, വ്യസന സമുച്ചയം എന്നീ രണ്ടു നോവലുകളിലൂടെ മലയാള നോവൽ സാഹിത്യത്തിൽ സ്വന്തം ദ്വീപുണ്ടാക്കിയ എഴു ത്തുകാരനാണ് അമൽ. നോവൽ എന്ന സാഹിത്യ ശാഖ അമലിന് എത്രത്തോളം പ്രിയമുള്ളതാണെന്ന് 'അന്വേഷിപ്പിൻ കണ്ടെത്തും..' വായിക്കുമ്പോൾ വ്യക്തമാകും. കുറ്റാന്വേഷണ സ്വഭാവമുള്ള ഈ രചന അതിന്റെ സാഹിത്യ ഗുണത്തിലും അമലിന്റെ മുൻ നോവലുകളുടെ തോളു പിടിച്ചു തന്നെ നിൽക്കുന്നു. ഒരു സഞ്ചാര യാത്ര പോലെ മുന്നോട്ടു പോകുന്ന നോവൽ ഫോറൻസിക് വിദഗ്ധൻ സുശീലൻ സാറിന്റേതടക്കം രണ്ടു മരണങ്ങളാണ് പിന്തുടരുന്നത്. തന്റെ പ്രാദേശിക ഭാഷാ ശൈലി അമൽ തോരണം കെട്ടി ആഘോഷി ക്കുന്ന ഒരു നോവൽ കൂടിയാണിത്.

ഈ നോവൽ കൂട്ടായ്മയൊരുക്കുക എന്ന കൗതുകമേറിയ ദൗത്യമേൽപിച്ച ഇൻസൈറ്റ് പബ്ലിക്കയുടെ സുമേഷിനും അക്ഷര വിരുന്നൊരുക്കിയ എഴുത്തുകാർക്കും രചനകളുടെ കൂടിയിരുപ്പിന്റെ ഭാഗമായി മാറിയ ജിതേന്ദ്രുവിനും ഈ പരമ്പരയുടെ എഡിറ്റോറിയൽ കോഡിനേഷനിൽ സഹായിയായി നിന്ന ജോജ്ജു ഗോവിന്ദിനും നന്ദി.

വി എച്ച് നിഷാദ്

എഡിറ്റർ,
നോവൽ പരമ്പര

To Kumiko Tanaka
for giving me a writing Space

ഭാഗം ഒന്ന്

അന്വേഷണം

Ask, and it shall be given you;
Seek, and ye shall find; knock, and it shall be opened unto you:
For every one that asketh receiveth;
and he that seeketh findeth; and to
him that knocketh it shall be opened.
Matthew 7:7,8

ഒന്ന്

മാരക വിഷമായ പൊട്ടാസ്യം സയനൈഡിനെ സംബന്ധിച്ച ഒരു ശില്പശാലയിലിരിക്കുകയായിരുന്നു മെഡിക്കൽ കോളേജിലെ ഫോറൻസിക് മെഡിസിൻ വകുപ്പിൽ അസിസ്റ്റന്റ് പ്രൊഫസറും പോലീസ് സർജനുമായ ഈശോ. കേട്ടുപഴകിപ്പൂത്ത വിഷവഴികളെപ്പറ്റിയുള്ള പ്രബന്ധക്കെട്ടുകൾ കോട്ടുവായകളുടെ ഓക്കാനത്തിനായി വായയെ പലവട്ടം വലിച്ചു തുറന്നപ്പോൾ ഈശോ തൊട്ടടുത്ത കസേരയിലിരുന്ന് ഉറക്കവുമായി വാൾപ്പയറ്റ് നടത്തുകയായിരുന്ന ലൂക്കായെ പേനപ്പിടിക്ക് കുത്തി വിളിച്ച് പുറത്തേക്ക് മലക്കം മറിയാമെന്ന് കണ്ണ് കാണിച്ചു. ആന്തരികാവയവങ്ങൾ അറിയാതെ മേൽമാംസം ചെത്തിമാറ്റുന്ന വൈദഗ്ദ്യത്തോടെ ഇരുവരും വെളിയിലേക്ക് ചാടുകയും ചെയ്തു. ഇടക്കിടക്ക് ഊരാക്കുടുക്ക് ചോദ്യങ്ങൾ ചോദിക്കുന്ന ലൂക്കാ മെഡിക്കൽകോളേജിൽ ഫോറൻസിക് സയൻസിൽ ബിരുദാനന്തര ബിരുദം ചെയ്യുകയാണ്. ഈശോയെക്കാൾ പത്ത് ക്രിസ്തുമസ് പപ്പാമാരെയെങ്കിലും കുറച്ചേ കണ്ടിട്ടുള്ളെങ്കിലും, ഈശോ തന്റെ ഒരകന്ന അധ്യാപകനായിട്ട് വരുമെങ്കിലും; അച്ചൻകോവിലിലും പമ്പയിലും മണിമലയിലുമൊക്കെ ഒരേ രീതിയിൽ മലക്കം മറിയുന്ന മാന്നാറുകാരായതിനാൽ ഇരുവരും തമ്മിൽ എടോ പോടോ ബന്ധമാണ്. പോരാത്തതിന് ലൂക്കായുടെ മാവേലിക്കരയുള്ള ഒരങ്കിളിന്റെ മകളെയാണ് ഈശോ വിവാഹം കഴിച്ചിരിക്കുന്നത്. ചിട്ടയിൽ വെട്ടി നിർത്തിയ പുൽത്തകിടിയിൽ തോന്നിയ പടി ചടഞ്ഞിരുന്ന കൊണ്ട് ലൂക്കാ പറയാൻ തുടങ്ങി 'നാവേലോട്ട് വച്ച് കഴിഞ്ഞാ എട് പിടീന്ന് കഥ കഴിക്കുന്ന ഒരു വിഷത്തിന്റെ രുചി എന്നാ ആണെന്ന് ശാസ്ത്രം കൃത്യമായിട്ടങ്ങോട്ട് നിർവചിച്ചു വച്ചിരിക്കുവാന്ന് പറഞ്ഞാലേ ലോജിക്കലി ഇയ്യാളത് വിശ്വസിക്കുവോ?' ഈശോ കൊടുംവെയിലിൽ പാറിക്കളിക്കുന്ന തുമ്പികളെ നോക്കി ചിന്താമഗ്നനായിരുന്ന ശേഷം തലയാട്ടി.

'ഇതൊക്കെ പഠിപ്പിച്ചപ്പോ നീ ഏത് ബാറേലാരുന്നു. അതൊക്കെ കൃത്യം കൃത്യമായി കണ്ടു പിടിച്ചു വച്ചിട്ടുണ്ട്. എന്തുവാണേലും അതേലൊരൊന്നാന്തരം തത്വശാസ്ത്ര വിഷയം കിടപ്പുണ്ട്, അല്ല്യോടാ? ഈ തല വെട്ടിക്കൊല്ലലേൽ വേദന ഉണ്ടോന്ന് ചോദിക്കും പോലെ. സ്വയം അനുഭവിച്ചറിഞ്ഞാലേ വിശ്വസിക്കൂ എന്നും പറഞ്ഞു നടക്കുന്നോർക്ക് കുറിപ്പെഴുതിക്കൊടുക്കാൻ കൊള്ളാം'

'ഈ സയനൈഡ് എന്ന് കേൾക്കുന്നതേ എനിക്ക് ക്ലീഷേയാണ്' ശില്പശാലയുടെ വലിച്ചു കെട്ടിയ ബാനറിലെ സ്വർണപ്പല്ല് പോലെ മിന്നുന്ന അക്ഷരങ്ങളെ ചൂണ്ടി ലൂക്കാ പറഞ്ഞു.

'എനിക്ക് ബോധ്യപ്പെടുംവരെ അതിന്റെ രുചി മാത്രമേ ക്ലീഷേ അല്ലാതെയുള്ളൂ'

ലൂക്കാ പുല്ലിൽ പൂച്ചയെപ്പോലെ കിടന്നുരുണ്ടു. കുപ്പായത്തിലൂടെ പുൽത്തുണ്ടങ്ങൾ പുഴുക്കളായി പറ്റിപ്പിടിച്ചു കയറി. ദൂരെനിന്ന ചില പോലീസുകാർ അവനെ സംശയത്തോടെ നോക്കി. ഈശോയെ തിരിച്ചറിഞ്ഞപ്പോൾ അവരുടെ മുഖത്ത് നിലാവുദിക്കുകയും ചെയ്തു. 'കുറച്ച് വർഷങ്ങൾക്ക് മുൻപാണ് സംഭവം. അല്പം കടബാധ്യതയും അതിലേറെ പരീക്ഷണത്വരയുമുള്ള ഒരു മലയാളി സ്വർണ വ്യാപാരി സയനൈഡും കൊണ്ട് പാലക്കാട് ഒരു ലോഡ്ജിൽ മുറിയെടുത്തു. എന്നാത്തിനാ..ആത്മഹത്യ ചെയ്യാൻ'

'നിർത്ത് നിർത്ത്' ഈശോ ചൊടിച്ചു. 'ഈ സയനൈഡ് എവിടുണ്ടോ അവിടെക്കാണും ഒരു സ്വർണക്കടക്കാരൻ. ഈ ക്ലീഷേ സാധ്യത കാരണം സയനൈഡ് കൊലപാതകങ്ങൾക്ക് ഒരു ത്രില്ലുമില്ലാണ്ടായി'

'ഇയ്യാളൊന്ന് പോയേ, ഇത് കേൾക്ക്. അയാൾ മുറിയിൽ പോയിട്ട് ദേണ്ടെ ഒരു ചില്ല് ഗ്ലാസേലോട്ട് ഇച്ചിരി പച്ച വെള്ളം ഒഴിച്ച ശേഷം സയനൈഡ് അതേലോട്ടിട്ടു പേനായുടെ പിൻവശം കൊണ്ട് കലക്കി. എന്നിട്ട് രുചി എന്താന്ന് എഴുതാനിരുന്നു. രുചിച്ച ഒടനേ എഴുതാനാ പ്ലാൻ. ഡെസ്കേലെ പേപ്പറിൽ പേനത്തുമ്പ്. പേനയുടെ പിൻവശത്ത് വിഷം. അതിനോട് ചേർന്ന് വായ. വായേൽ നാവ്'

'എന്നിട്ട്' ഈശോ വെറുതേ ആകാംക്ഷ നടിച്ചു. 'നാവ്ഇച്ചിരി നീട്ടി സയനൈഡ് നക്കിരുചിച്ച ശേഷം അയാൾ സെക്കൻഡ് വച്ച് ആവേശത്തോടെ എഴുതിത്തുടങ്ങി. ലോകമേ ലോകമേ അത്ഭുതകേദാരമേ ഞാനിതാ ആ മഹാരഹസ്യത്തെ അടുത്തറിഞ്ഞിരിക്കുന്നു. സയനൈഡ് ഞാൻ രുചിച്ചു നോക്കി. ഇതാ ഇതാ ഇതാണ് അതിന്റെ

ഗൂഢമായ രുചി..."

'ഓ എന്നിട്ട് എന്നായെടാ?' ഈശോ പുൽത്തലപ്പുകളെ ഞെരിച്ചു. 'അത്രേം എഴുതാനേ അയാൾക്ക് കഴിഞ്ഞോള്ളു. അപ്പൊഴേക്കും അയാൾ മരിച്ചു പോയി. ഗുണപാഠം: വസ്തുതകൾ പറയേണ്ടിടത്ത് അത് മറന്ന് ഒടുക്കത്തെ സാഹിത്യം പറയാൻ പോയാ ഇങ്ങനിരിക്കും' ലൂക്കാ തലക്ക് ചുറ്റും വട്ടമിട്ട് പറന്ന തുമ്പിയെ പിടിക്കാൻ ശ്രമിച്ചു കൊണ്ട് പറഞ്ഞു. 'ഓ പിന്നേ ഇതൊക്കെ നീ ജനിക്കും മുന്നേ ഞാൻ വായിച്ചാരുന്നു.' ഈശോ ആ തുമ്പിയെ ആട്ടിക്കളഞ്ഞു. ലൂക്കാ ഈശോയെ കോപത്തോടെ നോക്കി 'എന്തോ പണിയാ ഈ കാണിച്ചെ. അതേ വെള്ളിയാങ്കല്ലീന്ന് വന്ന തുമ്പിയാ. അയാടെ ആത്മാവാണ്ആ തുമ്പി.' ഈശോ ചീത്ത വിളിക്കാൻ വളച്ച നാവ് പ്രയാസപ്പെട്ട് നിവർത്തിയിട്ടു. കുറേനേരം രണ്ടാളും ഒന്നും മിണ്ടിയില്ല. ലൂക്കാ തന്നെ മൌനം മുറിച്ചു. 'എടോ ഇയ്യാക്ക് ഇയ്യാടെയാ പ്പഴയ സർവ്വകാലദുഖിതനായ പ്രൊഫസർ സുശീലൻ സാറിനെ ഓർമ്മയുണ്ടോ? ഇയാൾ പുള്ളീടെ പോസ്റ്റ്മോർട്ടം ക്ലാസുകളെപ്പറ്റി പറയാറുള്ളത് എനിക്കേ നല്ല ഹെൽപ്പാരുന്നു.'

'നീ എന്നാത്തിനാ ഇപ്പൊ പെട്ടന്ന് സാറിനെ ഓർക്കുന്നെ. നീ വരുമ്പോഴേക്കും സാർ വിരമിച്ചായിരുന്നല്ലോ.' ഈശോ താൽപര്യമില്ലെന്ന മട്ടിൽ എഴുന്നേറ്റു നിന്നു. ലൂക്കാ കൈകൾ വിടർത്തി കുരിശുപോലെ കിടന്ന് തുടർന്നു 'എന്നെ സാറിനറിയാം. ഞാൻ സാറിനെ അവിടേം ഇവിടേമൊക്കെ വച്ച് പലതവണ കണ്ട് സംസാരിച്ചിട്ടുണ്ട്. പിന്നെ സാറിന്റെ ഓട്ടോപ്സി ക്ലാസീ വച്ചല്ലേ, ങ്ഹാ കെട്ടിത്തൂങ്ങി മരിച്ച ഒരു സ്ത്രീയുടെ കഴുത്തിലെ തൊലി സാറ് നൈസായി കീറി മുകളിലേക്ക് വലിച്ചു വച്ചത് കണ്ട ഇയ്യാള് ബോധം കെട്ടു വീണത്? അല്ലേ?'

'ഒന്ന് പോടാ ചെക്കാ, നിന്റെ ആദ്യ സ്വതന്ത്ര പോസ്റ്റ്മോർട്ടത്തിന് ഒരാഴ്ച പഴക്കമുള്ള ശവം കിട്ടിയതും തലയോട്ടി ചുറ്റികക്ക് അടിച്ചു പൊട്ടിക്കവേ പോയ നിന്റെ ബോധം ഒരാഴ്ച കഴിഞ്ഞിട്ടും വരാതിരുന്നതുമൊക്കെ ഡിപ്പാർട്ട്മെന്റിൽ പാട്ടാ. ഞാൻ ഉള്ളത് കൊണ്ടാണ് മഹാ ഉഴപ്പനായ നീ പാസാകുന്നതെന്ന് ഒരു സംസാരം പോലും ഇല്ലാണ്ടില്ല' ചമ്മൽ മറച്ച് ലൂക്കാ എഴുന്നേറ്റിരുന്നു മീശ പിരിച്ചു 'ഓ പോകാൻ പറയെന്നേ, അല്ലാ സാറിനെ ഈയിടെയെങ്ങാൻ ഇയ്യാള് കണ്ടാരുന്നോ?' ഈശോ പാർക്കിന് വെളിയിൽ നിർത്തിയിട്ടിരുന്ന കാറിന്നേർക്ക് നടന്നു. 'പഴയകാര്യങ്ങൾ ഓർക്കൽ എനിക്ക് ഇഷ്ടമില്ലാത്ത ഒന്നാണ്. അന്നന്നത്തെ സംഭവങ്ങൾ പോലും ദേണ്ടെ ഗ്ലൌസിനൊപ്പം ഊരി മാറ്റി വച്ചിട്ടാ ഞാൻ ഹോസ്പിറ്റലിന്റെ

പടിയിറങ്ങുന്നത്’ ലൂക്കാ എന്തോ തല കുനിച്ച് നിന്നു.

‘നീ അപ്പച്ചനെ കാണാൻ ഇന്ന് മാന്നാറിന് പോകുന്നുണ്ടെന്ന് പറഞ്ഞു. എപ്പോഴാ വണ്ടി?’ കാർ സ്റ്റാർട്ടാക്കുന്നതിനിടെ ഈശോ വലിയ രക്ഷകർത്താവ് ചമഞ്ഞു. ‘എനിക്കേ തോന്നുമ്പോ ഞാൻ പൊക്കോളാം. നമ്മുടെ ഗവണ്മെന്റ് പൂട്ടിപ്പോയ ബാറുകളൊക്കെ തുറന്നില്ല്യോ?’ ആ നിമിഷം ലൂക്കാ പഴയ ലൂക്കായായി. അവനൊരു ഐസ്ക്രീം കപ്പെടുത്ത് ചുരുട്ടി ഈശോയുടെ നെറ്റിക്ക് തന്നെ കൃത്യം എറിഞ്ഞു കൊള്ളിച്ചു. ഈശോ ചിരിച്ചു. കാർ മുന്നോട്ടെടുത്തു. ‘വെള്ളമടിച്ച് കറങ്ങുന്നതൊക്കെ കൊള്ളാം, ഒടുക്കം നിന്റെ ബോഡി എന്നെക്കൊണ്ട് പോസ്റ്റ്മോർട്ടം ചെയ്യിച്ചേക്കരുത് നീ’ അയാൾ എന്തോ ഓർത്ത് വണ്ടി ചവിട്ടി നിർത്തി ‘അല്ലാ എന്താ നീ പെട്ടന്ന് പ്രൊഫസർ ദുഖിതനെ ഓർത്തത്?’

‘ഓ ഒന്നുവില്ല. ഇന്ന് വെളുപ്പിനെ ഞാൻ പുള്ളിക്കാരനെ സ്വപ്നം കണ്ടാരുന്നു’ ഏതോ തുമ്പിക്ക് പിന്നാലേ ഓടിയോടിപ്പോകുന്നതിനിടെ ലൂക്കാ കൂവി. നീയൊക്കെയാണ് ഇവിടെ ശവം കീറാൻ നടക്കുന്നതെന്ന് പിറുപിറുത്ത് മികവുറ്റൊരു കൈയിലെ ഡിസക്ഷൻ കത്തി മാംസം തുരന്നു പോകുമ്പോലെ ഈശോ കാറോടിച്ചു പോയി.

•

രണ്ട്

ചാറ്റൽ മഴ കണ്ടപ്പോൾ ഒരു ചൂട് കാപ്പി കുടിക്കാൻ തോന്നിയതിനാൽ ഈശോ ഹോട്ടൽ ആനന്ദഭവനിൽ കയറി. ഓർഡർ നൽകി ഒഴിഞ്ഞൊരു മൂലക്ക് രസിച്ചങ്ങനെ ഇരിക്കവേ ഇൻസ്പെക്ടർ അസീസിന്റെ ഫോൺ വന്നുകേറി.ഫോറൻസിക് വിഭാഗം റിട്ടയേർഡ് പ്രൊഫസറും പോലീസ്സർജനുമായിരുന്ന സുശീലൻ സാർ കാറപകടത്തിൽ മരണപ്പെട്ടെന്ന അറിയിപ്പ് കേട്ടതും തലക്കുള്ളിൽ അനേകം കണ്ണാന്തുമ്പികൾ പാറിപ്പറക്കും പോലെ അയാൾക്ക് തോന്നി. പ്രൊഫസർ സുശീലന്റെ വീട് സ്ഥിതി ചെയ്യുന്ന മലയിൻകീഴിനടുത്തെവിടെയോ വച്ചാണ് ഏകദേശം ഒരു മണിക്കൂറിന് മുൻപ് അപകടംനടന്നത്. റോഡരികിൽ നിന്ന സുശീലനെ നിയന്ത്രണം പാളിവന്ന ഒരു കറുത്ത അംബാസഡർ കാർ ഇടിച്ചു തെറിപ്പിക്കുകയായിരുന്നു. ഗുരുതരമായി പരുക്കേറ്റ അദ്ദേഹത്തെ നാട്ടുകാർ ചേർന്ന് ആശുപത്രിയിലേക്ക് കൊണ്ട് പോകുന്ന വഴി മരണവും കൂടെ കയറുകയായിരുന്നു. ഇപ്പോൾ മറ്റ് ചടങ്ങുകളൊക്കെ കഴിച്ച് ശരീരം മോർച്ചറിയിലേക്ക് മാറ്റാനുള്ള തയ്യാറെടുപ്പുകൾ നടക്കുന്നു. ട്യൂട്ടർ മുരളി എത്തിയിട്ടുണ്ട്. ശവശരീരപരിശോധന ഡോക്ടർ ഈശോയുടെ ചുമതലയാണ്. ഹൃദയസ്തംഭനത്തിന്റെ ഏതോ ഘട്ടത്തിലെന്ന പോലെ മിന്നൽപ്പിണരുകൾ കോച്ചി വലിക്കുന്ന നെഞ്ച് തടവി ഈശോ സുശീലന്റെ മുഖം ഓർക്കാൻ തുടങ്ങി. ഓർമയുടെ വയറ്റിൽ സ്കാൽപൽ അമർത്തിക്കീറിയുണ്ടാക്കിയ പിളർപ്പിലൂടെ ഈയാംപാറ്റകൾ പറന്നുയരുന്നതായി അയാൾക്ക് തോന്നി. കടുക് വറുത്ത ഫോറൻസിക് വേൾഡ് എന്ന വാട്ട്സ് ആപ്പ് ഗ്രൂപ്പ് തുറന്നപ്പോൾ വാർത്തയും അനുശോചനങ്ങളും സ്മരണകളും പ്രൊഫസർ സുശീലന്റെ പഴയ ഫോട്ടോകളും നേരത്തോട് നേരം കഴിഞ്ഞ തലച്ചോർ പോലെ ഉരുകിയൊലിക്കുന്നത് കണ്ടു. കൂട്ടത്തിൽ ലൂക്കായും സുശീലൻ സാറും മെഡിക്കൽകോളേജിലെ പഴയ മോർച്ചറിക്ക് മുൻപിൽ നിൽക്കുന്ന

പഴക്കം നാവിഴയ്ക്കുന്നൊരു ഫോട്ടോ ലൂക്കാ പോസ്റ്റ് ചെയ്തിരിക്കുന്നത് കണ്ട ഈശോ പല്ല് ഞെരിച്ച് ഉടനേ അവനെ വിളിച്ചു. 'അറിഞ്ഞേച്ചു പറയാഞ്ഞതെന്താടാ, നിന്റെ വായേ പഴമാരുന്നോടാ **** മോനേ?'

പുകപടലവും, എഴുന്നേറ്റിരുന്നാർക്കുന്ന ശവശരീരങ്ങളും, കെട്ട വാടയുമൊക്കെയായി ആകെ മങ്ങിയ മോർച്ചറിക്കകം പോലെ തന്നെയുണ്ടല്ലോ ഇതെന്ന് തമ്പാന്മാരുള്ളോരു ബാറിനകത്തിരുന്ന് ഊറിയൂറി ചിരിക്കുകയായിരുന്ന ലൂക്കാ പുളിച്ച തെറി കേട്ട ഉടൻ വെട്ടിക്കീറി വറുത്ത കരളെടുത്ത് നക്കി വ്യസനസമേതനായി. 'ഞാൻ കണ്ട തുമ്പികളിൽ ഒന്ന് പ്രൊഫസർ സുശീലന്റെതായിരുന്ന്-ഇയാക്കറിയോ. പിന്നെ ഇയാടെ പ്രിയഗുരുവല്ലേ, വിഷമമാവുമല്ലോന്നോർത്താ ഞാൻ വിളിച്ച് പറയാതിരുന്നത്.' മറുവശത്ത് ഈശോ ലൂക്കായെ ചറപറാ തെറികൾ വിളിച്ചു. മുറിച്ചെടുത്ത എണ്ണയിൽ ആറാടിയ വൻകുടലിന്റെ അറ്റം പോലെയുള്ള വാഴക്കയപ്പത്തിൽ കലിയോടെ ചൂണ്ടുവിരൽ കൊണ്ട് കുത്തി പഴപ്പ് പുറത്ത് ചാടിച്ചു. 'പോസ്റ്റ്മോർട്ടത്തിന്റെ ആദ്യാക്ഷരങ്ങൾ പഠിപ്പിച്ച ആളെത്തന്നെ പോസ്റ്റ്മോർട്ടം ചെയ്യേണ്ട അവസ്ഥ വരിക എന്നൊക്കെപ്പറഞ്ഞാൽ എന്തൊരു ക്ലീഷേയാണ്. അല്ലേ? ഇയ്യാക്ക് സർട്ടിഫിക്കറ്റ് തന്ന ആൾക്ക് ഇയ്യാടെ വക ഒടുക്കത്തെ ഒരു സർട്ടിഫിക്കറ്റ്'' ലൂക്കാ തമാശയിലാണോ ഗൌരവത്തിലാണോ പഞ്ഞി മുക്കി തന്റെ മുറിവിൽ അമർത്തി തുടയ്ക്കുന്നതെന്ന് ഈശോക്ക് മനസിലായില്ല. 'അപാരമായ യാദൃശ്ചികതകൾ നിറഞ്ഞ ജീവിതം ഇങ്ങനെയാടാ. മറഞ്ഞു കിടക്കുന്ന തെളിവുകൾ പോലെയാണത്. നമുക്ക് ചുറ്റും അതുണ്ട്. നമ്മുടെ കൂടെ അതുണ്ട്. നമ്മൾ അതിനെ തിരയുന്നുണ്ട്. നമ്മളെ അത് തേടിയെത്തി അമ്പരപ്പിക്കാറുമുണ്ട്'' അയാൾ നീറ്റലോടെ പറഞ്ഞു.

'ഒരിക്കലൊരു പത്തോളജിസ്റ്റ് കാഡവർ[1] ഡിസ്സെക്റ്റ് ചെയ്യാൻ ചെന്നപ്പോ ദേ കിടക്കുന്നു പണ്ട് തള്ളിപ്പറഞ്ഞ കാമുകി. അല്ലേൽ നാട് വിട്ടോടിപ്പോയ ഇരട്ട സഹോദരൻ. അല്ലേൽ ജീവിതം മടുത്ത് കാശിക്ക് പോയ അച്ഛൻ. ഇങ്ങനെ എന്തേലും ആയിക്കൂടേ ഇയ്യാടെ ഒടുക്കത്തെ ഒരു യാദൃശ്ചികമാങ്ങാത്തൊലി. ഹ ഹ' മദ്യത്തിൽ മുങ്ങിയ ലൂക്കായുടെ കളിയാക്കൽ ശ്രവിച്ച ഈശോ നാല് തെറി കൂടി വിളിച്ച ശേഷം തണുത്ത ഗ്രാനൈറ്റ് നിലത്തിന് നാല് ചവിട്ടും കൊടുത്തു. ചാറ്റൽമഴയിൽ നിന്നും ഒരു തുമ്പി അകത്തേക്ക് വന്ന് ഹെലികോപ്റ്റർ പോലെ വട്ടം ചുറ്റി ചില്ലുവാതിൽ മുട്ടിയുടയ്ക്കാൻ ശ്രമിക്കുന്നത് കണ്ട് ഈശോക്ക് വല്ലായ്മ തോന്നി. ഇനി ഇതെങ്ങാൻ പ്രൊഫസർ ദുഖിതനായിരിക്കുമോ എന്നയാൾ വെറുതെ ആലോചിച്ചുനോക്കി.

---

1 പഠനത്തിനായി കീറിമുറിക്കുവാനുള്ള ശവശരീരം

ശാസ്ത്രീയയുക്തി ഭദ്രതക്കും, യുക്തിരഹിത ഭാവനാലോകത്തിനും ഇടയിലൂടെ അറുമാദിച്ച നടക്കുന്ന ലൂക്കാ ഒരു ദിവസം അവൻ കുരിശിൽ നിന്നും എടുത്ത് കൊണ്ട് വന്ന യേശുക്രിസ്തുവിനെ ഗാഗുൽത്ത മലയുടെ ചെരിവിൽ താൽക്കാലികമായി കെട്ടിയുണ്ടാക്കിയ കൂടാരത്തിൽ വച്ച് പോസ്റ്റ്മോർട്ടം ചെയ്ത കഥ വിശദാംശങ്ങൾ സഹിതം പറഞ്ഞത് മനസിലേക്ക് വന്നതും വച്ച് ക്രാവിക്രാവി ഇരിക്കവേ ഫോറൻസിക്കിലെ ട്യൂട്ടർ മുരളിയുടെ വിളി വന്നു. അവനോട് ഇൻസ്പെക്ടർ അസീസിനെ വിളിച്ച ശേഷം അപകടം നടന്നിടത്തേക്ക് പോയ്ക്കോ ഉടനെത്തിക്കോളാമെന്ന് പറഞ്ഞു. ബില്ലുമായി വന്ന മെലിഞ്ഞ മനുഷ്യന്റെ അല്പം വലിപ്പക്കൂടുതലുള്ള തലയിലേക്ക് ഇരുമ്പ് കൂടം ചുഴറ്റിയടിച്ചാൽ തലയോടിലെ പൊട്ടലും, ആന്തരികരക്തസ്രാവവും എങ്ങനെയുണ്ടാകുമെന്ന ഈശോയുടെ ശാസ്ത്രീയഭാവനകൾ മുരളിയുടെ വാട്സ് ആപ് സന്ദേശമേറ്റ്; മരിച്ച മനുഷ്യന്റെ ജീവൻ പോലെ എങ്ങോട്ടേയ്ക്കോ മറഞ്ഞു പോയി. മുരളി അയച്ച ആക്സിഡന്റ് സ്പോട്ട് നോക്കി അയാൾ നെടുവീർപ്പിട്ടു.

●

മൂന്ന്

'ഡോക്ടറ പഠിപ്പിച്ചിറ്റുണ്ട്. അല്ലേ?' ധൃതിയിൽ ജീപ്പിൽനിന്നും ആക്സിഡന്റ് സ്പോട്ടിലേക്കിറങ്ങവേ ഇൻസ്പെക്ടർ അസീസ് ചോദിച്ചു. പേയാട് മലയിൻകീഴ് റോഡിൽനിന്നും തച്ചോട്ട്കാവിലേക്ക് തിരിയുന്ന ഇടറോഡിനു കുറച്ചു മുൻപായി ഒരു തടിമില്ലുണ്ട്. റോഡിൽനിന്നും നേരേ ചെന്ന് കയറാവുന്ന മില്ലിലെ അറക്കപ്പൊടിമണത്തിന് മുകളിൽ പാറിപ്പറക്കുന്ന തുമ്പികളെ മലർന്ന് നോക്കി നിൽക്കുകയായിരുന്ന ഈശോ അതിന് മറുപടി കൊടുത്തില്ല. 'ഒടനേന്നും മഴ പെയ്യണ ഒര് ലഷണോം ഇല്ല. അല്ലേ സാറേ?' വലിയൊരു ആഞ്ഞിലിത്തടിയുടെ മുകളിൽ കേറിയിരിപ്പുറപ്പിച്ച നാട്ടുകാരിൽ ഒരാളും ആകാശം നോക്കി. ഈശോ അയാളെ നോക്കി ചിരിച്ചെന്നു വരുത്തി.

'ബോഡി മോർച്ചറീലോട്ട് മാറ്റി. ഇടിച്ച് തെറിപ്പിച്ച് കളഞ്ഞ്. തലക്ക് നല്ല ഇടി കിട്ടീറ്റുണ്ട്. അതാണ് മരിക്കാൻ കാരണമെന്നാണ് കൊണ്ട് ചെന്നപ്പം നോക്കിയ ഡോക്ടർ പറഞ്ഞത്. മൊത്തം ബന്ധുക്കളും പരിചയക്കാരും വന്നിറ്റുണ്ട്. ഭാര്യേം മകളും കാനഡയിലല്ലേ. അവർ വരാൻ വേണ്ടി എല്ലാരും നോക്കി ഇരിക്കേണ്. അപ്പ എങ്ങനെ, ഇവിടത്തെ കാര്യങ്ങളക്ക പെട്ടന്ന് തീരൂലേ?' വാച്ചിലേക്ക് നോക്കി സൂചികളോട് വിനയാന്വിതനാകുന്ന അസീസിനെ നോക്കി ഈശോ നെടുവീർപ്പിട്ടു. സംഭവസ്ഥലപരിശോധന മുരളി ഏകദേശം പൂർത്തിയാക്കിക്കഴിഞ്ഞു. വളരെ പഴക്കമുള്ളൊരു കറുത്ത അംബാസഡർ കാർ, അഴുകിത്തുടങ്ങിയ ശവശരീരങ്ങൾ പോലെ മരത്തടികൾ നിറഞ്ഞ മില്ലിലേക്ക് കയറിക്കിടപ്പുണ്ട്. അറുത്തിട്ടുണ്ട് തെങ്ങിൻ തടികളിലേക്ക് തല ചായ്ച്ചു കിടക്കുന്ന പാണ്ടും, ചൊറിയും പിടിച്ച്, തൊലി അങ്ങിങ്ങ് അടർന്ന ഒരു തുരുമ്പൻ നായക്കുട്ടിയെപ്പോലുണ്ട് ആ കാറെന്ന് ഈശോക്ക് തോന്നി. രണ്ട്

ഹെഡ് ലൈറ്റുകളുംതകർന്നിട്ടുണ്ട്. മങ്ങിയ ബോണറ്റിൽ നിന്നും മുരളി ഇനാമൽ പെയിന്റ് പോലെ ഒട്ടിയിരുന്ന ചോര ചുരണ്ടിയെടുത്ത് സൂക്ഷിച്ചു കഴിഞ്ഞു. ഒപ്പം കാറിന്റെ ഉരഞ്ഞു തീരാറായ ടയറുകളുടെ ത്രെഡ് രേഖകളും. ഇടിയേറ്റ സുശീലൻ സാർ തെറിച്ചു വീണിടത്ത് തക്കാളികൾ ചതഞ്ഞ് ചിതറിക്കിടപ്പുണ്ട്. അദ്ദേഹം പച്ചക്കറി വാങ്ങി വരുന്ന വഴിയായിരുന്നിരിക്കണമെന്നും സമീപത്തെ പഴയ പോസ്റ്റിൽ കണ്ട ചോരവരകളിൽ നിന്നും കാർ എത്ര മാത്രം വേഗതയിലാണ് വന്നിരുന്നതെന്നും ഈശോ മനസ്സിൽ കണ്ടു. ഏതെല്ലാം എല്ലുകൾ ഒടിഞ്ഞിരിക്കാമെന്ന് ആലോചിച്ച് നിൽക്കുന്നത് ശ്രദ്ധിച്ച അസീസ് പറയാൻ തുടങ്ങി

"ഡോക്ടർ ആ പച്ചക്കറിക്കടയിന്ന് മലക്കറീം വാങ്ങിച്ച് ഇവിടെ നിൽക്കുകയായിരുന്നു എന്നാണ് സംഭവം കണ്ടോണ്ട് നിന്ന തടി മില്ലില ജീവനക്കാർ നൽകിയ മൊഴി. അമിത വേഗത്തിൽ പാഞ്ഞു വന്ന കാർ പ്രൊഫസറുടെ നേർക്ക്നേരേ വന്ന് ഇടിച്ചു തെറിപ്പിച്ചു. പ്രതി ഓടാനാ രക്ഷപ്പെടാനാ ഒന്നും ശ്രമിച്ചില്ല. മൂക്കറ്റം മദ്യപിച്ച ഒരുത്തനാണ്. അവൻ മാത്രമേ കാറിലുണ്ടായിരുന്നുള്ളൂ. കാല് നില ത്തുറക്കാതെ നിന്നാടുകയായിരുന്നു അവൻ. നാട്ടുകാർ നല്ല ഭേഷായി കൈകാര്യം ചെയ്തതിനു ശേഷമാണ് പോലീസ് സ്ഥലത്തെത്തിയത്. അവനെ വൈദ്യപരിശോധന നടത്തിയ ശേഷം ലോക്കപ്പ് ചെയ്തിട്ടുണ്ട്. ഇത് വരേയ്ക്കും ആ വെളിവ് കെട്ടവന്റെ തല നേരേ നിന്നിട്ടില്ല. ഭാഗ്യത്തിന് അന്നേരം റോഡരികിൽ വേറാരും ഉണ്ടായില്ല"

ഈശോ തലയാട്ടി. ശേഖരിച്ച രക്തം ലാബിലേക്കയച്ചശേഷം മോർച്ചറിയിൽ കാത്ത് നിൽക്കാമെന്നു പറഞ്ഞ് മുരളി കാറിലേക്ക് കയറി. അസീസ് വേറെന്തെങ്കിലും ഉണ്ടോ എന്ന മട്ടിൽ ഈശോയെ നോക്കി നിന്നു. 'പോസ്റ്റ്മോർട്ടം കഴിഞ്ഞ് പ്രതിയെ ഒന്ന് കണ്ടാൽ കൊള്ളാമെന്നുണ്ട്. എന്തായാലും സ്വന്തം അധ്യാപകനെ കീറി മുറിക്കാൻ അവസരമുണ്ടാക്കിത്തന്ന ആളല്ലേ' ഈശോ ചിരിക്കാൻ ശ്രമിച്ചു. പാവയെപ്പോലെ തലയാട്ടിയ ശേഷം അസീസ് ജീപ്പിൽ കയറി. അത് വാഹനങ്ങൾക്കിടയിൽ അലിഞ്ഞു പോയിട്ടും ഈശോ അവിടെത്തന്നെ സെമിത്തേരിയിലെ കൽക്കുരിശ് പോലെ തറഞ്ഞു നിന്നു. തടി മില്ലിന് മുകളിൽ തുമ്പികൾ അതിവേഗം വട്ടം ചുറ്റിപ്പറക്കുന്നതയാൾ കൌതുകത്തോടെ നോക്കി. പിന്നെ പതിയെ, വലിയ ജിജ്ഞാസയൊന്നുമില്ലാതെ അയാൾ അവിടവിടെ കൂടി നിൽക്കുന്നവർക്കിടയിലേക്കായിരുന്നു അമിത മദ്യപാനിയായ ആ കൊലയാളി കാറോടിച്ചു കയറ്റിയിരുന്നതെങ്കിൽ തലയും കൈകാലുകളുമറ്റ്, അസ്ഥികൾ ഒടിഞ്ഞ്, മാംസംപറിഞ്ഞു മാറി എങ്ങനെയൊക്കെ

ശവശരീരങ്ങൾ കാണപ്പെട്ടേനെയെന്ന് ഭാവന ചെയ്യാൻ തുടങ്ങി. അത് മനസിലാക്കിയിട്ടെന്നോണംതെങ്ങിൻ തടികളിലും മറ്റും കയറി ഇരുന്നിരുന്നവർ അങ്ങിങ്ങ് കാറിത്തുപ്പിക്കൊണ്ട് പല വഴി പിരിഞ്ഞു പോയി. മഞ്ഞുതുള്ളികളിൽ മാത്രമല്ല തുപ്പലിലും ലോകം പ്രതിഫലിക്കുമെന്ന് ഈശോ കണ്ടു.

•

നാല്

അനേകം മൃതദേഹങ്ങൾ കൈകൾ വിറയ്ക്കാതെ കീറിപ്പിളർന്നിട്ടുണ്ടെങ്കിലും സുശീലന്റെ പ്രേതം വരവരച്ചുമുറിക്കവേ ഈശോയുടെ കൈകൾ വിറച്ചു. കിടപ്പറയിൽ ആദ്യമായി പ്രിയതമയുടെ വസ്ത്രങ്ങൾ അഴിച്ചുമാറ്റവേ എവ്വിധം പരവേശം കൊണ്ട് ആടിയുലഞ്ഞുവോ അവ്വിധമാണല്ലോ ഇതെന്നയാൾ മനസിന്റെ ശ്രദ്ധ തിരിക്കാൻ ശ്രമിച്ചു. അരച്ച്കലക്കിക്കുടിച്ച ശരീരശാസ്ത്രമെല്ലാം വികാരങ്ങൾക്ക് മുൻപിൽ വൈദ്യുതാഘാതമേറ്റ് പിടയ്ക്കുകയാണ്. കൈകാലുകളിലും നെഞ്ചിലും നെറ്റിയിലുമൊക്കെ ചതവുകളും ഉരവുകളും ധാരാളമുണ്ടായിരുന്നു. ജീവിതത്തിൽ നിന്നും ആകസ്മികമായി പറഞ്ഞയക്കപ്പെടുന്നതിന്റെ നടുക്കം അപ്പോഴും മുഖത്ത് തെളിഞ്ഞു നിൽക്കുന്നതായി ഈശോക്ക് തോന്നി. സ്പിരിറ്റ് കുടിച്ച പഞ്ഞി കൊണ്ട് നെഞ്ചു മുതൽ പൊക്കിൾ വരെയുള്ള ഭാഗം തുടച്ച നനവിലേക്ക് വച്ച തിളങ്ങുന്ന കത്തി മുന്നോട്ട് പോകുന്തോറും എവിടെയൊക്കെയോ ഉടക്കിപ്പിടിക്കും പോലെ തോന്നി. ഒറ്റ വലിക്ക് കീറിപ്പിളർക്കേണ്ടിടത്ത് രണ്ടിലധികം തവണ കത്തി ആഴത്തിൽ അമർത്തി വലിക്കേണ്ടി വന്നു. കൊഴുപ്പ് വേലികെട്ടിയ മാംസപാളി പതിയെ കീറി ഇരുവശത്തേക്കും വലിച്ചു മാറ്റവേ ഈശോ വിയർപ്പിൽ കുളിച്ചു. നെഞ്ചെല്ല് വെട്ടിമുറിക്കവേ കൈ വഴുതിയത് കണ്ടതോടെ മുരളി മുന്നോട്ട് വന്നു. പിന്നീട് മുരളിയാണ് സ്റ്റേർനം[1] മുറിച്ചു മാറ്റി അടിയിൽ നിന്നും ഹൃദയവും ശ്വാസകോശവും അറുത്തെടുത്തത്. നാലഞ്ച് വാരിയെല്ലുകൾ പൊട്ടിയിട്ടുണ്ടായിരുന്നു. ഇടിയുടെയോ വീഴ്ചയുടെയോ ആഘാതത്തിൽ ധമനികൾ മുറിഞ്ഞ് രക്തം ഹൃദയത്തിൽ കെട്ടിനിന്നിരുന്നു. എന്നിരുന്നാലും തലയോട്ടി പൊട്ടിച്ചു മാറ്റി നടത്തിയ വിശദ പരിശോധനയിൽ നിന്നും തലയ്ക്കേറ്റ മാരകമായ പരിക്ക് മൂലമുണ്ടായ ആന്തരിക രക്തസ്രാവമാണ് ഉയിരെടുത്തതെന്ന്

1 നെഞ്ചെല്ല്

ഇരുവരും ഒരു തീർപ്പിലെത്തി. ഈശോയുടെ മട്ടും ഭാവവുമൊക്കെ ക്കണ്ടപ്പോൾ മുരളി തന്നെ എല്ലാം വാരി അകത്തിട്ട് തുന്നിക്കെട്ടി.

കുരിശു വരച്ച് കയ്യുറകളും ഉടുത്ത്കെട്ടുകളും ഊരിമാറ്റി പുറത്തിറങ്ങിയപ്പോൾ വരാന്തയിലെ കസേരയിൽ, ചുവരിലൂടെ പോകുന്ന ഉറുമ്പുകളുടെ വരി വിരലുകൾകൊണ്ട് തടസ്സപ്പെടുത്തിയും ഉരച്ചു മാറ്റിയും ലൂക്കാ ഇരിപ്പുണ്ട്. ചില പോലീസുകാരും പ്രൊഫസറുടെ ബന്ധുക്കളുമൊക്കെ അങ്ങിങ്ങ് നിന്ന് സംസാരിക്കുന്നു. ലൂക്കാ ചിരിച്ചപ്പോൾപ്പോലും മദ്യം മണത്തു. 'ഇതൊക്കെ യാദൃശ്ചികതയുടെ ചില ക്രൂരതകളായി കണ്ട് ഇയ്യാളൊന്ന് സമാധാനിക്ക്. ഫ്രീയാണേൽ വാ നമുക്ക് പോയി എന്തേലും കഴിച്ച് സംസാരിക്കാം'

'എനിക്ക് സ്റ്റേഷൻ വരെപ്പോണം' ഈശോ കടിച്ചു പിടിച്ചു പറഞ്ഞു. 'ആന്നോ, എന്നാ ഞാനും വരാം' ലൂക്കായുടെ ഉദാസീനമായ മറുപടി കേട്ടപ്പോൾ തളർന്നു കിടന്ന നാഡികളെല്ലാം ഊർജ്ജസ്വലരായി. 'ഓ എന്നാത്തിനാ. ഇങ്ങനെ കുടിച്ചു കൂത്താടി യാതോരു ഉത്തരവാദിത്തബോധോവില്ലാതെ നടക്കുന്നോരൊന്നും എന്റെയൊപ്പം വരണ്ട' അത് കേട്ടപ്പോ ലൂക്കാ ഇരുകയ്യും വിടർത്തി ചിരിച്ചു. 'എൻ വഴി തനീ വഴി കിണ്ടൽ പണ്ണാതെ-ഐ ആം നോർമൽ. തെളിയിക്കട്ടെ' വേണ്ടെന്ന് ഈശോ പറയും മുന്നേ ലൂക്കാ നെറ്റിയുഴിഞ്ഞ് ചോദിക്കാൻ തുടങ്ങി 'അതായത് ഈ ഫോട്ടോ എടുക്കുന്നവർ ഒരിക്കലും എടുത്ത ഫോട്ടോയിൽ ഉണ്ടാകില്ല. പലഹാരം വാങ്ങിക്കൊണ്ട് വരുന്ന അച്ഛന് ആ പലഹാരം കിട്ടാറില്ല. വിശേഷപ്പെട്ട ആഹാരം പാചകം ചെയ്യുന്ന കുക്ക് അത് കഴിക്കാറില്ല. എല്ലാവരുടെയും മുടി വെട്ടുന്ന ബാർബർ സ്വയം മുടി വെട്ടാറില്ല. ജീവിതം ഇങ്ങനെയൊക്കെ ആയതെന്ത് കൊണ്ടാകും?'

'ഗില്ലറ്റിൻ കണ്ട് പിടിച്ചവൻ തന്നെ ഗില്ലറ്റിന് ഇരയാകുന്നതിലും, ഉണ്ടാക്കിയ അച്ഛനെത്തന്നെ മക്കൾ വെട്ടിക്കൊല്ലുന്നതിലും, മറ്റൊരാളെ കൊല്ലാനെടുത്ത തോക്ക് കയ്യിലിരുന്ന് അബദ്ധത്തിൽ പൊട്ടി ആൾ ചാകുന്നതിലുമൊക്കെയുണ്ട് അതിനുള്ള ഉത്തരം. ഡാ പീറേ ഇനി ഇങ്ങനെ എന്തേലും ചോദിച്ചാ ചവിട്ടി തല ഞാൻ പൊളിക്കും പറഞ്ഞേക്കാം' ഈശോ അലറി. ഇടയ്ക്കിടക്ക് ദേഷ്യം പിടിക്കുന്നതും അത് ആരുടെയെങ്കിലും മേൽ നിർലോഭം ചൊരിയുന്നതുമാണ് മനോവിഷമങ്ങളിൽ നിന്നും മനസിനൊരു ആശ്വാസം ലഭിക്കാൻ നല്ല ഔഷധമെന്ന് ചിന്തിച്ച ഈശോ ലൂക്കായെയും കൊണ്ടാണ് സ്റ്റേഷനിലേക്ക് വണ്ടിയോടിച്ചത്. ശവശസ്ത്രക്രിയ എങ്ങനെയുണ്ടായിരുന്നുവെന്ന ലൂക്കായുടെ ചോദ്യത്തിന് നീണ്ടൊരു മൌനത്തിന്റെ ആമുഖം നൽകിയ ശേഷമാണ് ഈശോ മറുപടി

പറഞ്ഞു തുടങ്ങിയത് 'അസ്വാഭാവികമായി മരണപ്പെട്ടവരുടെ ഓരോ ശരീരം കീറിത്തുറക്കുമ്പോഴും, ആന്തരികാവയവങ്ങൾ അറുത്തെടുക്കുമ്പോഴും മനുഷ്യന്റെ നശ്വരതയെപ്പറ്റിയാണ് ഞാൻ ചിന്തിക്കാറുള്ളത്. നീയോ ലൂക്കാ?'

'സത്യം പറയാല്ലോഇൗ കോപ്പിതെപ്പോ കഴിയുവെന്നാ ഞാനോർക്കാറ്. ഒരു പണീം ഇല്ലാതെ കൊല്ലാനും ആത്മഹത്യ ചെയ്യാനും കുറേ കഴുതകൾ' ലൂക്കാ റോഡിലൂടെ ട്രപ്പീസ് കളിച്ചു നീങ്ങുന്ന ബൈക്കുകൾ നോക്കി ഈശോയെ ചൊറിഞ്ഞു. ഈശോ പല്ലിറുമ്മി മുഖപേശീചലനങ്ങളിലൂടെ മുട്ടൻ തെറികൾ വിളിക്കുന്നത് കണ്ട ലൂക്കാ കണ്ണിറുക്കി. 'ചുമ്മാ പറഞ്ഞതാ; ഇയ്യാൾ പല്ല് കടിച്ച് പൊട്ടിക്കണ്ട. എല്ലാവരെയും പോലെ മരണകാരണം ഒളിഞ്ഞു കിടക്കുന്നതെവിടെയാണെന്നാ ഞാനും ആലോചിക്കാറ്. അല്ലാതെ ഇയാളെപ്പോലെ ശവം കീറിയിട്ട് ഒരു മാതിരി മുട്ട് വിറച്ച് കുരിശു വരയ്ക്കാനും വീണപൂവ് പാടാനുമൊന്നും എന്നെക്കിട്ടത്തില്ല'

'ഉം എടാ കോപ്പേ അതൊക്കെ മനസിലാകണേൽ നീ മരിച്ചയാളുടെ ചുറ്റുപാടുകൾ ചെറുതായെങ്കിലും ഒന്നറിഞ്ഞു വയ്ക്കണം. എക്സ്റ്റേണൽ ബോഡിയുടെയും ഇന്റേണൽ ഓർഗൻസിന്റെയും ഭാഷ പഠിക്കണം. അത് മെഡിക്കൽ നോളജിനും അപ്പുറത്തുള്ള അനുഭൂതിയായി മാറ്റണം. ക്രമേണ നീ അവയുടെ സൌന്ദര്യം ദർശിക്കും, സ്നേഹിക്കും. അപ്പൊ പ്രിയപ്പെട്ടവരുടെ പെരുമാറ്റത്തിൽ വരുന്ന ചെറിയ മാറ്റങ്ങൾ പോലുംമനസിലാക്കാൻ കഴിയുന്നത് പോലെ ശവശരീരത്തിലെ സൂക്ഷ്മമായ മാറ്റങ്ങൾ ഒറ്റ നോട്ടത്തിൽ മനസിലാക്കാനാവും. അതിനൊക്കെ ഒത്തിരി വർഷങ്ങളുടെ അനുഭവം നിനക്ക് വേണ്ടി വരും. ശാസ്ത്രത്തിനൊപ്പം അനുഭവങ്ങളും ദർശനങ്ങളും കൂടി ചെരുമ്പോ കാര്യങ്ങളും കാരണങ്ങളും വസ്തുതകളും എല്ലാം അനുഭൂതികളാവും'

'ഉവ്വ-ചീഞ്ഞഴുകിയ പുഴുത്ത് നാറുന്ന പ്രേതങ്ങൾ കാണുമ്പോഴല്ലേ ഇയാടെ വേദാന്തം. അതൊക്കെ കേട്ടിട്ടെനിക്ക് ഓക്കാനിക്കാൻ വരുവാ'

'നിന്നെ പറഞ്ഞിട്ട് കാര്യമില്ലെടാ, മാന്നാറിന് വന്ന് നിന്റെപ്പന് തന്നെ പറയണം. ഉം, പോട്ടേ നീ പഠിച്ച വരുന്നല്ലേയൊള്ളൂ എല്ലാം ശരിയാവും'

'ഓ ഇയ്യാടെയൊരു സീനിയോറിറ്റി കോംപ്ലക്സ്. എന്നാ എല്ലാം അറിയുന്ന ആളിനോട് ഞാനൊരു കുഞ്ഞുചോദ്യം ചോദിക്കട്ടെ?'

'ഉർവ്വശി ഉർവ്വശിയെത്തന്നെ കൊല്ലുന്നതിന് കൊട്ടേഷൻ കൊടുക്കുന്നത് ഏത് സിനിമയിൽ?', 'നെടുമുടിവേണു വായിൽ ചകിരി തിരുകി ഇരകളെ കൊല്ലുന്ന ചിത്രത്തിലെ അന്വേഷണ ഉദ്യോഗസ്ഥൻ ആരാണ്?' മാതിരിയുള്ള ചോദ്യങ്ങളാണ് ലൂക്കാ സാധാരണ ചോദിക്കാറ് എന്നറിയാവുന്നത് കൊണ്ട് ഈശോ തീ പാറുന്ന കണ്ണുകൾ കൊണ്ടവനെ നോക്കി. അതൊന്നുമല്ലെന്ന് ലൂക്കാ കണ്ണിറുക്കി. 'കുറച്ച് നൂറ്റാണ്ടുകൾക്ക് മുൻപ്. ശാസ്ത്രവും യുക്തിയും ഫോറൻസിക് സർജനുമൊന്നുമില്ലാതിരുന്ന കാലം, അതായത് കയ്യൂക്കുള്ളവൻ കാര്യക്കാരനായിരുന്ന സമയം. അന്ന് പരസ്യവും രഹസ്യവുമായ എത്രായിരംകൊലപാതകങ്ങളാണ് ഓരോ വർഷവും നടന്നിട്ടുള്ളത്. അന്ന് കൊല്ലലായിരുന്നു മനുഷ്യന് വിജയവും, ലക്ഷ്യവും, ആശ്വാസവും, സുരക്ഷയുമൊക്കെ നൽകിയത്. ഇന്നത്തെക്കാൾ ശവശരീരങ്ങളെ ആഘോഷിച്ചിരുന്നതും അന്നാണ്. ശവശരീരങ്ങളിലായിരുന്നു അന്ന് തത്വശാസ്ത്രവും, ആത്മീയതയും, സൗന്ദര്യവും സകല കോപ്പുകളുമെന്ന് എനിക്ക് തോന്നിയിട്ടുണ്ട്. ജീവിക്കുന്നവർക്ക് ശവങ്ങളുടെ പോലും വിലയില്ലാതിരുന്ന ആ കാലത്തെപ്പറ്റി എന്ത് തോന്നുന്നു?'

ഈശോ തെല്ലിട ശിലായുഗം മുതൽ റോമാസാമ്രാജ്യം വരെ കുടിനീരായി വിക്കി സംഭ്രമചിത്തനായി ഇരുന്നു പോയി. 'ശവങ്ങൾക്കും, മുൻഗാമികൾക്കും വളരെ പ്രാധാന്യം ഉണ്ടായിരുന്നുവെന്നത് ശരിയാ' ഈശോ ചിരിച്ചു. 'മനുഷ്യനെക്കാൾ മൂല്യവും ആദരവും അത്ഭുതങ്ങളും അന്ന് ജീവനില്ലാത്ത ജഡങ്ങൾക്ക് കിട്ടിയിരുന്നു. സ്വാഭാവികമായി മരിച്ചവരുടെ ശരീരങ്ങൾ, ഇറങ്ങിപ്പോയ പോയ ജീവൻ എന്നെങ്കിലും അതിലേക്ക് മടങ്ങി വരും എന്ന് ധരിച്ച് സൂക്ഷിച്ച് വയ്ക്കുകയാണ് ഉണ്ടായത്. പക്ഷേ ശാസ്ത്രീയമായ പഠനങ്ങൾക്ക് വേണ്ടിയും രോഗനിർണയങ്ങൾക്ക് വേണ്ടിയും ശരീരങ്ങൾ കീറിപ്പഠിച്ചിരുന്നതിനെപ്പറ്റി നമ്മൾ എത്ര ഉദാഹരണങ്ങൾ റെഫർ ചെയ്തിട്ടുണ്ട്. ഇല്ലേ?'

'ഞാനതല്ല പറയുന്നത്. അതിനല്ലാതെ, കൊലചെയ്ത് തന്നെ ശവങ്ങൾ ഉണ്ടാക്കി കീറി മുറിച്ചിരുന്നതിനെപ്പറ്റിയാണ്. കൊല്ലുന്ന വേളയിലും; പിന്നീട് ശവശരീരങ്ങൾ സൂക്ഷിച്ചു വച്ചും കീറി മുറിച്ചും മറ്റും അവർ തിരഞ്ഞിരുന്നത് ശരീരപഠനവും, മരണകാരണവും അല്ല മറിച്ച് ജീവൻ, ആത്മാവ് ഇതൊക്കെ എവിടെയാണ്, ഏത് വഴിയിലൂടെയാണ് പോകുന്നത് എന്ന പ്രഹേളികയായിരുന്നു. സ്വാഭാവിക മരണം അതിനുള്ള അവസരം നൽകിയിരുന്നില്ല.' ലൂക്കാ ഗൗരവം ചോരാതെ തേച്ചുമിനുക്കി സംസാരിക്കുന്നത് ഈശോയെ

സംപ്രീതനാക്കി. 'ഉം. അതേടാ. ആദ്യം ജീവൻ പോകുന്നതെങ്ങനെ എന്നറിയണ്ടേ, പിന്നെയല്ലേ തിരിച്ച് വരുന്നതിന് വേണ്ടി ഒരുക്കങ്ങൾ നടത്താനാകൂ. അന്നൊക്കെ പല സമൂഹങ്ങളിലും ജീവൻ പോകുന്നത് കണ്ട് പിടിക്കാൻ വേണ്ടി മാത്രം കൊലപാതകങ്ങൾ നടത്തിയിരുന്നു എന്ന് കേട്ടിട്ടുണ്ട്.'

'പത്താം നൂറ്റാണ്ടിൽ ക്രീറ്റിൽ ജീവിച്ചിരുന്ന സെനോ എന്ന ഭിഷഗ്വരൻ ജീവൻ പോകുന്ന വഴി കണ്ട് പിടിക്കാൻ മുപ്പത് പേരെ പല രീതിയിൽ കൊന്നതായി വായിച്ചിട്ടുണ്ട്' ലൂക്കായുടെ ഗൌരവം ഈശോയ്ക്കത്ര പിടിച്ചില്ല. 'നിന്റെ മാന്നാറുള്ള 'ഇട്ടിയവിരാ അപ്പാപ്പന്റെയപ്പാപ്പന്റെപ്പാപ്പന്റെപ്പാപ്പന്റെപ്പാപ്പന്റെപ്പാപ്പന്റെപ്പാപ്പന്റെപ്പാപ്പൻ പണ്ട് കുരുമുളകും കേറ്റി റോമായ്ക്ക് തിരിച്ച കപ്പലേൽ കേറിപ്പോയി ക്രീറ്റിൽ ഇറങ്ങി പെണ്ണ് പിടിച്ച് നടന്നപ്പോ ജീവൻ പോണ വഴിയറിയാനായി ആ സെനോ ഭിഷഗ്വരൻ പിടിച്ചു കൊന്നു. അപ്പാപ്പനാരുന്നു സെനോയുടെ മുപ്പതാമത്തെ ഇര' എന്ന് കൂടി പറയെടാ'

'ഇനി വായ തുറന്നാ ഇയാടെ ജീവൻ ഞാനെടുക്കും' ലൂക്കാ പല്ലിറുമ്മി. ഈശോ ഉടൻ ജീവൻ എന്താണെന്ന് ശാസ്ത്രീയമായി വിവരിക്കാൻ തുടങ്ങിയതോടെ ലൂക്കാ 'ഇയാൾ ടെക്സ്റ്റ് ബുക്ക് എന്നെ പഠിപ്പിക്കണ്ട' എന്നും പറഞ്ഞ് ആ വിഷയം വിട്ടു. വ്രണിതഹൃദയനായ ഈശോ പൌരാണികസംസ്കാരങ്ങളിൽ നിന്നും വേദപുസ്തകങ്ങളിൽ നിന്നും ഊരിയെടുത്ത വാളുകളുമായി അവന്റെ മേൽ പറന്നു ചാടി. സ്വാഭാവികമായല്ലാത്ത മരണങ്ങളുടെ തുവലുകൾ പറന്നു. ആഴങ്ങളിലാഴങ്ങളിൽ ആരാലും കണ്ടെടുക്കപ്പെട്ടിട്ടില്ലാത്ത അനേകലക്ഷം എല്ലിൻകൂട്ടുകൾക്ക് മുകളിലൂടെ ചീറിപ്പായുന്ന അനേകലക്ഷം വാഹനങ്ങളിലൊന്നിൽ ഈശോയും ലൂക്കായും തർക്കിച്ചു കൊണ്ടിരുന്നു.

●

അഞ്ച്

ചാറ്റൽമഴ സ്റ്റേഷന് വെളിയിൽ തുരുമ്പെടുക്കൽ പ്രക്രിയയിലേർപ്പെട്ടിരുന്ന വാഹനക്കൂട്ടങ്ങൾക്ക് മേൽ പതിയെതഴുകിക്കൊണ്ടിരുന്നു. ശ്വാസോച്ഛ്വാസം ചെയ്യുന്നൊരു ശവം മാത്രമായിക്കഴിഞ്ഞിരുന്ന ലൂക്കായെ കാറിൽത്തന്നെ ഉറങ്ങാൻ വിട്ട് ഈശോ ഇൻസ്പെക്ടർ അസീസിനെ കാണാനായി പോയി.ഈശോക്ക് നല്ല സുഖമില്ലെന്ന് അറിഞ്ഞിരുന്നതിനാൽ അസീസ് മുരളിയെ വിളിച്ച് കാര്യങ്ങൾ സംസാരിച്ചു കഴിഞ്ഞിരുന്നു. അശ്രദ്ധമായി വണ്ടിയോടിച്ചുണ്ടായ അപകടമരണമെന്ന കാര്യത്തിൽ യാതൊരു തർക്കവുമില്ലാത്തതിനാൽ മനപൂർവ്വമല്ലാത്ത നരഹത്യ, മദ്യപിച്ച് അമിതവേഗത്തിൽ വാഹനമോടിക്കൽ മുതലായ വകുപ്പുകൾ ചുമത്തി കേസ് ഷീറ്റ് തയ്യാറാക്കിക്കഴിഞ്ഞു. ഈശോ പോസ്റ്റ്മോർട്ടത്തിൽ നിന്നും ഊരിയെടുത്ത എല്ലുകൾ അസീസിന് മുൻപിൽ നിരത്തി. മുരളിയിൽ നിന്നും നേരത്തേ രുചിച്ചറിഞ്ഞ എല്ലുകൾക്ക് വേറൊരുരുചിയും അസീസിന് തോന്നിയില്ല. അസ്വാഭാവികമായി യാതൊന്നുമില്ലെന്ന കാര്യത്തിൽ ഇരുവർക്കും ഒരേ അഭിപ്രായമായിരുന്നു. 'അയാളെ കാണണ്ടേ?' അസീസ് ചോദിച്ചപ്പോൾ ഈശോ ജിജ്ഞാസയോടെ തലയാട്ടി. ആരിൽ നിന്നും പണംപറ്റി എന്ത് ഹീനകൃത്യത്തിനും കത്തിമുനരാകി ഇറങ്ങിത്തിരിക്കുന്നൊരു ക്രൂരസത്വത്തിനെയാണ് നേർക്ക് നേർ മുട്ടാൻ പോകുന്നതെന്ന് ഈശോ വെറുതേ സങ്കൽപ്പിച്ചു. സെല്ലിന്റെ ഇരുമ്പഴികൾ പിടിച്ചു നിന്ന് ഈശോ അയാളെ നോക്കി. അസീസ് റൈറ്ററുടെ മേശമേലുള്ള ഫയലുകൾ നീക്കി വച്ച് അവിടേക്ക് കയറി ഇരുന്നു. കാൽമുട്ടുകൾക്കിടയിൽ തല തിരുകി അനക്കമില്ലാതെയിരിക്കുന്ന രൂപത്തെ ഈശോ ഇരുമ്പ് കമ്പിയിൽ ഞൊട്ടി ഉണർത്തി. പലവിധ വാടകൾക്കിടയിൽ ജീർണ്ണിച്ച് തുടങ്ങിയൊരു ശവം പോലെയുണ്ടായിരുന്നു അയാൾ. എഴുന്നേറ്റു നിൽക്കാൻ പോലും ത്രാണിയില്ലാത്ത മെലിഞ്ഞു ചുളിഞ്ഞ രൂപം.

ഒരിക്കലും ചീകിയിട്ടില്ലെന്ന് തോന്നിപ്പിക്കുന്ന നരച്ച മുടിയയാൾ ഒന്നുകൂടി അലങ്കോലമാക്കി. കുടിച്ചു കുടിച്ചു കെട്ടുപോയ, എങ്ങും ഉറച്ചു നിൽക്കാത്ത കണ്ണുകൾ ഈശോയെ നോക്കി. ഒട്ടിയ കവിളുകൾ. വെള്ള കയറിയ കട്ടി മീശ. നരച്ച ശ്മശ്രുജാലം. മെലിഞ്ഞ വിരലുകൾ അയാൾ നിവർത്തുകയും മടക്കുകയും ചെയ്തു കൊണ്ടിരുന്നു. ഈശോ അസീസിനെ നോക്കി 'ഇയാളെ ചോദ്യം ചെയ്തോ?' അസീസ് എഴുന്നേറ്റ് സെല്ലിനടുത്തേയ്ക്ക് ചെന്നു. 'കണ്ടില്ലേ അവന്റെ പടുതി[1]. സംഭവം നടന്നപ്പോ അവൻ പൂക്കുറ്റ് കുടിച്ചിട്ടുണ്ടായിരുന്നു. ഇപ്പോഴും അവന്റെ തല നേരേ നിൽക്കുന്നില്ല. നോക്ക് ഏതോമെനക്കെട്ടുത്ത് കേസ്സെട്ടാണ്.' ഈശോ അയാളുടെ മദ്യംകലക്കിക്കളഞ്ഞ കണ്ണുകളിലേക്ക് സംശയത്തോടെ ഒരിക്കൽക്കൂടി നോക്കിയ ശേഷം മൂളി 'ഉം. ബാക്ക്ഗ്രൌണ്ട് ചെക്ക് ചെയ്തോ?'

'ബന്ധുക്കളാരും ഇല്ല. ഭാര്യ മരിച്ചു പോയെന്നാണ് ഇവൻ പറഞ്ഞത്. ഒരു മോൻ മാത്രമേ ഉള്ളൂ'

'ഇയാടെ പേരെന്താ?'

'രാജാമണി' അസീസിന് ഒരു ഫോൺ വന്നതിനാൽ പിന്നെ വരാമെന്ന് കൈമുറകൾ കാട്ടി പുറത്തേക്ക് നടന്നു. ലൂക്കാ ലഹരിയെ പുണർന്ന് സുഖമായി ഉറങ്ങുകയാണ്. ജീവിതമേ നീ എന്തുവാ? ഒരു കുടിയൻ ഇതാ സുഖസുഷുപ്തിയിൽ. അകത്ത് മറ്റൊരു കുടിയൻ നീറി നീറി ഇരിക്കുന്നു. അയാൾ എന്ത് കൊണ്ടാവും മുഴുക്കുടിയനായതെന്ന് ഈശോ സ്വയം ചോദിച്ചു. ഒരു പക്ഷേ ഭാര്യ മരിച്ചത് കൊണ്ടായിരിക്കും. ജന്മം കുടിച്ചു തുലയ്ക്കുന്നവരെല്ലാം ഭാരമുള്ള പല സംഗതികളും വലിച്ചു പിടിച്ചാണല്ലോ നടക്കാറ്. ഈശോ മൊബൈലെടുത്ത് ഫോറൻസിക് വേൾഡ് എന്ന കടുക് വറുത്തു കൊണ്ടേയിരിക്കുന്ന വാട്സ് ആപ് ഗ്രൂപ്പ് നോക്കി. 'ഗ്രൂപ്പിൽ പ്രൊഫസറുടെ മൃതദേഹം മെഡിക്കൽ കോളജിലും പിന്നീട് വി.ജെ.ടി ഹാളിലും പൊതുദർശനത്തിന് വയ്ക്കുമ്പോൾ കണ്ടുമുട്ടാമെന്ന വാഗ്ദാനങ്ങൾ. മുൻപരിചയഫോട്ടോകൾ. കാനഡയിൽ ഡോക്ടറായ ഭാര്യയും ഏക മകളും വന്നിട്ടേ സംസ്കാരം ഉണ്ടാകുകയുള്ളൂവെന്ന ഗദ്ഗദങ്ങൾ. തൈക്കാട് ശാന്തികവാടത്തിൽ, മിക്കവാറും നാളെ ഉച്ച കഴിഞ്ഞാകും അതെന്ന വിവരം.'

ലൂക്കായെ ഉണർത്താതെ കാറ് സ്റ്റാർട്ട് ചെയ്യവേ ചാറ്റൽമഴയിലെങ്ങാനും തുമ്പികൾ പറന്നു നടക്കുന്നുണ്ടോയെന്ന് ഈശോ നോക്കി. ജീവൻ ശരീരത്തിലേക്ക് തിരിച്ചു വരില്ലെന്ന് കണ്ടെത്തിയ

1 പടുതി=അവസ്ഥ

മഹാശാസ്ത്രജ്ഞർ നക്ഷത്രങ്ങളിലും, പക്ഷിമൃഗാദികളിലും മലകളിലും മരങ്ങളിലും മറ്റും ജീവനെ ഒട്ടിച്ചു വച്ചതോർത്ത് ഈശോ ലൂക്കായെ നോക്കി. അവന്റെ തുമ്പികൾ പോയിട്ട് ഒരു ബലിക്കാക്ക പോലും എങ്ങുമുണ്ടായിരുന്നില്ല. ആകെയുണ്ടായിരുന്നത് ദാർഷ്ട്യത്തോടെ അങ്ങോട്ടുമിങ്ങോട്ടും ഓടുന്ന ചില ചാവാലിപ്പട്ടികൾ മാത്രം. സെല്ലിനുള്ളിലെ രൂപത്തെത്തന്നെ മനസിലിട്ട് തട്ടിക്കൊണ്ട് ഈശോ കാർ പറത്തി.

●

ആറ്

ഉച്ചയ്ക്ക് ശേഷം ഈശോ വിജെടി ഹാളിലേക്ക് പോയി. മരിച്ച മനുഷ്യരുടെ കുടലിനുള്ളിലെ സൂക്ഷ്മജീവികളെപ്പോലെ മനുഷ്യർ വന്നു പെരുകിക്കൊണ്ടിരുന്നു. വർഷങ്ങളായി പല നിലയിൽ പ്രവർത്തിച്ചിരുന്നതിനാൽ ശിഷ്യരും ശിഷ്യരുടെ ശിഷ്യരും, പോലീസുകാരും, രാഷ്ട്രീയക്കാരുമുൾപ്പെടെ സമൂഹത്തിന്റെ നാനാ തുറയിലും പെട്ടവർ അവസാന ദർശനത്തിനായി എത്തിയിരുന്നു. സുഹൃത്തുക്കളെയും പരിചയക്കാരെയും സന്ധിച്ച് ഈശോ അപകടത്തെയും പോസ്റ്റ്മോർട്ടത്തെയും പറ്റി വരണ്ട് സംസാരിച്ചു. യൂണിവേഴ്സിറ്റി കോളജിനകത്ത് നിന്നും ചെറു മുദ്രാവാക്യങ്ങൾ വിളിച്ച് അങ്ങോട്ടേക്ക് വന്ന ചാറ്റൽമഴ വൈകാതെ അക്രമാസക്തമായി ചരൽക്കല്ലുകൾ വാരിയെറിയാൻ തുടങ്ങി. മഴച്ചെരിവിലാകെ കുടകൾ വിരിഞ്ഞു.കുടത്തുമ്പിലൂടെ ചോരയൊഴുകി. വൈദ്യശാസ്ത്ര സൌഹൃദങ്ങളുമായി സൊറ പറഞ്ഞു നിന്നിരുന്ന ലൂക്കാ തലയിൽ പാറി വീണ മഴക്കട്ടകളെ തട്ടിക്കളഞ്ഞ് ഈശോയുടെ അടുത്തേക്ക് ഓടി വന്നു. 'ഇയ്യാൾ ശ്രദ്ധിച്ചിട്ടുണ്ടോ, സിനിമേൽ പ്രത്യേകിച്ച് മലയാള സിനിമേൽ ആര് മരിച്ചാലും ആരുടെ ശവമടക്ക് നടന്നാലും അവിടൊരു മഴ പെയ്യും. ക്ലീഷേ. എന്റെയൊരു സുഹൃത്തുണ്ട്. ഇവിടെ കാര്യവട്ടത്ത് മലയാളം എംഎ ചെയ്യുവാ.അവന്റെയൊരു പേപ്പറുണ്ട്. വായിക്കണം, 'മരണവും മഴയും മലയാള സിനിമയിൽ'. രസമാ ഓരോ നിരീക്ഷണങ്ങൾ'

ആർഡിഓയും, ചില പരിചയക്കാര് പോലീസുകാരും, പ്രൊഫസറുടെ ചില ബന്ധുജനങ്ങളുമൊക്കെ കാതകലത്തുണ്ടായിരുന്നതിനാൽ 'വിഷയം രസമുള്ളതാണല്ലോയെന്നു തോന്നിയെങ്കിലും ഈശോ അവനെ പ്രോത്സാഹിപ്പിക്കാൻ നിൽക്കാതെ പതിയെ റോഡിലേക്ക് ഇറങ്ങി. മഴക്കത്ര ശക്തി പോരെന്ന് തോന്നി. 'ഈ

ജീവിച്ചിരുന്നപ്പോൾ ഒരിക്കൽപ്പോലും നേരിട്ട് കണ്ടിട്ടില്ലാത്തവർ പോലും മൃതദേഹം കാണാൻ വരും. അതെന്തിനാവും?' പിന്നാലെ ലൂക്കാ ഒരു സംഘം വിദ്യാർത്ഥികളെ നോക്കി ചോദിച്ചു. 'നീ വാ ഒരു ചൂട് ചായ കുടിച്ചിട്ട് വരാം' ഇരുവരും വിജെടിയുടെ മതിൽ വളഞ്ഞ് ഹോട്ടൽ അരുണയിലേക്ക് നടന്നു. ഇരുമ്പ് വേലിയിൽ കെട്ടി വച്ച രാഷ്ട്രീയഫ്ളക്സുകൾക്ക് കീഴെയിരുന്ന് ഒരാൾ യാചിക്കുന്നുണ്ട്. സമീപം കവിളുകൾ വരിഞ്ഞു മുറുക്കി, നെറ്റിയിൽ വരകളുമായി ഒരു മധ്യവയസ്കൻ കുഴഞ്ഞിരിക്കുന്നത് ഈശോയുടെ കണ്ണിലുടക്കി. അയാൾ നെഞ്ച് പൊത്തിപ്പിടിച്ചിട്ടുണ്ട്. ഒരു കൈ നനഞ്ഞ ചുവരിൽ അള്ളിപ്പിടിച്ചിരിക്കുന്നു. കുടകൾ ചെരിച്ചും തിരിച്ചും ആളുകൾ തങ്ങളുടെ കാര്യം നോക്കി അവർക്കിടയിലൂടെ സ്ലാബ് കുലുക്കി കടന്നു പൊയ്ക്കൊണ്ടിരുന്നു. 'ഇനി വല്ല കാർഡിയാക് അറസ്റ്റ് വല്ലോമാണോ?' ലൂക്കാ കണ്ണ് മിഴിച്ച് ഈശോയെ നോക്കിയ ശേഷം പതിയെ അടുത്ത് ചെന്നയാളുടെ തോളിൽ കൈ വച്ചു.

'ആരടാ അത്-പൂറീഡ മോനേ, പോ മാറിയാ തിരിഞ്ഞാ. ഇല്ലേ നിന്നേം ഇടിക്കും അവനേം ഇടിക്കും എല്ലാരേം ഇടിക്കും' അയാൾ ആഞ്ഞു കുത്തുമ്പോൾ ചോരയെന്ന വണ്ണം തെറിച്ചത് കണ്ട് ലൂക്കാ പിന്നിലേക്ക് ഓടി മാറി. 'റമ്മാണ്'' ചമ്മൽ മറയ്ക്കുവാൻ അവൻ ചെവി പൊത്തി വെറുതേ ചിരിച്ചു. ഈശോ എന്തോ കണ്ടെത്തിയത് പോലെ അയാളുടെ മുഖത്തേക്ക് തന്നെ തുറിച്ചുനോക്കി നിന്നു. കത്തുന്ന കണ്ണുകൾ, ഒട്ടിയ കവിളുകൾ. വെളുപ്പ് കയറിയ കട്ടി മീശ. നരച്ച ശ്മശ്രുജാലം. മെലിഞ്ഞ വിരലുകൾ. എന്തിനോടോ ഉള്ള പ്രതിഷേധവും ആരോടോ ഉള്ള പകയും നിരാശയും. ഒന്ന് ഉയരാൻ ശ്രമിച്ചപ്പോൾ ചെരിഞ്ഞു വീണ പോയ അയാളെ നോക്കി ഈശോ ചോദിച്ചു 'അവനവനോട് തന്നെ പകേം ദേഷ്യോം ഉള്ളവരാണ് സക്സസ്സുൾ കുടിയന്മാരാകുന്നത് ഇല്ലേ?' മറുപടിയായി ലൂക്കാ ചിരിച്ചു 'ചിലപ്പോ മറ്റുള്ളവരോടുള്ള പകേം ദേഷ്യോം നിരാശേം കൊണ്ടും സ്വയം കുടിച്ചു നശിക്കും. ഞാനൊക്കെ അങ്ങനാ' ഈശോക്ക് ഉള്ളിൽ ആലിപ്പഴം വീണത് പോലെ തോന്നി.

കൊള്ളാം, മറ്റുള്ള ആരോടോ പകയും ദേഷ്യവുമുള്ള കുടിയൻ.

അരുണയിൽ കയറി ചായ കുടിക്കാനിരുന്നപ്പോഴും ഈശോയുടെ മനസ്സിൽ അത് തന്നെയായിരുന്നു. മദ്യപാനിയുടെ ഉരുകിത്തുടങ്ങിയ കരൾ പോലെ കട്ലറ്റ് ഡിസ്സക്റ്റ് ചെയ്യുന്ന ലൂക്കായോട് ഈശോ ചോദിച്ചു 'നാളെ നീ ഫ്രീയാണോ? ഒരിടം വരെ പോകാനുണ്ട്. നീ വരുന്നോ?'

'നാളെ ഞായറാഴ്ചയല്ലേ. ഞാൻ ഫ്രീയാ. പ്രൊഫസറുടെ ചടങ്ങിന് പോകണം. ആഞ്ജലീനാ ജോളിയുടെ ഒരു പടം എടുത്ത് വച്ചേക്കുവാ. ടേക്കിംഗ് ലൈവ്സ്. അത് കാണണം. വേറൊന്നും പ്ലാനില്ല. എങ്ങോട്ടാ യാത്ര?'

'സുശീലൻ സാറിനെ ഇടിച്ച ആ കുടിയനില്ലേ, അയാളുടെ വീട് വരെ ഒന്ന് പോകണം. എനിക്ക് തോന്നിയ ചെറിയൊരു കാര്യം ശരിയാണോയെന്ന് ഒന്ന് നോക്കാനാ'

'ഓ, അവനെയൊക്കെപ്പറ്റി പോലീസുകാര് അന്വേഷിച്ചോളും. അല്ലാ ഇപ്പോ എന്നാ പറ്റി?'

'ഞാനയാളെ മുൻപ് കണ്ടിട്ടുണ്ട്. എവിടെ വച്ച്, എപ്പോ എന്നൊന്നും ഒരോർമ്മയും കിട്ടുന്നില്ല. ഏതൊക്കെ കേസുകളുമായി ബന്ധപ്പെട്ട് എവിടെയൊക്കെ പോകുന്നെയാ.'

'സ്റ്റേഷനീന്നയാടെ വിലാസം വാങ്ങിച്ച് വക്ക്. എനിക്ക് തോന്നുവാണേ നാളെ രാവിലേ ഞാൻ വരാം.'

അയാളുടെ കുഴിയിൽ തിളങ്ങുന്ന കണ്ണുകൾ ഓർമ്മയുടെ ഉള്ളിലിട്ട് തലങ്ങും വിലങ്ങും പോസ്റ്റ്മോർട്ടം ചെയ്യുകയായിരുന്ന ഈശോ ലൂക്കാ പറഞ്ഞതൊന്നും കേട്ടില്ല.

●

ഏഴ്

ഈശോ രാത്രി ഏറെച്ചെന്നിട്ടും ഉറങ്ങാൻ കൂട്ടാക്കാതെ ഓർമ്മകളെ മുറിച്ചു കീറൽ തുടർന്നു. ചെയ്ത ആയിരത്തിൽപ്പരം മൃതദേഹപരിശോധനകളിലേക്ക് തിരികെ നടന്നു. കഴിച്ചിട്ട ഓരോ ശവവുമയാൾ ആർത്തിയോടെ തോണ്ടിയെടുത്തു. അഴുകിപ്പോയ തലകൾ സൂപ്പർ ഇമ്പോസ് ചെയ്ത് നോക്കി. ശവങ്ങൾക്ക് ചുറ്റും വട്ടമിട്ട് പറന്നിരുന്ന മനുഷ്യരെ കൈ കൊട്ടി വിളിച്ചു. എന്നിട്ടും അസീസ് പറഞ്ഞ വിലാസത്തിനടുത്തോ പരിസരപ്രദേശത്തോ പോയതായി ഓർമ്മ വന്നില്ല. പിന്നിലേക്ക് നടന്ന് നരച്ച മുടി കറുത്തു. ചുളിവ്വീണ തൊലി നിവർന്നു. മടുപ്പ് ആവേശമായി. മധ്യവയസ് തികഞ്ഞ യുവത്വമായി. തലച്ചോറിലെ അണഞ്ഞ ബിന്ദുക്കൾ ആളിക്കത്താൻ തുടങ്ങി. പലതും പൊള്ളിവിരിഞ്ഞു. ഒടുവിൽ ഒരു മണിയോടെ ഈശോ ചാടിയെഴുന്നേറ്റ് ഫോണെടുത്തു. ലൂക്കായുടെ നമ്പർ ആവേശത്തോടെ ഉരച്ചു. ചത്തത് പോലെകിടക്കുകയായിരുന്ന ലൂക്കാ ഒത്തിരി മണിയൊച്ചകൾക്ക് ശേഷം ലൈനിൽ വന്നു 'എന്തുവാ ഇയ്യാടെ പ്രശ്നം?'

'എനിക്കയാളെ ഓർമ്മ വന്നു.'

'ആരെ?'

'പ്രൊഫസറെ ഇടിച്ച ആളില്ല്യോടാ, അയ്യാളെ. ഞാനയാളെ കണ്ടിട്ടുണ്ട്''

'ഇതാണോ ഇപ്പൊ വലിയ കാര്യം. ആട്ടെ എപ്പോ എവിടെ വച്ചാ കണ്ടത്''

'ഏകദേശം പത്ത് പതിനഞ്ചു വർഷം ആയിക്കാണണം.'

'ദേ ഞാൻ വല്ലോം വിളിച്ചു പറയും കേട്ടോ? എന്നാ ആയാലും

നാളെ പറയാം'

'ഞാനും സുശീലൻ സാറും കൂടി ഒരിക്കലൊരു പോസ്റ്റ്മോർട്ടം ചെയ്തിട്ട് പുറത്തിറങ്ങിയപ്പോ ഇയ്യാളത് പോലെ പുറത്ത് നിൽപ്പുണ്ടായിരുന്നു.' 'അത് ഇയാൾ തന്നെയാണെന്നതിന് എന്നാ തെളിവ്?'

'അയാളുടെയാ നോട്ടം ഉണ്ടല്ലോ, അതിത്രേം വർഷങ്ങൾക്ക് ഇപ്പുറോം അത് പോലെ തന്നെയുണ്ട്. ഇന്ന് സ്റ്റേഷനിൽ വച്ച് കണ്ട അതേ നോട്ടം'

'ആരുടെയായിരുന്നു പോസ്റ്റ്മോർട്ടം?'

'അയാളുടെ ഭാര്യയുടെ'

'ഓ അപ്പോ ആള് വിഭാര്യനാണ്. സ്വതന്ത്രൻ. അതാ എന്നെപ്പോലെ ഇങ്ങനെ ഇഷ്ടം പോലെ കുടിച്ച് ജോളിയായി പറന്നു നടക്കുന്നത്''

'വേറൊരു കാര്യം കൂടിയുണ്ട്. പയറ് പോലെ ഓടിച്ചാടി നടന്നിരുന്ന സുശീലൻ സാറ് അന്ന് ചെയ്ത ആ പോസ്റ്റ്മോർട്ടത്തിന് ശേഷമാണ് എവർ ദുഖിതനായി മാറിയത്'

'ങ്ഘേ ആണോ? അപ്പൊ ഇതിൽ എന്തോ ഉണ്ടല്ലോ, ഇയാള് പറ'

'അങ്ങനെ നീയിപ്പോ കേൾക്കണ്ട. ശവമേ പോയിക്കിടന്ന് ഉറങ്ങ് നീ'

'ദേ വിളിച്ചുണർത്തിയതും പോര, ഇയ്യാള് സംഭവം എന്താന്ന് പറയുന്നോ അതോ?' ലൂക്കാ തടിയനൊരു ത്രില്ലർ ബുക്കിനെ തൊഴിച്ചു പറത്തി.

'ഊം, നീ നാളെ മദ്യപിക്കാതെ വന്നാ പറയാം'

'എന്റെ സ്വഭാവമറിയാമല്ലോ. ഇപ്പോ ഒരാട്ടോ പിടിച്ചങ്ങ് വന്ന് ഇയ്യാളെ പൊക്കിക്കൊണ്ട് പോയി കാര്യം പറയിപ്പിക്കും' ലൂക്കാ അങ്ങനെയൊക്കെ ചെയ്ത് കളയുമെന്നറിയാവുന്നത് കൊണ്ട് ഈശോ അല്പം അങ്കലാപ്പിലായി 'ദേ ഈ നേരത്തെങ്ങാനും ഇങ്ങോട്ട് വന്നാ ജന്മത്ത് ഞാൻ പറയത്തില്ല. രാവിലേ വാ. അപ്പോ. ശരി ഗുഡ് നൈറ്റ്''

'ഇയ്യാൾക്ക് സുപ്പീരിയോറിറ്റി കോമ്പ്ളെക്സും, ഉദ്യോഗസ്ഥ ദുഷ്പ്രഭുത്വവും, ലോക്കൽ ഗാർഡിയനിസവും അല്പം കൂടുതലാണ്''

ഈശോ വേറൊന്നും കേൾക്കാൻ നിൽക്കാതെ ഉടൻ ഫോൺ സ്വിച്ച് ഓഫ് ചെയ്ത് കളഞ്ഞു. തലയിണയും പുതപ്പുമൊക്കെ വലിച്ച് ദൂരെയെറിഞ്ഞ ലൂക്കാ പോയ ഉറക്കത്തെ തിരിച്ച് കൊണ്ട് വരാനാകാതെ കുഴഞ്ഞി. ചോര വാർന്ന പോയിശവങ്ങളായ മദ്യക്കുപ്പികളെ നിരാശയോടെ മാറ്റി വച്ച ശേഷംലാപ് തുറന്ന് ടേക്കിംഗ് ലൈവ്സ് കാണാൻ തുടങ്ങി. സമർത്ഥനായ സീരിയൽ കില്ലറെയും അതിലും സമർത്ഥയായ ആഞ്ജലീന ജോളിയുടെ അന്വേഷണ ഉദ്യോഗസ്ഥയെയുമൊക്കെ കണ്ടപ്പോൾ ലൂക്കായുടെ ഉള്ള ഉറക്കവും പോയി.

വർഷങ്ങൾ കുഴികുത്തിയതിനാൽ തലച്ചോറ് തളർന്ന പോയ ഈശോ ഇതേ സമയം കാലുകൾക്കിടയിൽ കൈകൾ തിരുകി ഉറക്കം പിടിച്ചിരുന്നു.

●

എട്ട്

ഗുഹ്യരോമങ്ങളിൽ ബലാൽസംഗം ചെയ്തവന്റെ ബീജമെന്ന പോലെ പുൽത്തലപ്പുകളിൽ മഞ്ഞ് തങ്ങി നിൽക്കുന്നത് ഈശോ കണ്ടു. രാവിലേ എഴുന്നേറ്റ് നടക്കാൻ പോയതാണ് അയാൾ. തിരികെ വരുമ്പോഴേക്കും മൂടിക്കെട്ടിയ ആകാശം പൊട്ടി ചാറ്റൽ മഴ പെയ്യാൻ തുടങ്ങി. മഴയെക്കാൾ വേഗത്തിൽ ഫോറൻസിക് വേൾഡ് ഗ്രൂപ്പിൽ ഉച്ചയോടെ ഭാര്യയും മകളും എത്തിച്ചേരുമെന്നും ഒരു നോക്ക് കണ്ടാലുടൻ തന്നെ ശാന്തികവാടത്തിലേക്ക് യാത്രയാകുമെന്നും മറ്റും പുതുക്കിയ സന്ദേശങ്ങൾ വന്നു വീണു കൊണ്ടിരുന്നു. മഴ തോറ്റു, ശാസ്ത്രം ജയിച്ചു എന്നും ചിന്തിച്ചയാൾ ഓടാൻ തുടങ്ങി. കുതിർന്ന് കുനകൾ ചാടിക്കടക്കവേ റോഡിൽ മാലിന്യം വലിച്ചെറിയുന്നവരെ ശപിച്ചു.

ലൂക്കാ മുറ്റത്തെ പടിയിലിരുന്ന് നനവുള്ള വാരാന്ത്യപ്പതിപ്പുകൾ വായിക്കുന്നത് വളരെ ദൂരെ നിന്നേ ഈശോ കണ്ടു. 'സകല പത്രത്തേലും പ്രൊഫസറുടെ കാറപകടത്തിന്റെ വാർത്ത വന്നിട്ടുണ്ട്' ലൂക്കാ വിളിച്ചു പറഞ്ഞു.

'നീ നേരം വെളുക്കും മുന്നേ ഇങ്ങു പോന്നോ? ഒരൊമ്പത് മണിക്ക് പോകാവെന്നാ ഞാൻ കരുതിയിരുന്നത്.'

സിനിമാപ്പേജണച്ചു കൊണ്ട് ലൂക്കാ ചിരിച്ചു. 'ഇയ്യാള് സമയമൊന്നും പറഞ്ഞിരുന്നില്ല. പിന്നെ ഒത്തിരി ദൂരെയാണയാളുടെ വീടെങ്കിൽ അത്രേം നേരത്തേ പോകണമല്ലോന്നോർത്താ ഞാൻ പരപരാ വെളുത്തപ്പോഴേ ഇങ്ങു പോന്നത്'

'അല്ലാതെ നിനക്കിന്ന് വേറേ പണിയൊന്നുമില്ലാഞ്ഞിട്ടല്ല. ഓക്കേ. നീ ചുമ്മാ ഇരുന്ന് ചരമക്കോളം നോക്കണ്ട. അടുക്കളയീ ച്ചെന്ന് ചായയോ കട്ടനോ എന്താന്നു വച്ചാ ഒണ്ടാക്കിക്കൊണ്ട്

വന്നേ. ചെല്ല്.' വായുവിന് മദ്യത്തിന്റെ മണമില്ലെന്നറിഞ്ഞ ഈശോ അവന്റെ തോളിൽത്തട്ടി.

'ഇയാടെ അടുക്കളപ്പണി ചെയ്യാനല്ല ഞാൻ വന്നത്. ആ പോസ്റ്റ്മോർട്ടത്തെപ്പറ്റിപ്പറ. എന്തായിരുന്നു സംഗതി'

ഈശോ മറുപടി പറയാതെ അവനെ കടുപ്പിച്ച് നോക്കിയതേയുള്ളൂ. 'സുപ്പീരിയോറിറ്റി കോംപ്ളെക്സുകാരൻ ഉദ്യോഗസ്ഥദുഷ്പ്രഭു'വെന്ന് പല്ല് കടിച്ച് ലൂക്കാ ചായയിടാനായി അടുക്കളയിലേക്ക് നടന്നു. ഈശോ കൊലപാതകവാർത്തകൾ ചോർന്നൊലിക്കുന്ന പത്രങ്ങളുമെടുത്ത് ബാത്ത്റൂമിലേക്കും.

•

ഒൻപത്

'തച്ചോട്ടുകാവ്-അന്തിയൂർക്കോണം റോഡിൽ മണലിക്കടുത്തെവിടെയോ ആണയാളുടെ വീട്'' ഇൻസ്പെക്ടർ അസീസയച്ച സന്ദേശം നോക്കി ഈശോ പറഞ്ഞു. 'അതായത് ആക്സിഡന്റ് നടന്നയിടത്ത് നിന്ന് ഏകദേശം പത്തോ ഇരുപതോ കിലോമീറ്ററിനുള്ളിൽ. അല്ലേ?' ചെറുമഴയിലൂടെ പതിയെ കാറോടിക്കുകയായിരുന്ന ലൂക്കാ ഉത്സാഹത്തിലായി. 'വേറൊന്ന് കൂടി പ്രൊഫസറിന്റെ വീട്ടിൽ നിന്നും വളരെയൊന്നും അകലെയല്ല ആ സ്ഥലം. അതായത് ഇരുവരും തമ്മിൽ പരിചയക്കാരാകാനുള്ള സാധ്യതയുണ്ട് ഇല്ലേ?'

'എന്ന് ഞാൻ ഉറപ്പിച്ചു പറയത്തില്ല. പരിചയം ഉണ്ടാവാം. ചിലപ്പോൾ ഇല്ലാതിരിക്കാം. വർഷങ്ങളായി അതേപ്പറ്റി യാതോരറിവും എനിക്കില്ല' 'അറിയാൻ പാടില്ലാത്ത കാര്യങ്ങളെപ്പറ്റി ഉറച്ച ഒരഭിപ്രായം പറയാൻ ബുദ്ധിമുട്ടുള്ളത് സത്യസന്ധന്മാർക്കായിരിക്കും' ലൂക്കാ ചിരിച്ചു കൊണ്ട് തുടർന്നു 'ചോദിക്കാൻ മറന്നു; എന്താ ആ കുടിയന്റെ പേര്?'

'രാജാമണി'

'ഇനിയെങ്കിലും അന്ന് നടന്ന സംഭവങ്ങൾ ഒന്ന് പറഞ്ഞു തുലക്കാമോ? അത് കേട്ടിട്ട് ഈ യാത്ര കൊണ്ട് വല്ല കാര്യവുമുണ്ടോയെന്നു ഞാൻ പറയാം''

'പറയാം. പക്ഷേ ഇടയ്ക്ക് ഒരിക്കൽപ്പോലും നിന്റെയാ പതിവ് പല്ലവിയില്ലേ, ക്ലീഷേ-ആ വാക്ക് മിണ്ടിപ്പോകരുത്. ഏറ്റോ? ക്ലീഷേ എന്ന് നീ പറയുന്നത് ഒരു ക്ലീഷേ ആയി മാറിയിട്ടുണ്ട്'' വൈപ്പറും മഴത്തുള്ളികളും ചേർന്നുണ്ടാക്കുന്ന കത്തി മുറിവുകളും ചോരവരകളും നോക്കി ഈശോ മുൻകൂർ ജാമ്യമെഴുതി.

'അപ്പോ ഒന്നും പ്രതീക്ഷിക്കണ്ടാന്നർത്ഥം. ഇയാള് വലിയ

ബിൽഡപ്പാണല്ലോ. ഇയാക്ക് സൌകര്യമുണ്ടേ പറ' ലൂക്കാ മുറുമുറുത്തു. ഈശോ പിൻകാഴ്ചക്കണ്ണാടിയിൽ പാമ്പിനെപ്പോലെ ചുരുളുകളിട്ട് തൂങ്ങിക്കിടക്കുന്ന ജപമാലക്കുരിശിൽ നോക്കിയിരുന്നു. ഈശോ പറയാനായി തൊണ്ട ശരിയാക്കി. വെടിയുണ്ടകളേറ്റ ശരീരം പോലെ ചെളിയും കുഴികളും നിറഞ്ഞ റോഡിലൂടെ വണ്ടി മുന്നോട്ട് പൊയ്ക്കൊണ്ടിരുന്നു.

•

പത്ത്

'പറഞ്ഞ പോലെ കുറച്ചു വർഷങ്ങൾക്ക് മുൻപാണ് സംഭവം നടന്നത്. പ്രൊഫസർ ശവശരീരം കീറി ആന്തരികാവയവങ്ങൾ പുറത്തെടുത്ത് പ്രകടമായ മാറ്റങ്ങൾ പഠിക്കുന്നതും, ആമാശയവും കുടലും തലച്ചോറും ഹൃദയവും, ശ്വാസകോശവുമെല്ലാം ഇഴ കീറി നോക്കുന്നതുമെല്ലാം കൂടെ നിന്ന് കണ്ട് മനസിലാക്കുന്നതും, സഹായിക്കുന്നതുമെല്ലാം കഴിഞ്ഞ് ഞാൻ വിദ്യാഭ്യാസകാലത്തിന്റെ അവസാനഘട്ടത്തിലേക്ക് കടന്ന കാലം. പ്രഫസറുടെ മേൽനോട്ടത്തിൽ ഞാൻ സ്വതന്ത്രപോസ്റ്റ്മോർട്ടം ചെയ്യേണ്ട സമയമായി. ജൂനിയർ ഡോക്ടർമാരെ സംബന്ധിച്ച് തൂങ്ങിയോ, വിഷം കുടിച്ചോ ഒക്കെ ആത്മഹത്യ ചെയ്തവരുടെ ശവങ്ങളാണ് അതിനായി അധികവും ലഭിക്കുക. അതേപ്പറ്റി വിചാരിച്ചു നടന്ന് ഒരു വികാരജീവി കൂടിയായ എനിക്ക് നല്ല വേവലാതി പിടിപെട്ടിരുന്നു. അങ്ങനെ ഒരു ദിവസം പ്രൊഫസർ ആവശ്യപ്പെട്ടത് പ്രകാരം ഞാൻ മോർച്ചറിയിലെത്തി. മോർച്ചറിക്ക് മുന്നിൽ അധികമാരും ഉണ്ടായിരുന്നില്ല. ഒരു മനുഷ്യൻ മാത്രം തകർന്നടിഞ്ഞ ഭാവത്തിൽ ഒരു പ്ലാവിന്റെ വേരിൽ ഇരിപ്പുണ്ടായിരുന്നു. മുന്നിൽ ചെന്ന് നിന്നപ്പോൾ ഞെട്ടൽ വിട്ടുമാറാത്ത കണ്ണുകൾ കൊണ്ട് അയാളെന്നെ വല്ലാതെ തുറിച്ചുനോക്കി. ആ മുഖം മനസിലിട്ട് പന്ത് തട്ടി അകത്തേക്ക് ചെന്ന ഞാൻ കണ്ടത് അത് വരെ കണ്ടിട്ടില്ലാത്ത മറ്റൊരു സുശീലൻ സാറിനെയായിരുന്നു. സ്വതേ ശാന്തനായ, ചിരിച്ചു മാത്രം കണ്ടിട്ടുള്ള അദ്ദേഹം വിളറി, സംഭ്രമവും, വിവശതയും ബാധിച്ച് ആകെ തകർന്നത് പോലെ കാണപ്പെട്ടത് എന്നെ കുഴക്കി. മോർച്ചറി സൂക്ഷിപ്പുകാരനും, പോസ്റ്റ്മോർട്ടം സഹായിയും വരെ സുശീലൻ സാറിന്റെ പെരുമാറ്റത്തിൽ വന്ന മാറ്റങ്ങൾ മനസിലാക്കിയതായി തോന്നി. മൃതദേഹപരിശോധനാമേശയിൽ ഉണ്ടായിരുന്നത് മലയിൻകീഴ് ഒരു ചെറിയ ലബോറട്ടറിയിലെ സഹായിയായി ജോലി നോക്കിയിരുന്ന, മുപ്പത് വയസുകാരിയായ

ഒരു വീട്ടമ്മയായിരുന്നു. ഒരു വയസ് തികഞ്ഞിട്ടില്ലാത്ത ഒരു കുഞ്ഞിന്റെ അമ്മയായ അവർ കോഫിയിൽ വിഷം ചേർത്ത് കഴിച്ച് ആത്മഹത്യ ചെയ്തതായാണ് പോലീസ് നൽകിയ റിക്വസ്റ്റിലുള്ളതെന്ന് സുശീലൻ സർ വേദനയോടെ സൂചിപ്പിച്ചു. ഏതാനും മണിക്കൂറുകൾക്ക് മുൻപ് ചിത്രശലഭത്തെപ്പോലെ പാറിപ്പറന്നു പോയിരുന്ന അവരുടെ ശവശരീരത്തിന്റെ സൌന്ദര്യം ഇന്നും എനിക്ക് നല്ല ഓർമ്മയുണ്ട്. അടിവയറിൽ ഏതാനും സിസേറിയൻ രേഖാചിത്രങ്ങൾ കോറിയിരുന്നതൊഴിച്ചാൽ തേനിൽ അനുപാതത്തിൽ തീർത്തൊരു ശില്പം പോലെ. കുമാരനാശാന്റെ വീണപൂവിന്റെ ആദ്യ വരികൾ തുടരെ ഞാൻ ഉള്ളിൽ ഉരുവിട്ടു. ആദ്യമായി ശവം കീറുവാൻ പോകുന്നതിന്റെ അങ്കലാപ്പകറ്റാനായിട്ടാണ് ഞാൻ ഒരേ സമയം സൗന്ദര്യത്തിലും നശ്വരതയിലേക്കുമൊക്കെ മനസിനെ മാറിമാറി അലയാൻ വിട്ടത്. എന്നാൽ എന്നെക്കാൾ ടെൻഷൻ പ്രൊഫസറിൽ കണ്ടതെന്നെ അദ്ദേഹത്തിലേക്ക് ഒരു പോലീസ് നായയെപ്പോലെ മൂക്ക് വിടർത്താൻ പ്രേരിപ്പിച്ചു. ശവങ്ങളെ പാവക്കുട്ടികളെപ്പോലെ കണ്ണും പൂട്ടി അമ്മാനമാടിയിരുന്ന സുശീലൻ സർ പ്രസ്തുത ശരീര സാന്നിധ്യത്തിൽ വിയർക്കുന്നതും, പരിഭ്രാന്തനായി ഓടിയോടി പ്പോകുന്ന കണ്ണുകളെ തിരികെ വിളിച്ചു കൊണ്ട് വരാൻ പാടുപെടുന്നതുമൊക്കെ കണ്ടപ്പോൾ എനിക്കുറപ്പായി-എന്തോ ഉണ്ട്. ശവലക്ഷണങ്ങൾ വച്ച് മരണം നടന്നത് രാവിലേ എട്ടിനും ഒൻപതിനും ഇടയിലെപ്പോഴോ ആകാമെന്ന എന്റെ നിഗമനം അദ്ദേഹം ശരി വച്ചതെന്റെ ആത്മവിശ്വാസത്തിൽ അഡ്രിനാലിൻ കുത്തി വച്ചു. കൊഴുപ്പ് കുറഞ്ഞ ആ ശരീരം ഞാൻ അനായാസം നെടുകേ കീറിപ്പിളരുന്നതും, നെഞ്ചിലെ മാംസങ്ങൾ ഇരുവശത്തേക്കും വലിച്ചു മാറ്റി വച്ച് ചെസ്റ്റ് പ്ലേറ്റ് വെട്ടിപ്പൊട്ടിക്കുന്നതും പ്രൊഫസർ ഒരു വിദ്യാർത്ഥിയെപ്പോലെ വീർപ്പടക്കി നോക്കി നിന്നു. വിഷം കുടിച്ചാണ് മരിച്ചതെന്ന മുൻവിധി തലയിൽ കെട്ടി നിന്നതിനാൽ ഞാൻ നേരേ ആമാശയത്തിലേക്ക് പോയി കോഫിയുടെ അവശേഷിപ്പുകൾ ചൂണ്ടിക്കാണിച്ചു. വിഷവസ്തുവിന്റെ രൂക്ഷഗന്ധത്തിനായി ഞാൻ മൂക്ക് നീട്ടി. പരിചിതമായ വിഷഗന്ധങ്ങളൊന്നും തന്നെ മൂക്കിന് തിരിച്ചറിയാനാകാതെ വന്നപ്പോൾ ഞാൻ പ്രൊഫസറെ നോക്കി. നിർദേശങ്ങളുടെ മേൽക്കൈകൾ മറന്ന് ശവത്തിന്റെ അടഞ്ഞ കണ്ണുകളിൽ നോക്കി നിൽക്കുകയായിരുന്നു അദ്ദേഹം. ആമാശയഭിത്തിയിലെ ആവരണങ്ങളിൽ ചെറിയ മാറ്റങ്ങൾ കണ്ടെങ്കിലും ഗന്ധങ്ങളുടെ അഭാവം എന്നെ സംശയാലുവാക്കി. ശവത്തിന്റെ തൊലിക്ക് റോസാപ്പൂവ് പോലെ പിങ്ക്കലർന്ന ചുവപ്പ് നിറം കൂടി കാണാതായതോടെ വീണ്ടും ഞാനദ്ദേഹത്തിന്റെ വിദഗ്ധാഭിപ്രായത്തിനായി ചെവി തിരിച്ചു.

സയനൈഡ് ആകാമെന്ന് സുശീലൻ സാർ നിർന്നിമേഷനായി പറഞ്ഞു. രാസപരിശോധനകൾക്കായി അയക്കാൻ ആമാശയം, ചെറുകുടലിന്റെയും വൃക്കയുടെയും ഭാഗങ്ങൾ ഇവ അറുത്ത് മുറിച്ചെടുത്ത് സൂക്ഷിച്ചു. രക്തവും മൂത്രവും കുത്തിയെടുത്തു. പിന്നെ ഞാൻ ഗുഹ്യഭാഗത്തേക്ക് പോയി. മനസില്ലാമനസോടെ യുദ്ധത്തിന് ഉത്തരവിട്ട പടനായകന്റെ ഭാവവുമായി നിന്നിരുന്ന പ്രൊഫസറുടെ മുഖത്ത്; കണ്ണുകൾ ചേമ്പിലയിലെ വെള്ളം പോലെ തുള്ളിക്കളിച്ചു. എന്നെന്നേക്കുമായി അടഞ്ഞുപോയ യോനിയിൽ കണ്ട ഉണങ്ങിപ്പിടിച്ച സ്രവങ്ങൾ ശ്രദ്ധയോടെ ചുരണ്ടി സൂക്ഷിച്ചു. രഹസ്യങ്ങളൊളിപ്പിച്ച ഗുഹ്യരോമച്ചുരുളുകൾ നിവർത്തി വരണ്ട ബീജാവശിഷ്ടങ്ങളുടെ കുഞ്ഞെഴുത്തുകൾ കണ്ടെടുത്തപ്പോൾ സാറിന്റെ ദുഖിതമുഖം ചോര വാർന്ന് വെളുത്തത് എന്റെയുള്ളിലേക്ക് അനേകം സംശയങ്ങൾ കൊണ്ട് വരികയുണ്ടായി. തൊങ്ങലും പൂക്കളും നിറഞ്ഞൊരു ഫ്രോക്ക് തുന്നുന്ന തയ്യൽക്കാരനെപ്പോലെ കീറിപ്പിളർന്ന ശരീരം തയ്ച്ചൊന്നിപ്പിച്ച് കർമ്മങ്ങൾ തീർത്ത ശേഷം ഞങ്ങൾ പുറത്തിറങ്ങി.

പ്ലാവേരിൽ ഇരിക്കുകയായിരുന്ന യുവതിയുടെ ഭർത്താവ്എഴുന്നേറ്റ് ഞങ്ങളെ തുറിച്ചുനോക്കി നിന്നു. സുശീലൻ സാറയാളെ ശ്രദ്ധിക്കാതെ കെട്ടിടത്തിന്റെ അങ്ങേ മൂലയ്ക്ക് നിന്ന് പുകവലിക്കുകയായിരുന്ന പോലീസുകാരുടെ നേരേ ധൃതിയിൽ നടന്നു പോയി. വെള്ളം തൊടാതെ അനേകം സംശയങ്ങളും വാരി വിഴുങ്ങിയാണ് ഞാനവിടെ നിന്നും മടങ്ങിയത്. എല്ലാം കൂടി തൊണ്ടയിൽ തങ്ങി നിന്ന് വല്ലാത്ത അസ്വസ്ഥതയായിരുന്നു പിന്നീടങ്ങോട്ട്"

●

പതിനൊന്ന്

'എന്നിട്ട്?' വണ്ടി തിരുമല-പേയാട് റോഡിലേക്ക് തിരിച്ചു കൊണ്ട് ലൂക്കാ ചോദിച്ചു. 'ഞാൻ പ്രതീക്ഷിച്ചത് പോലെതന്നെ ഒരു ഔദ്യോഗിക-അനൌദ്യോഗിക കൂടിക്കാഴ്ച്ചയായി പ്രൊഫസർ എന്നെ നേരിട്ട് വിളിച്ചു. അപ്പോഴേക്കും രാസപരിശോധനയുടെ ഫലം വന്നിരുന്നു. സയനൈഡ് ഉള്ളിൽ ചെന്നത് തന്നെയാണ് മരണകാരണം. ഗ്ലാസ്സിൽ ഉണ്ടായിരുന്ന കോഫിയിൽ കണ്ട അതേ സയനൈഡ് തന്നെ ആമാശയത്തിലും എന്ന് തെളിഞ്ഞു.'

'ഓ ദേ പിന്നേം സയനൈഡ്! സയനൈഡ് ശില്പശാലയിൽ നിന്ന് ഒളിച്ചോടിയപ്പോൾ മുതൽ സയനൈഡ് മഴ പോലെയാണല്ലോ പെയ്യുന്നെ' ലൂക്കാ അലച്ചു പാഞ്ഞു വന്നൊരു ആംബുലൻസിന് സൈഡ് കൊടുത്ത് കൊണ്ട് ചിരിച്ചു. ആംബുലൻസിൽ ആസിഡ് കുടിച്ച് വായും, നാവും, തൊണ്ടയും, ശ്വാസകോശവും,അന്നനാളവും, ആമാശയവുമെല്ലാം പൊള്ളിപ്പകഞ്ഞ് വേദനയുടെ പരകോടിയിൽ പുല്ല് വേണ്ടായിരുന്നുവെന്ന് ചിന്തിക്കുന്നൊരാളെ ഭാവനയിൽ കണ്ടുകൊണ്ടവൻ തുടർന്ന് ചോദിച്ചു. 'പോലീസിന്റെയും സുശീലൻ സാറിന്റെയും തീർപ്പ് 'ഇറ്റ് വാസ് എ ക്ലിയർ കേസ് ഓഫ് സൂയിസൈഡ്'' എന്നായിരുന്നു അല്ലേ?'

'ഉം അതേ, പോലീസ് പരേത ജോലി ചെയ്തിരുന്ന ലാബിൽഅന്വേഷിച്ചപ്പോൾ സയനൈഡ് കൈകാര്യം ചെയ്യാറുണ്ടായിരുന്നതായാണ് അറിഞ്ഞത്. മരിച്ചതിന്റെ തലേന്ന് കൂടി അവർ സയനൈഡ് സൂക്ഷിക്കുന്ന കാബിൻ തുറന്നതായി വിവരം ലഭിച്ചു.' ഈശോ കണ്ണുകൾ തിരുമ്മിക്കൊണ്ട് തുടർന്നു 'സുശീലൻ സാർ പോലീസുകാരുടെ റിപ്പോർട്ട് പ്രകാരമുള്ള സംഭവങ്ങൾ മുഴുവൻ പറഞ്ഞു. അതായത് രാജാമണിയുടെ മൊഴി പ്രകാരം സംഭവദിവസം രാവിലേ ഏഴോടെ അയാൾ സുഹൃത്തായ-തൽക്കാലം നമുക്കയാളെ X എന്ന്

വിളിക്കാം- X ന്റെ വീട്ടിൽ പറമ്പ് കിളയ്ക്കാൻ പോയി. അന്നേരം ഭാര്യ ബെഡ്റൂമിൽ കുഞ്ഞിന് പാല് കൊടുക്കുകയായിരുന്നു. രാജാമണി പുരയിടം കിളയ്ക്കാൻ മൊഴിയിൽപ്പറഞ്ഞ സമയത്ത് ചെന്നിരുന്നതായി X സമ്മതിച്ചു. വളരെ ശക്തമായ അലിബി. പതിനൊന്ന് മണിയോടെ പണി മതിയാക്കി പലഹാരവുംകാപ്പിയും കഴിക്കാനായി രാജാമണി വീട്ടിലേക്ക് മടങ്ങി. വീട്ടിലെത്തിയ അയാൾ ചാരിയിരുന്ന മുൻവശത്തെ കതക് തുറന്നകത്ത് കയറി. കിടപ്പുമുറി അകത്ത് നിന്നും കുറ്റിയിട്ടിരുന്നു. കുഞ്ഞ് നിർത്താതെ കരയുന്നുണ്ടായിരുന്നു. എത്ര വിളിച്ചിട്ടും ഭാര്യകതക് തുറക്കാത്തതിനാൽ പരിഭ്രാന്തനായ അയാൾ പുറത്തേക്ക് പോയി അയൽക്കാരെ വിളിച്ചു കൂട്ടി. അവരാണ് ബലമായികതക് തുറന്നത്. അകത്ത് കട്ടിലിൽ രാജാമണിയുടെ ഭാര്യ മരിച്ചു കിടക്കുകയായിരുന്നു. പകുതി കുടിച്ച കോഫി മേശപ്പുറത്തുണ്ടായിരുന്നു.' ഈശോ കുപ്പി തുറന്ന് രണ്ടിറക്ക് വെള്ളം കുടിച്ചു.

'എവിടെയെങ്കിലും നിർത്തണോ? ചിൽഡ് ബിയർ വല്ലോം വേണോ?' ലൂക്കാ കാറിന്റെ വേഗത കുറച്ചയാളെ നോക്കി. ഈശോ പല്ലിറുമ്മി എന്തോ പിറുപിറുത്ത ശേഷം തുടർന്നു 'ഒരു ഫോറൻസിക് വിദഗ്ദനും പറയാനിടയില്ലാത്ത, ഇന്നും എന്റെ കാതുകളിൽ മുഴങ്ങുന്ന ഒരു വാചകം തുടർന്ന് സുശീലൻ സാറെന്നോട് പറഞ്ഞു. അവൾ വിഷം കുടിക്കുമെന്ന്, ജീവിതം അവസാനിപ്പിക്കുമെന്ന് സാറിനോടവൾ പറഞ്ഞിട്ടുണ്ടെന്ന്!"

ലൂക്കാ കണ്ണിറുക്കി ചിരിച്ചു 'അവള് പ്രൊഫസർ സാറിന്റെ മുൻ കാമുകിയാന്നു മാത്രം ഇയാൾ പറയരുത്''

'അങ്ങനാണേ നീ വണ്ടി നിർത്തി ഇവിടെ ഇറങ്ങിപ്പൊക്കോ' ഈശോ ചൂടായി. 'നിന്റെ ക്ലീക്ലോ തിയറി വച്ച് നോക്കിയാ ജീവിക്കാനൊക്കത്തില്ലല്ലോ. ബൈബിളിൽ പറഞ്ഞിട്ടുള്ളത് പോലെ സൂര്യന് കീഴെ പുതിയതായിട്ട് യാതൊന്നുമില്ല. എല്ലാം ആവർത്തനങ്ങളും പുനരവതരണങ്ങളും മാത്രമാണ്''

'ഓ ശരി, ഇയാള് പറ. പ്രേമകഥ എങ്ങനായിരുന്നു?'

'പരേത ലാബ് ടെക്നീഷ്യൻ കോഴ്സ് ചെയ്ത സ്ഥാപനത്തിലെ അധ്യാപകരിൽ ഒരാൾ സുശീലൻ സാറിന്റെ സുഹൃത്തായിരുന്നു. അങ്ങനെ ഒന്ന് രണ്ടു തവണ അവിടെ വച്ച് കണ്ട പരിചയം കത്തുകളിലൂടെയും, വഴിവക്കിൽ കാറുമായി കാത്ത് നിൽക്കലിലൂടെയും വളർന്ന് പ്രേമമായി മാറുകയായിരുന്നു"

'പൈങ്കിളി പ്രേമം' ലൂക്കാ ചിറി കോട്ടി ഈശോയെ ദേഷ്യം

പിടിപ്പിക്കാനായി പറഞ്ഞു.

'പോടാ ഇറങ്ങി. നിന്നെപ്പോലുള്ള ഇപ്പോഴത്തെ പിള്ളാരെപ്പോലെ മൊബൈലും, ഡേറ്റിങ്ങും, ലിവിംഗ് റ്റുഗെദറും, സോഷ്യൽ മീഡിയയുമൊന്നും ഇല്ലാത്ത ഒരു കാലമുണ്ടായിരുന്നു. അന്ന് ഇങ്ങനൊക്കെയാ ഞങ്ങള് പ്രേമിച്ചത്. അതിനെ പൈങ്കിളിയെന്നാണ് നീ വിളിക്കുന്നേന്ന് വച്ചാ ഞാൻ നിർത്തുവാ. നീ ഒന്നും കേൾക്കണ്ട'

'ഓ ഇയ്യാള് ചൂടാവാതെ. പ്രേമം അന്നും ഇന്നും എന്നും പൈങ്കിളി ഏർപ്പാടാ, സമ്മതിച്ചു. പോരേ. ഞാൻ ചുമ്മാ മൂപ്പിക്കാൻ പറഞ്ഞതാ. പ്ലീസ് ബാക്കി പറ'

അൽപസമയമെടുത്തു മരിച്ച മനുഷ്യന്റെ രക്തം പോലെ ഈശോ ഒന്ന് തണുത്തുറയാൻ. 'എന്നാ പൈങ്കിളിയില്ലാതെ ഹോട്ടായി, ഗ്രീനായി പറയാം. നിനക്കൊക്കെ അതാണല്ലോ കേൾക്കണ്ട്യത്. സുശീലൻ പല തവണ അവളുമായി ലൈംഗികമായി ബന്ധപ്പെട്ടു.'

'ഉവ്വ. ഇതൊക്കെ പ്രൊഫസർ ഇയാളോട് പറഞ്ഞോ?'

'പറഞ്ഞു. അതാ പരസ്പര വിശ്വാസം. അതാ അന്നും ഇന്നും തമ്മിലുള്ള വ്യത്യാസം'

'ഓ അപ്പോ എന്നെ ഇയാക്ക് വിശ്വാസം പോര അല്ലേ?' അതിന്ഈശോ മറുപടി പറഞ്ഞില്ല. ലൂക്കാ എതിർവശത്തേക്ക് മുഖം തിരിച്ചിരുന്ന് വണ്ടി ചവിട്ടി വിട്ടു. ചൂടൊന്നടങ്ങിയപ്പോൾ ഈശോ സൌമ്യമായി പറഞ്ഞു 'ഇക്കാര്യം ഇന്നേ വരെ വെറൊരാളോടും ഞാൻ പറഞ്ഞിട്ടില്ല. അറിയോ, അദ്ദേഹം മരിച്ച ശേഷം ഇപ്പൊ നിന്നോട് മാത്രമാണ് ഞാനിക്കാര്യം പറയുന്നത്. ഇനി ഒരാളോടും ഈ രഹസ്യം ഞാൻ പറയുകേമില്ല"

അത് കേട്ടപ്പോ ലൂക്കാ വെളുക്കെ ചിരിച്ചു. കാറ് പേയാട് പിന്നിട്ടു. 'നോക്ക്, അന്നത്തെയാ കൂടിക്കാഴ്ചക്ക് ശേഷം ഇക്കാര്യംഞാനദ്ദേഹത്തോട് ഒരിക്കലും ചോദിച്ചിട്ടേയില്ല. പോലീസ് ആത്മഹത്യാ ക്കേസ് ഡയറി ക്ലോസ് ചെയ്തതോടെ എല്ലാവരെയും പോലെ ഞാനും അക്കാര്യം മറന്നു.' ലൂക്കാ ഒരു ചൂളമിട്ടു. 'ആ സ്ത്രീയുടെ ബന്ധുക്കളൊന്നും പരാതിയുമായി വന്നില്ലേ?'

'വെറും പാവപ്പെട്ട വീട്ടിലെ കുട്ടിയാന്ന് തോന്നുന്നു. രാജാമണി കുടിയനും വീട്ടിൽ സ്ഥിരം വഴക്കുണ്ടാക്കുന്നവനുമാണെന്ന് നാട്ടിലൊക്കെ എല്ലാവർക്കുമറിയാം. അതൊക്കെക്കൊണ്ട് ജീവനൊടുക്കിയതാന്നാ പൊതുവേ ഉയർന്നു വന്ന നിഗമനം'വിരലുകൾ കൊണ്ട്

സ്റ്റിയറിംഗിൽ താളമിട്ട് ലൂക്കാ ഈശോയെ നോക്കി. 'ഇത്രയും കേട്ട സ്ഥിതിക്ക് മുൻപും പിന്നീടും സംഭവിച്ചതിനെക്കുറിച്ച് ഞാൻ ചില അനുമാനങ്ങൾ പറയട്ടേ?' അവന്റെ ശബ്ദം തീ പിടിച്ച മനുഷ്യശരീരം പോലെ ആളിപ്പിടഞ്ഞു. ഈശോ ങ്ഹാഹാ അത്രക്കായോ നീ, എന്നാ കേൾക്കട്ടെയെന്ന മട്ടിലവനെ നോക്കി.

●

പന്ത്രണ്ട്

നീട്ടിയും കുറുക്കിയും മിമിക്രികാണിച്ചുമൊക്കെ ഈശോയെ വെറി പിടിപ്പിക്കും വണ്ണം ലൂക്കാ പറയാൻ തുടങ്ങി. ഒച്ച തുമ്പിച്ചിറകടിച്ചുയർന്നു. 'പ്രൊഫസർ ആ ലാബ് അസിസ്റ്റന്റിനെ ജീവന് തുല്യം സ്നേഹിച്ചു. പക്ഷേ കരാള ദുർവിധി അവരെ ഒന്നാകാൻ സമ്മതിച്ചില്ല. അവളുടെ വീട്ടിലോ, ഡോക്ടറുടെ വീട്ടിലോ എവിടെയോ വലിയ പ്രശ്നങ്ങൾ അരങ്ങേറി. ജാതിയോ, സാമ്പത്തിക വ്യത്യാസമോ ആകണം പ്രധാന കാരണം. ഇവരിൽ ആരോ ഒരാൾ വീട്ടുതടങ്കലിലായി.ഒളിച്ചോടാനും രജിസ്റ്റർ വിവാഹം ചെയ്യാനുമുള്ള പ്ലാൻ പൊട്ടിപാളീസായി. പെൺകുട്ടിയെ വീട്ടുകാർ മറ്റൊരാളിന് വിവാഹം ചെയ്ത് നൽകി. ഇനി മറ്റൊരു വിവാഹം ഈ ജന്മം തനിക്കില്ലെന്ന് പ്രൊഫസർ ശപഥം ചെയ്തു. പെൺകുട്ടിയെ വിവാഹം ചെയ്തയാൾ, രാജാമണി; ഭാര്യയുടെ മനസ്സിൽ വേറേ ആരോ ആണെന്നറിഞ്ഞപ്പോൾ; അതവൾ കൊന്നാലും പറയില്ലെന്നറിഞ്ഞപ്പോൾ ഘോര മദ്യപാനം തുടങ്ങി. അവരെ സ്ഥിരം ഉപദ്രവിച്ചു. അവർക്ക് കുഞ്ഞുങ്ങൾ-ഒരു മോനല്ലേ ഉണ്ടെന്ന് പറഞ്ഞത്-ജനിച്ചപ്പോ അവന്റെ പിതൃത്വത്തെ ചൊല്ലി നിരന്തരം വിഴുപ്പലക്കൽ നടത്തി. എല്ലാം സഹിച്ച് ക്ഷമിച്ച നരകജീവിതം തുടർന്ന് വന്ന ആ ഹതഭാഗ്യ താൻ ആത്മഹത്യ ചെയ്യേക്കുമെന്ന് എവിടെ വച്ചോ കണ്ട് മുട്ടിയപ്പോൾ പ്രൊഫസറോട് പറയുകയുണ്ടായി. ഒരു പക്ഷേ അങ്ങനെ തന്നെ ചെയ്യുകയും ചെയ്തു. ഈ രാജാമണി ആളാരാണെന്ന് വൈകിയെങ്കിലും മനസിലാക്കിയതായും തോന്നുന്നു. പിന്നീട് ഒന്നോ രണ്ടോ വർഷത്തിന് ശേഷം സ്വഭവനക്കാരുടെ നിർബന്ധം സഹിക്കവയ്യാതെ നമ്മുടെ പ്രൊഫസർ വിവാഹിതനാകുകയും, എന്നാൽ പശ്ചാത്താപത്തിലും നിരാശയിലും മുങ്ങി ചിരിക്കാതെ, കളിക്കാതെ ജീവിച്ചു പോകുകയും ചെയ്തു അല്ലേ?"

ലൂക്കാ നോക്കുമ്പോൾ ഈശോ തലയിൽ കൈ വച്ച് ഇവനെ എന്ത് ചെയ്യാൽ ശരിയാകും എന്ന മട്ടിലിരിക്കുകയാണ്. പിന്നെപല്ല് ഞെരിച്ച് മുരണ്ടു 'നീ പറഞ്ഞതിൽ കുറേയേറെ ശരിയാണ്. പക്ഷേ നീ പറഞ്ഞു നശിപ്പിച്ചു. നിനക്കെല്ലാം കളിയാണെന്ന് തോന്നുന്നു. നീ കളിച്ചോ, പക്ഷേ ഗൗരവമുള്ള കാര്യങ്ങളെ അങ്ങനെ തന്നെ കാണണം. നീ പാട്രീഷ്യാ കോൺവെല്ലിന്റെ നോവലുകൾ വായിച്ചിട്ടുണ്ടോ?'

'ഓ ഇല്ല. ആരാ അത്?'

'അവര് കേ സ്കാർപ്പെറ്റയെന്ന ഫോറൻസിക് സർജനെ നായികയാക്കി ഒട്ടേറെ കുറ്റാന്വേഷണ നോവലുകൾ എഴുതിയിട്ടുണ്ട്. എത്ര ക്ലീഷേ വിഷയവും മനോഹരമായി അവതരിപ്പിക്കേണ്ടതെങ്ങനെയെന്ന് അവരുടെ പുസ്തകങ്ങൾ വായിച്ച് നീ പഠിക്കുന്നത് നന്നായിരിക്കും'

'ഓ, പിന്നേ. പോകാൻ പറ. നമുക്ക് വേണ്ട ടെക്സ്റ്റ് ബുക്കുകൾ ഒഴിച്ച് മറ്റൊന്നും ഞാൻ വായിക്കാറില്ല. അക്കാര്യത്തിൽ ഞാൻ ഷെർലക്ക് ഹോംസിന്റെ തിയറിക്കാരനാണ്. അതായത് നമ്മളെ സംബന്ധിക്കാത്ത ഒരു വിവരവും വായിക്കാനോ പഠിക്കാനോ പോയി സമയം കളയാതിരിക്കുക. തലച്ചോർ പരമാവധി ഫ്രീയാക്കി സൂക്ഷിക്കുക'

ഹോംസ് അങ്ങനെ പറഞ്ഞിട്ടുണ്ടോയെന്ന് ഓർമകളിൽ പരതി ഈശോ തെല്ലുനേരം നിശബ്ദനായി.

'ഇയാൾക്ക് വല്ല സംശയമോ മറ്റോ തോന്നുന്നുണ്ടെങ്കിൽ അതാ ഇൻസ്പെക്ടർ അസീസിനോട് പറയുന്നതല്ലേ നല്ലത്.അല്ലാതെ നേരിട്ടൊക്കെ പോയി ചികഞ്ഞ് നോക്കുകയെന്ന് വെച്ചാ..' ലൂക്കായുടെ ശബ്ദം ഗൗരവമേറിയതാണെന്ന് കണ്ടപ്പോ ഈശോക്ക് അല്പം ആശ്വാസം തോന്നി. 'ലൂക്കാ എനിക്ക് യാതൊരു സംശയങ്ങളും ഇല്ല എന്നതാണ് സത്യം. എന്നിരുന്നാലും ഒരു വ്യാഴവട്ടത്തിന് ശേഷം രാജാമണിയുടെ മുഖം കണ്ടപ്പോ എന്തോ എനിക്കയാടെ വീട്ടിൽപ്പോയി മകനെയും മറ്റും ഒന്ന് കാണാനൊരു തോന്നൽ. ഉടനേ ഇറങ്ങിപ്പുറപ്പെടുകയും ചെയ്തു. കൂടിപ്പോയാൽ ഒരു മണിക്കൂർ. സാറിന്റെ ശവം എടുക്കുമ്പോഴേക്കും നമുക്കിങ്ങ് തിരിച്ചു വരാമല്ലോ. എന്നാ?' മറുപടിയായി ലൂക്കാ തള്ളവിരൽ ഉയർത്തി അലറി 'ഉം മനസിലായേ. അയാടെ മകനോട് അച്ഛൻ ഇപ്പോഴും മനസ്സിൽ പകസൂക്ഷിക്കുന്നുണ്ടോന്ന് സൂത്രത്തിൽ ചോദിച്ചറിയണം, അല്ല്യോ?' കലി ഞുളച്ച ഈശോ പിന്നൊന്നും മിണ്ടിയില്ല. വണ്ടി തച്ചോട്ടുകാവിലേക്കുള്ള

റോഡിലൂടെ മുന്നോട്ട് നീങ്ങവേ ലൂക്കാ വെറുതേ മൂളി.

'മണ്ണിൽ നമ്മൾ ജീവിതമോ പുല്ലിനെപ്പോലെ
ഇന്ന് കണ്ടു നാളെ വാടും പൂക്കളെപ്പോലെ'
ഈശോയും അതേറ്റുപാടി
'മൺമയമാം ഈ ഉലകിൽ സർവ്വതും മായ
വിൺമഹിമാധനസുഖങ്ങൾ സകലതും മായ
മണ്ണിൽ നമ്മൾ ജീവിതമോ പുല്ലിനെപ്പോലെ
ഇന്ന് കണ്ടു നാളെ വാടും പൂക്കളെപ്പോലെ'

●

പതിമൂന്ന്

മണലി ജംഗ്ഷനിൽ കാർ നിർത്തി ലൂക്കാ ചാറ്റൽമഴയിലേക്ക് തലയിട്ടു നോക്കി. ഇത് വരെ കണ്ടിട്ടില്ലാത്ത നഗരഭാഗം. രാഷ്ട്രീയപ്പാർട്ടികളുടെ കൊടിമരങ്ങളും, കുറേ ഒറ്റമുറിക്കടകളും, ഓട്ടോകളും, ഫ്ളക്സുകളും, നിറയെ ആളുകളും നിറഞ്ഞ ഒരു ചെറിയ കവല. എങ്ങും നല്ല പച്ചപ്പ്. മുറിച്ചു വച്ച ഞരമ്പുകൾ പോലെ പൊടിച്ചു പോകുന്ന ചില ഇടവഴികൾ.

‘ഇവിടെങ്ങാണ്ടാ അയാടെ വീട്. വാ നമുക്കാ കടേൽ ചോദിക്കാം’ ഈശോ ഒറ്റപ്പെട്ടു നിൽക്കുന്നൊരു ചെറിയ ചായക്കട ചൂണ്ടി പറഞ്ഞു. ലൂക്കാ കാർ ഒതുക്കി മഴയിലേക്ക് ചാടിയിറങ്ങി. ‘ലൂക്കാ തലേൽ കൈലേസ് വല്ലോം എടുത്തിട്, പനി പിടിപ്പിക്കണ്ട. നാട് മുഴുവൻ ഡെങ്കിപ്പനിയാ അറിയാല്ലോ’

‘ഇയാളൊന്ന് പോയേ. നല്ല ചാറ്റൽമഴ. അരക്കുപ്പി ചാരായം. ഒരു സിഗരറ്റ്. ഒരു ബീഫ് ഫ്രൈ കൂടി കിട്ടിയേച്ചാ മതി, അതൊരൊന്നൊന്നര കോമ്പിനേഷനാ, അല്ല്യോ?’ ലൂക്കാ ഒലിപ്പ് മുറിച്ചുചാടി.

‘അത് നിനക്ക്. എനിക്ക് ചാറ്റൽമഴ, ജനാലക്കരികിലെ മേശ, ഒരു കട്ടൻ ചായ, ഗുലാം അലിയുടെ ഗസൽ ഇതൊക്കെയാ കോമ്പിനേഷൻ’

ഓ കഷ്ടം എന്ന ഭാവത്തോടെ ലൂക്കാ കടയിലേക്ക് കയറിനിന്ന് കിതപ്പടക്കി. ‘വരീൻ വരീൻ’ ചായയൊഴിക്കുന്ന മെലിഞ്ഞവൃദ്ധനവനെ നോക്കി നിറഞ്ഞു ചിരിച്ചു. ‘ദാണ്ടെ ഒള്ള സലത്തോട്ട് കേറി ഇരിക്കിൻ’

‘ഇയാക്ക് ഒരു കട്ടൻ ചായ. എനിക്ക് രണ്ട് ഉഴുന്ന് വടയും സാമ്പാറും’ ലൂക്കാ അയാളോട് പറഞ്ഞു. ഇരുവരും ഒരു മേശയുടെഇരുപുറങ്ങളിലായി ഇരുന്നു. തിണ്ണയിൽ സോഡാക്കുപ്പികൾ നിറച്ച

പെട്ടിയോട് ചേർന്ന് കിടന്നിരുന്ന ഒരു ചാവാലിപ്പട്ടി എഴുന്നേറ്റ് ദേഹമാസകലം ആഞ്ഞ് കുടഞ്ഞ് മുള്ളുകൾ തെറിപ്പിച്ചു. ഉടൻ ബഞ്ചിന്റെ ഓരത്തിരുന്ന് ദേശാഭിമാനിപ്പത്രം വായിക്കുകയായിരുന്ന മനുഷ്യൻ 'ച്ചി പോ പട്ടീ'യെന്നും പറഞ്ഞ് അതിന്റെ നടുവിന് തന്നെ ചവിട്ടി.

'ഡാ ആ സാധു മിണ്ടാപ്രാണി നിന്ന എന്തോര് ചെയ്യു. ദാണ്ട ചായ കുടിക്കാൻ വന്നാ കുടിച്ചിട്ട് മര്യാദക്ക് എണീച്ച് പോയ്ക്കോളണം, കേട്ടല്ല. മേലാൽ നീയെന്റെ പട്ടിയ ചവിട്ടിപ്പോവല്ല്" ആവി പറക്കുന്ന കട്ടൻചായയും വട സാമ്പാറുമായി വന്ന വൃദ്ധൻ അയാളെ വിരട്ടി. അത് തൃണവത്ഗണിച്ച് വായനക്കാരൻ ചരമപ്പേജിലേക്ക് കുഴിവെട്ടിപ്പോയി. വഴി മാത്രമല്ല, പഴയ വാർത്തകളും പൊടിതട്ടിയെടുക്കാൻ പറ്റിയ നരകയറിയറഫറൻസ് ലൈബ്രറിയാണ് മുന്നിലെന്ന് ലൂക്കാ കണ്ണ് കാണിച്ചു.ഈശോയെ നോക്കി വൃദ്ധൻ ചിരിച്ചു. 'അല്ലാ ഇതിനു മുമ്പിവിടേന്നും കണ്ടിട്ടില്ലല്ല്. ഇത് വഴി എവിടപ്പോണത്?'

'ചേട്ടാ ഞങ്ങള് മെഡിക്കൽകോളേജിൽ നിന്നും വരുവാ. ഇവിടെ അടുത്തെവിടാണ്ട് ഒരു രാജാമണിയില്ലേ, പഴയൊരു കാറൊക്കെ ഓടിക്കുന്ന. പുള്ളീടെ വീട് വരെ ഒന്ന് പോണം'

'ആര് നമ്മള കുടിയൻ രാജാമണിയാ? അവനെന്തര് പറ്റി?'

ലൂക്കായും ഈശോയും പരസ്പരം നോക്കി. 'അപ്പോ നിങ്ങളൊന്നും അറിഞ്ഞില്ലേ, ഇന്നലെ അയാടെ കാറ് ചെറുതായിട്ടൊന്ന് തട്ടി'

'തട്ടിയല്ലേ, എനിക്കപ്പഴേ തോന്നി. ആ ജാംബവാന്റെ കാലത്തൊള്ള പാട്ടേം കൊണ്ട് പൊളന്നോണ്ടല്ലേ അവന്റെ പോക്ക്.ഇങ്ങന നശിക്കാനായിറ്റ് ഒണ്ടായ ഒരുത്തൻ. അല്ല ആര നെഞ്ചത്ത് അവൻ കൊണ്ട് കേറ്റിയത്? വല്ലോം പറ്റിയാ? ഇപ്പം എങ്ങനൊണ്ട്?" വൃദ്ധൻ തന്റെ ദീർഘവീക്ഷണശേഷിക്ക് മങ്ങലേറ്റിട്ടില്ലെന്ന തെളിഞ്ഞതിനാലാകാം ആവേശത്തോടെ കൈകലാശങ്ങൾ കാട്ടി.

'ഇല്ല ചേട്ടാ വലിയ പ്രശ്നമൊന്നുമില്ല. അയാൾക്ക് ഇവിടെ ബന്ധുക്കളൊന്നും ഇല്ലേ? ഒരപകടം നടന്നിട്ട് വിളിച്ച പറയാൻ പോലും ഒരാളുടെ നമ്പർ അയാളുടെ കയ്യിലില്ല. എന്ത് കഷ്ടമെന്ന് നോക്കണേ. ഞങ്ങളിക്കാര്യം ഇവിടെ അറിയിക്കാമെന്ന് വച്ച വന്നതാണ്" ലൂക്കാ വല്യ പരോപകാരിയായി. 'ഇവിടെ വരെ വരാൻ തോന്നിച്ചത് നിങ്ങളെ പുണ്യം. ഇപ്പഴത്തക്കാലത്ത് ആരങ്കിലും ഇതിനക്ക മെനക്കെടോ. രാജാമണിക്ക് ഒരു മോൻ മാത്രേ ആകെ ഒള്ളൂ. ഭാര്യ മരിച്ച പോയിട്ട് ഒരു പത്ത് പന്ത്രണ്ടു കൊല്ലം ആവും.

വേറെ ഒടപ്പെറന്നോരാ[1] കൂട്ടുകാരന്മാരാ ആരുമില്ല. ആ ചെറുക്കൻ ഇതറിഞ്ഞാന്തോ? ഇന്ന് രാവിലേ ഇവിട വന്ന് ദോശേം ചമ്മന്തീം വാങ്ങിച്ചോണ്ട് പോയി. അറിഞ്ഞു കാണൂല. അറിഞ്ഞങ്കി അവൻ എന്റട പറഞ്ഞന.'

'കാറൊക്കെ ഓടിക്കുന്നതല്ലേ, കൂട്ടുകാർ ഇല്ലാതിരിക്കുമോ?'ലൂക്കാ ചോദിച്ചു. 'ഓ ഇങ്ങന കുടിച്ചും പെടുത്തും നടക്കണോന്റടേക്ക ആരെങ്കിലും കൂട്ട് കൂടോ? നേരം വെളുക്കുമ്പം അവൻ കുടി തൊടങ്ങും. ബാറിലും ശാപ്പിലുമൊക്കെ പോവുമ്പംഅപ്പപ്പ കിട്ടണോന്മാർ തന്ന കൂട്ട്. അല്ലാത പിന്ന' അയാളെന്തോ ആലോചിച്ച് ശക്തിയേറി വരുന്ന മഴയിലേക്ക് നോക്കി നിന്നു. ഈശോയപ്പോൾ രാജാമണിയുടെ അലിബിയെപ്പറ്റി ഓർക്കുകയായിരുന്നു. മരണസമയം രാജാമണി തന്റെ പുരയിടത്തിലായിരുന്നു എന്ന് മൊഴി കൊടുത്ത X എന്ന ഒരാൾ. അപ്പോഴേക്കും മല്ലിയിലയുടെ മണം പടർത്തുന്ന ചൂട് സാമ്പാറിൽമുക്കി ഉഴുന്നുവടക്കഷ്ണം കഴിച്ചു കൊണ്ട് ലൂക്കാ അത് ചോദിച്ചു'ഈ രാജാമണിക്ക് ഒരു കൂട്ടുകാരൻ ഇല്ലേ. കുറച്ചു പറമ്പൊക്കെ ഉള്ള'

'ഹ, അത് തന്ന ഞാനും ആലോചിച്ചത്. ഊം. ഉണ്ടായിരുന്ന്. നമ്മുടെ ഗൾഫ് മണിയൻ. മുന്പായിരുന്നങ്കി ഇതറിയണ്ട താമസം, അവനിപ്പ ആശുപത്രീ നിന്നേന. അവന്മാർ തമ്മി അത്രക്ക് കൂട്ടല്ലേ'

'ഇപ്പൊ എന്നാ പറ്റി. ഗൾഫിലാണോ ആള്?'

'ശേയ്. എവിടന്ന് തട്ടാൻ മണിയനെന്നാണ് ഗൾഫി പോകും മുൻപ് നമ്മളൊക്കെ അവനെ വിളിച്ചോണ്ടിരുന്നത്. ഗൾഫി പോയി രണ്ടു മൂന്ന് കൊല്ലം നിന്നിട്ട് തിരിച്ചു വന്നേപ്പിന്നെ ആൾ ഗൾഫ് മണിയനായി'

'ചേട്ടാ നല്ല സാമ്പാർ, കുറച്ചൂടി തരാവോ. ഉം. പിന്നെ അയാളിപ്പോ എവിടെയുണ്ട്''

ഓടിപ്പോയി സാമ്പാർപ്പാത്രം കൊണ്ട് വന്ന് അയാൾ ലൂക്കായുടെ മുന്നിൽ വച്ചു. 'ആവശ്യം പോല കോരി എടുത്തോ. ആ മണിയൻ ഇപ്പൊ കിടപ്പിലാണ്. ക്യാൻസറാണ്. ആ ചെറുക്കൻ, മണിയന്റെ മോൻ ആർസീസീന്ന് കൊണ്ട് വന്നിട്ട് രണ്ട് മൂന്ന് ദിവസേ ആയുള്ളു'

തട്ടാൻ മണിയൻ എന്ന് കേട്ടതും ഈശോയും ലൂക്കായും പരസ്പരം നോക്കി. ഈശോയുടെ മുഖം തിളങ്ങി. ലൂക്കാ ഡിസക്ഷൻ നൈഫിൽ പുരണ്ട മനുഷ്യക്കൊഴുപ്പ് പോലെ വിരൽത്തുമ്പിൽ പറ്റി നിന്ന സാമ്പാർ നക്കിക്കൊണ്ട് ചോദിച്ചു 'അയാൾ പന്ത്രണ്ട് കൊല്ലം

---

1 ഒടപ്പെറന്നോർ=സഹോദരങ്ങൾ

മുൻപായിരുന്നോ ഗൾഫിൽ പോയത്?'

വിരലുകൾ മാറി മാറി എണ്ണി വൃദ്ധൻ മനസിലെ കലണ്ടറുകൾ മറിച്ചു. 'ആ അതേ, തന്നന്ന് തോന്നണ്''

'അതായത് രാജാമണിയുടെ ഭാര്യ വിഷം കഴിച്ചു മരിക്കുന്നതിനു രണ്ടോ മൂന്നോ കൊല്ലം മുൻപ് അല്ലേ?'

'കറക്റ്റ്..അവൻ ഇവിടെ ഒരു ചെറിയ സ്വർണക്കടയൊണ്ടായിരുന്നത് വിറ്റിട്ടാണ് ഗൾഫിപ്പോയത്. അവനും നല്ല ഒന്നാന്തരം കുടിയനാണ്. കുടിച്ചു കുടിച്ച് കടം കേറിയല്ലേ കട വിറ്റത്. എന്നാ ഗൾഫിപ്പോയിട്ട് വല്ല രക്ഷേം ഉണ്ടായോ, അതുമില്ല. ഒരു പണീം ചെയ്യാത വിറ്റ് തിന്ന്, കുടിച്ചും പെട്ടുത്തും നടന്ന്''

'നമ്മുടെ രാജാമണിയായിരിക്കും കുടിക്കാൻ സ്ഥിരം കൂറ്റി. അല്ല്യോ?' ലൂക്കായുടെ ആവേശം കണ്ടപ്പോൾ അവനെന്തൊക്കെയോ ഊഹിച്ചെടുത്തു കാണുമെന്ന് ഈശോക്ക് മനസിലായി. അവൻ കുഴിച്ചു കുഴിച്ച് പോകുന്നത് അയാൾ നിശബ്ദനായി കണ്ടിരുന്നു.

'വേറാരവന ചുമക്കും. ആ പാവം രാജാമണി വല്ലപ്പഴാ സ്വബോധമുള്ളപ്പം കാറോടിക്കൊണ്ട് വരണ പൈസ മുഴുവൻ ഊറ്റിക്കുടിക്കണത് ഇവനല്ലേ ഈ മണിയൻ. അവന്റെ മോൻ ദോ അപ്പുറത്ത് ഒരു ചെറിയ കട ഇട്ടിട്ടുണ്ട്. അവിടേം കേറി ഇവൻ പൈസ വാരും. തന്തേം മോനും ഈ റോട്ടിക്കിടന്ന് എത്ര തവണ വഴക്ക് കൂടിയേക്കണ്. ഇപ്പ ദാ ക്യാൻസർ പിടിച്ച് ഇന്നാ നാളേന്നും പറഞ്ഞ് കിടന്നു വലിക്കണ്'' പാപവും ശിക്ഷയുമൊക്കെ വൃദ്ധന്റെ ധ്വനിയിൽ അറിഞ്ഞ ഈശോ കാലവർഷത്തിന്റെ വെളുത്ത മഴ നോക്കി ഖസാക്കിന്റെ ഇതിഹാസത്തിലെ രവി പാമ്പ് കടിയേറ്റ് വെട്ടുവഴിയിൽ കിടക്കുന്നത് ഭാവന ചെയ്തു. ജന്മാന്തരങ്ങളുടെ ശാപം പോലെ വിഷം രവിയിൽ വലനെയ്തു പടരുന്നതയാൾ നോക്കി നിന്നു. പിന്നെ പനകളുടെ കീഴെ കാവിമുണ്ടുകൾ വലിച്ചുകെട്ടി താൽക്കാലികമായുണ്ടാക്കിയ മറവിൽ കിടത്തി രവിയുടെ തണുത്ത ശവശരീരം ഈശോ നെടുകേ നിർദയം കീറി. രവിയുടെ ആന്തരികാവയവങ്ങളിൽ അയാൾ കരിനീല പാമ്പിൻ വിഷം തേടി.

വൃദ്ധനെ പ്രോത്സാഹിപ്പിക്കുന്നതിനായി ഒരു കട്ടൻ ചായകൂടി പറഞ്ഞു. 'എന്നാ ഇവിടെ രണ്ട് ദോശയും ചട്നീംഉഴുന്ന് വടേം താ ചേട്ടാ' ലൂക്കായും വിട്ടില്ല. ഉത്തരവ് നടപ്പിലാക്കുന്നതിനിടെത്തന്നെ വൃദ്ധൻ തുടർന്നു 'പക്ഷേ സാറേ രണ്ടവന്മാരടേം മക്കളൊണ്ടല്ല എവന്മാരെപ്പോലല്ല. നല്ല സ്വഭാവോണ്. ആര നോക്കീം

ഇച്ചിപ്പോന്നൊരു വാക്ക് പറയാത്ത, താൻ കാര്യം നോക്കി അടങ്ങി ഒതുങ്ങി ജീവിക്കണ പിള്ളര്." വേണ്ടതിലുംഅധികം കാര്യങ്ങൾ അടിത്തട്ടിൽ വന്ന് ഖരീഭവിച്ചത് കൊണ്ടാവണം ഈശോ കട്ടൻ ഒറ്റ വലിക്ക് തീർത്ത് എഴുന്നേറ്റു. അയാൾ പോയി കൈ കഴുകി വന്നപ്പോൾ തുമ്പികൾ ഒളിവിൽപോയ ആകാശത്ത് നിന്നും മഴയും മാഞ്ഞുപോയി. 'മഴ തുള്ളിയെട്ക്കട്ട് സാറേ. തലേ വെള്ളം താന്നാ പനി പിടിക്കും.' വൃദ്ധൻ ഭംഗിവാക്ക് വിരിച്ച് അവരെ കിടത്താൻ നോക്കി. 'പെട്ടന്ന്തിരിച്ച് പോണം ചേട്ടാ.' ഈശോ കാശ് കൊടുത്ത് കൊണ്ട് പറഞ്ഞു.ബാക്കിക്ക് മേശയറയിരുട്ടിൽ വളരേ പതിയെ പരതുകയായിരുന്നവൃദ്ധനോട് ലൂക്കാ 'ബാക്കി ചേട്ടൻ വച്ചോ'യെന്നു പറഞ്ഞ് പുറത്തിറങ്ങിയ ശേഷം ആകാശം നോക്കി വിളിച്ചു ചോദിച്ചു 'ചേട്ടാ ആ ഗൾഫ് മണിയന്റെ മോന്റെ കട എവിടാ?' രാജാമണിയുടെ വിലാസം ചോദിക്കാനും അത് പറയാനും തയ്യാറായി നിന്നിരുന്ന ഈശോയും വൃദ്ധനും പരസ്പരം ചോദ്യഭാവത്തിൽ നോക്കി. ഗൾഫ് മണിയന്റെ മകൻ സ്വർണ്ണാഭരണങ്ങൾക്ക് കാവലിരിക്കുന്ന, ഒരു വളവിനപ്പുറത്തെ പഴയൊരു കെട്ടിടത്തിലെ വാടകമുറികളിലൊന്നിലേക്കുള്ള വഴി വൃദ്ധൻ പറഞ്ഞു. ഈശോകാറിലേക്ക് കയറി. എവിടെയോ ഒളിച്ചിരുന്ന തുമ്പികൾ മഴമാറിയ ആകാശത്ത് തിരിച്ചെത്തുന്നതും എമ്പാടും വട്ടം ചുറ്റുന്നതുമയാൾ കണ്ടു. ലൂക്കാ അത് ശ്രദ്ധിച്ചു 'മരിച്ച ആണുങ്ങൾ മൊരട്ട തുമ്പികളാകും, പെണ്ണുങ്ങൾ ചിത്രശലഭവും'

'മണ്ടത്തരം പറയാതെ വണ്ടി എടുക്ക്. ഞാൻ ഇനീം മഴ പെയ്യുവോന്നാടോ നോക്കിയത്''

●

പതിനാല്

ഇരുവരും കയറിയ കാർ കണ്ണിൽ നിന്നും മറഞ്ഞ ഉടൻ പത്രം വായിച്ചിരുന്നയാൾ പ്രൊഫസർ കാറപകടത്തിൽ മരണപ്പെട്ട വാർത്ത വൃദ്ധനെ കാണിച്ച് കൊണ്ട് പറഞ്ഞു 'അവർ പോലീസാ, നൈസായി കാര്യങ്ങളെല്ലാം ചോദിച്ചതല്ലേ ഇത്രേം നേരം'

'അതെനിക്ക് മനസിലായി. അതല്ലേ അവമ്മാർ നിന്നപ്പം ഞാൻ ബീഡി വലിക്കാതിരുന്നത്'' വൃദ്ധൻ ഒരു ബീഡി കത്തിച്ച് കാർ പോയ ദിക്കിലേക്ക് തീപ്പെട്ടിക്കോൽ വലിച്ചെറിഞ്ഞു.

•

പതിനഞ്ച്

'പ്രൊഫസർ സുശീലന്റേത് കൊലപാതകമാണ്. പിന്നെ എന്റെ ഊഹം ശരിയാണെങ്കിൽ രാജാമണിയുടെ ഭാര്യയുടെതും കൊലപാതകം തന്നെയാണ്'' കാർ പതിയെ മുന്നോട്ട് പോകവേ ലൂക്കാ പറഞ്ഞു. 'കാറിടിച്ചത് രാജാമണിയാണെന്ന് മനസിലായ നിമിഷം തന്നെ പ്രൊഫസറുടെ കാര്യം ഞാൻ സംശയിച്ചതാണ്. എന്നാൽ നീ എന്ത് കൊണ്ടാണ് ഭാര്യയുടെതും കൊലയാണെന്ന് പറയുന്നത്? ഏതാണ്ട്അങ്ങനെയൊരു സംശയത്തിന് സാധ്യതയുണ്ടെങ്കിലും അകത്ത് നിന്നും കുറ്റിയിട്ട കിടപ്പുമുറിയിലാണവർ വിഷം കുടിച്ചുമരിച്ചു കിടന്നിരുന്നത്. പോലീസ് ആ ഒറ്റക്കാര്യത്തിലാണ് കേസ് പൂട്ടിക്കെട്ടിയതും''

'സയനൈഡ് തന്നെയാണ് എന്നെക്കൊണ്ടങ്ങനെ സംശയിപ്പിച്ചത്. പിന്നെ ആ കടക്കാരൻ പറഞ്ഞ തട്ടാൻ എന്ന സാധ്യത. ഇത് രണ്ടും ഏതൊക്കെ കേസുകളിൽ ഒന്നിച്ചു വരുന്നോ അവിടെ കൊലപാതകം ഉറപ്പാണ്'' വണ്ടി വളവ് തിരിഞ്ഞപ്പോഴേക്കുംപഴയ കെട്ടിടം കണ്ടു. കൂടുതൽ അടുത്തപ്പോൾ സ്വർണ്ണപ്പണിശാലയും. ലൂക്കാ കാറ് ഒരു ബദാം മരത്തിന് കീഴിൽ ഒതുക്കിയ ശേഷം നിവർന്നിരുന്ന് ദീർഘശ്വാസം വിട്ടു. പിന്നെ കണ്ണുകളടച്ച് പറയാൻ തുടങ്ങി 'പണിയെടുക്കുന്ന ലാബിൽ നിന്ന് പരേത സയനൈഡ് എടുത്തിരിക്കാം എന്ന പോലീസ് നിഗമനം. ആ സാധ്യത മാറ്റി വച്ച് നോക്കിയാൽ പിന്നുള്ള സാധ്യത എന്താ?'

'തട്ടാനായ മണിയൻ കൊടുത്തതാകാം. അല്ലെങ്കിൽ കൊടുത്തു എന്ന് തന്നെ വച്ചോ.' ഈശോ കാട്ടുചെടികൾ നിറഞ്ഞ പരിസരം വീക്ഷിച്ചു.

'അതേ. മരണം നടക്കുന്നതിന് മൂന്ന വർഷം മുൻപ് സ്വർണ്ണക്കട

പൂട്ടി, തട്ടാൻ എന്ന പേര് സമൂഹമനസിൽ നിന്നുംമായ്ച്ച് ഗൾഫിൽ പോയി ഗൾഫ് മണിയനായി മാറിയതിനാൽഅന്ന് ഒരു പക്ഷേ പ്രൊഫസറോ ഇയാളോ കേസന്വേഷിച്ചപോലീസോ ഏക അലിബി ഗൾഫുകാരനാണ് എന്നേ ചിന്തിച്ചിട്ടുണ്ടാകൂ.' ഈശോ തലയാട്ടി ആലോചനകളിലാണ്ടിരുന്നു. 'കട പൂട്ടിയെങ്കിലും ഒരു തട്ടാന് പരിചയമുള്ള മറ്റിടങ്ങളിൽ നിന്നും സയനൈഡ് സംഘടിപ്പിക്കാൻ ബുദ്ധിമുട്ടുണ്ടാവില്ല.' സ്വർണ്ണക്കടയിൽ രണ്ട് സ്ത്രീകൾ ഇരിക്കുന്നതിനാൽ അൽപനേരം കൂടി കാക്കാൻ ഇരുവരും തീരുമാനിച്ചു. ചതച്ച കല്ലിൽ നിന്നും സ്വർണ്ണത്തെ വേർപെടുത്തി മാറ്റാൻ സയനൈഡ് കൂടിയേ തീരൂ. സ്വർണ്ണപ്പണിക്കാർക്ക് പണ്ടങ്ങൾ പോളിഷ് ചെയ്ത് മിന്നിച്ചെടുക്കാനും സയനൈഡ് ആവശ്യമാണ്.

'ഇയാളും ചായക്കടക്കാരനും പറഞ്ഞതിൽ നിന്നും അയാൾ ഭാര്യയെ കൊന്നു എന്ന് തന്നെ ഞാൻ പറയും. അയാൾക്ക് ഭാര്യയെ കൊല്ലാൻ വ്യക്തമായ കാരണങ്ങളുണ്ട്.' ലൂക്കാ പറഞ്ഞു. 'അന്നത്തെ സാഹചര്യങ്ങൾ, അലിബി, സുശീലൻ സാറിനോട് പരേത പറഞ്ഞ ആത്മഹത്യ ചെയ്യുമെന്ന മുന്നറിയിപ്പ്, പരേതയുടെ ലാബിലെ ജോലി, മുൻവിധി നിറഞ്ഞ പോലീസന്വേഷണം ഇതൊക്കെയാണ് ആത്മഹത്യയായി മാറാനോ കണക്കാക്കാനോ ഉള്ള പ്രധാന കാരണങ്ങൾ. പിന്നെ ഏറ്റവും ശക്തമായ കാര്യം അകത്തുനിന്ന് കുറ്റിയിട്ട മുറി.' ഈശോ ഒരിക്കൽക്കൂടി വസ്തുതകളെ അടുക്കി. 'ഉം. അത് മാത്രമാണ് രണ്ട് കൊലപാതകങ്ങൾക്കും ഇടയിലെ ഒരേയൊരു കീറാമുട്ടി. ഇല്ല്യോ? എനിക്ക് തോന്നുന്നത് നമ്മളാ മണിയനെ കാണുന്നതോടെ അതിനുള്ള ഉത്തരവും കിട്ടുമെന്നാണ്'" ലൂക്കാ സന്തോഷത്താൽ വളയത്തിൽ താളമിട്ടു.

'ആ ചായക്കടക്കാരൻ ചേട്ടൻ ആള് കൊള്ളാം, ഇല്ലേ? എല്ലാ ഉത്തരങ്ങളും അയാൾ പറഞ്ഞു. ആ ഉത്തരങ്ങൾക്കുള്ള ചില ചോദ്യങ്ങൾ മാത്രം നമ്മൾ ചോദിച്ചാ മതി' അപ്പോഴേക്കും രണ്ട് സ്ത്രീകളും പുറത്തേക്കിറങ്ങിപ്പോയി. 'വാ സമയം കളയണ്ട' ഈശോ വാച്ച് നോക്കി. 'ഇയാൾ ധൃതി പിടിക്കാതെ, ഞാനില്ലേ കൂടെ. മണിയനെ കാണുമ്പോ ഒരൊറ്റച്ചോദ്യം. ഒരൊറ്റച്ചോദ്യം കൊണ്ട് ഞാൻ സകല സംശയങ്ങൾക്കുമുള്ള ഉത്തരം കണ്ട് പിടിക്കും' ലൂക്കാ കോളർ പിന്നിലേക്ക് വലിച്ചുകാട്ടി സീറ്റിലേക്ക് അലസമായി ചാരിക്കിടന്നു. ഈശോക്ക് ഉള്ളിൽ ദേഷ്യത്തിന്റെ ഈച്ചകൾ കൂട്ടത്തോടെ പാറി. 'അഹങ്കാരീ നീ ഇച്ചിരി ഓവറാകുന്നുണ്ട് കേട്ടോ. നീ ആരെന്നാണ് നിന്റെ വിചാരം. ശരി ഒറ്റച്ചോദ്യം കൊണ്ട് എല്ലാം പുറത്ത് കൊണ്ട് വന്നില്ലെങ്കിലോ? നീ ഒന്നിലധികം ചോദ്യങ്ങൾ ചോദിച്ചാലോ?'

‘ഓക്കേ. എന്നാ ഇയാൾക്ക് ഞാൻ മിഷ്കിന്റെ യുദ്ധം സെയ് സിനിമയുടെ കഥ പറഞ്ഞു തരാം കൂടെ ആയിരം രൂപയും തരും. പോരേ?’

‘രൂപ വേണ്ട. തിരികെ പോകുമ്പോൾ നീ ഒരക്ഷരം മിണ്ടാതെ ഇരുന്നോണം. ഓക്കേ?’ വായ പൂട്ടി ലൂക്കാ പുറത്തിറങ്ങി. ഇരുവരും കുട്ടികളെപ്പോലെ തുള്ളിച്ചാടി കടയിലേക്ക് കടന്നു.

●

പതിനാറ്

ഒരു ചതുരമുറിയും അകത്ത് ചെറിയൊരു വർക്ക് ഏരിയയുംചേർന്ന ലാളിത്യമായിരുന്ന ആ സ്വർണ്ണക്കട. കണ്ണഞ്ചിപ്പിക്കുന്ന ചന്ദ്രക്കലകൾക്ക് മുന്നിലെ ചെറുപ്പക്കാരന് മുപ്പതിൽതാഴെയേ പ്രായം വരൂ. ലൂക്കായെയും ഈശോയെയും കണ്ടവൻ എഴുന്നേറ്റു. സ്റ്റൂളുകൾ ചൂണ്ടി ഇരിക്കാൻ പറഞ്ഞു. ചുവരിലെ മാലയിട്ട ഫോട്ടോകൾ നോക്കിക്കൊണ്ട് ഈശോ സംസാരിച്ച് തുടങ്ങി. 'ഞാൻ അച്ഛന്റെ പഴയൊരു സുഹൃത്താ, പേര് രാജു. ഇത് എന്റെയൊരു ബന്ധുവാ. മെഡിക്കൽ കോളേജിൽ പഠിക്കുവാ, പേര് ദിലീപ്. അച്ഛനിപ്പോ എങ്ങനെയൊണ്ട്'' യുവാവിന് അത്ര വിശ്വാസമായില്ലെന്ന് തോന്നി. 'ക്ഷുതറയായ എന്റെയച്ഛന് ഇത്രേം മാന്യൻമാർ ചങ്ക്സോ' എന്നൊരു ഭാവം എന്നും ഉരച്ചു നോക്കുന്ന അവന്റെ മുഖത്ത് നിന്നും വായിച്ചെടുത്ത ഈശോ തുടർന്നു 'ഞാൻ തിരുവല്ലാക്കാരനാണ്. തലസ്ഥാനത്തേക്ക് അധികം വരത്തില്ല. ഇന്ത്യയിലേക്ക് തന്നെ വരവ് കുറവാണ്. മിക്കവാറും ഗൾഫിലായിരിക്കും. മണിയനും ഞാനുംപണ്ട്, ഒരു പത്ത് പന്ത്രണ്ടു കൊല്ലം മുൻപാണെന്ന തോന്നുന്നു ഗൾഫേൽ ഒരുമിച്ചുണ്ടായിരുന്നു. അവനെന്തോ ഇങ്ങ് മടങ്ങിപ്പോന്നു, ദൈവകൃപയാൽ ഞാനവിടെത്തന്നെ തുടർന്നു' അതിൽ അവൻ വീണു. 'ഓ ഗൾഫി വച്ചുള്ള പരിചയം, അങ്ങനെ പറ. അതല്ലേ ഞാൻ ആലോചിച്ചത്''

'ചിലര് പറഞ്ഞ് അച്ഛന്റെ അവസ്ഥ അറിഞ്ഞു. അവധിക്ക് വന്നപ്പോ ചില പേപ്പറുകൾ ശരിയാക്കാൻ തിരുവനന്തപുരത്ത് വരേണ്ട ഒരാവശ്യം വന്നു. അപ്പോ എന്നാ ആയാലും മണിയനെ വന്നൊന്ന് കണ്ടേച്ചു പോകാമെന്ന് വച്ചു. ഓർമ്മയൊക്കെ ഉണ്ടോ ആവോ?'

'എവിടെ ഓർക്കാൻ. വലീം കുടീം തന്നായിരുന്ന ഇരുപത്തിനാല് മണിക്കൂറും. വരുത്തി വച്ച അസുഖോണ്. ഏത് നിമിഷോം മോളീന്ന് വിളി വരാം. അതാണ് അവസ്ഥ' യുവാവ് അറുത്ത് മുറിച്ച് അറിയിച്ചു.

'ഗൾഫീപ്പോവാൻ അന്ന് ഈ ഇച്ചായൻ കാശായിട്ട് കുറച്ച് സഹായിച്ചിട്ടുണ്ട്'' ലൂക്കാ പെട്ടന്ന് കേറിപ്പറഞ്ഞു. ഈശോ അത് കേട്ട് വല്ലാതായിപ്പോയി. യുവാവിന്റെ സ്വർണമുഖം ക്ലാവ് പിടിച്ച ഓട് പോലെയായി. ഓരോ അണയുംഎണ്ണിപ്പെറുക്കി ജീവിതം കുത്തിക്കെട്ടുന്ന അവന്റെ ഒച്ച കനത്തു 'ഇത് സാറിന്റെ ആരായാലും അതെന്തോര് പറച്ചിലാണ്?ആപ്പറഞ്ഞതും ശരിയല്ല പൈസ കൊടുത്തെന്ന് പറഞ്ഞതും ശരിയല്ല. ഗൾഫിപ്പോവാൻ അച്ഛന് മൊത്തം പൈസേം കടം കൊടുത്തത് അച്ഛന്റെ ഇവിടുള്ളൊരു കൂട്ടുകാരനായിരുന്നു. എനിക്ക് നന്നായിട്ട് അതറിയാം'

ലൂക്കാ എവറസ്റ്റ് കയറിയെത്തിയവനെപ്പോലെ ഈശോയെ നോക്കി. കാര്യം മനസിലായ ഈശോ ലൂക്കായെ ശാസിക്കുന്ന പോലെ നോക്കി 'അറിയാം, നമ്മുടെ രാജാമണിയല്ലേ കാശ് കൊടുത്തത്. അറിയാം' അത് കേട്ടതും യുവാവ് ആകെ ആശയക്കുഴപ്പത്തിലായി 'ങേ രായൻ ചേട്ടനെ അറിയോ?'

'ങ്ഹാ ചെറിയ പരിചയമുണ്ട്. പിന്നെ ഇവൻ പറഞ്ഞത് കേട്ട് ഒന്നും തോന്നരുത്. അറിയാതെ പറഞ്ഞതാ' ഈശോ കസേരയിലിരുന്ന് ഞെരിപിരികൊണ്ടു.

'അച്ഛന് നാട്ടി പുള്ളിയേ ഉള്ളൂ ആകെ ഒരു ഫ്രെണ്ടായിറ്റ്. പാവം രായൻ ചേട്ടൻ ഇന്ന് വരെ ആ പൈസ തിരിച്ചു ചോദിച്ചിട്ടില്ല. അതാണ് ഫ്രെണ്ട്ഷിപ്പ്'' അതാണ് ഫ്രെണ്ട്ഷിപ്പെന്നത് ഈശോയെ ഇരുത്തിയൊന്ന് നോക്കിയാണ് അവൻ പറഞ്ഞത്. കിട്ടേണ്ടത് കിട്ടിയപ്പോ ഈശോ വാച്ച് നോക്കി. 'വഴി പറഞ്ഞു തരാവോ. തിരിച്ച് സിറ്റീലെത്തിയിട്ട് ഒരു ഫ്യൂണേറലിൽ പങ്കെടുക്കാനുണ്ട്'' യുവാവ് താല്പര്യമില്ലാത്ത മട്ടിൽ എഴുന്നേറ്റ് ലൂക്കായെ ചിറഞ്ഞുനോക്കിക്കൊണ്ട് പുറത്തേക്ക് ഇറങ്ങിപ്പോയി. ഒരാട്ടോയെ അയാൾ കൈ കൊട്ടി വിളിച്ചു. ലൂക്കാ കാറിലാണ് ഞങ്ങൾ വന്നതെന്ന് പറഞ്ഞതിനെ അവഗണിച്ച് ആകാശം നോക്കി നിന്നു. ഓട്ടോ അടുത്തെത്തിയപ്പോൾ ഡ്രൈവറോട് എന്തോ പറഞ്ഞു. പിന്നെ ഈശോയെ നോക്കി 'നമ്മുടെ ഓട്ടോയാ, പിറകേ ചെന്നാ മതി വീട് കാണിച്ചു തരും' പിന്നെ കടക്കകത്തേക്ക് കയറിപ്പോയി. ഈശോ ഒന്ന് തിരിയുന്നതിനിടെ ഓട്ടോക്കാരൻ മുന്നേ ഓടിച്ച് ഒരിടറോഡിലേക്ക് ഇറങ്ങി മറഞ്ഞു. ധൃതിയിൽ ലൂക്കായും ഈശോയും കാറിലേക്ക് കയറി ഓട്ടോക്ക് പിന്നാലേ വിട്ടു. ലൂക്കാ fast and furious സിനിമാശ്രേണിയിലൊന്നിൽ, ത്രസിപ്പിക്കുന്നൊരു ചേസിംഗ് രംഗത്തിലാണ് താനുള്ളതെന്ന് വെറുതേ ഭാവനയിൽ കണ്ട് ഇടവഴിയിലേക്ക് കാറ് വെട്ടിത്തിരിച്ചു.

•

പതിനേഴ്

ചാഞ്ഞും ചെരിഞ്ഞും വളർന്നിറങ്ങിയ മരങ്ങൾക്കടിയിലൂടെ കാർ പതിയെ മുന്നോട്ട് പോയി. ചെളിവെള്ളം നിറഞ്ഞ ഇടറോഡിനൊരറ്റത്ത് നനഞ്ഞു കുതിർന്ന് വിറവിറയ്ക്കുന്നൊരു പഴയ ഓടിട്ട വീട് ചൂണ്ടിക്കാട്ടിയ ശേഷം ഓട്ടോ പോയി.ഇരുവരും ചുറ്റും നോക്കി. ആകാശം കാണാനാകാത്ത വിധം തെങ്ങോലകൾ നിറഞ്ഞയിടം. സാംബ്രാണിത്തിരികൾ തുള്ളിയെടുക്കുന്ന നനഞ്ഞ മുറ്റത്തേക്ക് ഇരുവരും ചെന്ന് കയറി. പൂക്കാത്ത ചെടികൾ കാട് പിടിച്ച് കിടക്കുന്ന ചെളിയും പായലും കേറിയ മുറ്റം. ഒരു വശത്ത് റബ്ബർച്ചുള്ളികൾ കൂട്ടിയിട്ടിരിക്കുന്നു. നാറ്റപ്പൂച്ചെടികളുടെ, ചെമ്പരത്തികളുടെ, കാട്ടുചേമ്പുകളുടെ, ആനപ്പുറത്തികളുടെ വേലി കടന്ന് തണുത്ത കാറ്റ് വീശി.

ഇറയത്ത് ഒരു പ്ലാസ്റ്റിക് കസേരയിൽ കുനിപ്പിടിച്ചിരുന്ന വൃദ്ധ ചെവി നീട്ടി കാൽപ്പെരുമാറ്റങ്ങൾ നക്കിയെടുത്തു. ചുവരിലേക്ക് ഭാരം തള്ളി അവർ വിളിച്ച് ചോദിച്ചു 'ആരത്, രായനാടാ?'

'അല്ല' ഈശോ വിളറി. വായിൽ തികട്ടി വന്ന കഫം മുറ്റത്തേക്ക് കാറിത്തുപ്പി അവർ അകത്തേക്ക് തല ചെരിച്ച് ഉറക്കെ പറയാൻ തുടങ്ങി 'എടീ പെണ്ണേ, ഇങ്ങോട്ടെറങ്ങി വന്നാണടീ-ദാണ്ട ഇവിടാരാ വന്ന്'' ലൂക്കാ അകത്തേക്ക് നോക്കി. അഗർബത്തിപ്പുകയല്ലാതെ അനക്കമൊന്നും കണ്ടില്ല. 'ഒരാവശ്യത്തിന് വിളിച്ചാ ഒറ്റ എണ്ണത്തിന ഇവിട കാണൂല' വൃദ്ധ തിമിരം പൊറ്റ പിടിച്ച കണ്ണുകൾ പിടപ്പിച്ചു. ലൂക്കായെ ഈശോ വ്യഥിതനായി നോക്കി. 'മക്കള് എവിടന്ന് വരണത്? മണിയന കാണാൻ തന്നേ വന്നത്?' കസേരക്ക് താഴെ വച്ച മണ്ണ് നിറച്ചചിരട്ടയ്ക്കായി അവർ പരതി. 'അതേ അമ്മേ, ഞങ്ങള് മണിയന്റെ പരിചയക്കാരാ' വൃദ്ധക്ക് കണ്ണ് മാത്രമല്ല ചെവിയും കേൾക്കില്ലെന്ന മട്ടിൽ തല മുന്നോട്ട് കുനിച്ച് നീട്ടി ഈശോ പറഞ്ഞതും

അവർ സ്വിച്ചിട്ട പോലെ കരയാൻ തുടങ്ങി 'എന്റെ മക്കളേ, അവൻ ചാവാൻ കെടക്കണ് മക്കളേ. എന്റെ ചെറുക്കന്റെ ഉയിരെടുത്താലും എല്ലാം കാണാനും അനുഭവിക്കാനും എന്നെ ഈശ്വരൻ മാർക്കണ്ഡേയന്റെ വരോം തന്ന് ഇങ്ങന ബാക്കി ഇട്ടേക്കണ്''

ഉത്തരം മുട്ടിയ കുട്ടിയെപ്പോലെ ഈശോ നിന്ന് താളം ചവിട്ടുന്നത് കണ്ട് ലൂക്കാ ചിരിച്ച് പോയി. അവൻ അയാളുടെ പിന്നിൽ കളിയായി തോണ്ടി. വൃദ്ധ നിർത്താൻ ഒരുദ്ദേശ്യവുമില്ല 'മക്കളേ പൊട്ടക്കണ്ണിയായ ഞാനിങ്ങന ഇരുന്ന് നെരങ്ങണത് കൊണ്ട് അവളാണ് കെടന്ന് കഷ്ടപ്പെടണത്. എന്നേം നോക്കണം. അവനേം നോക്കണം. വേറേ നോക്കാനാ അന്നഴിക്കാനാ ഒന്നും ഇന്നി ആരുമില്ല മക്കളേ. എല്ലാരും ചത്തൊടുങ്ങി. എനിക്കാണെങ്കി ചെവുത്തേം [1]ചെമ്മേണ്ടേന്നും ഇല്ല'

ഈശോ ഉം ഉംന്ന് മൂളിക്കൊണ്ടിരുന്നു. ലൂക്കാ അകം ചുവരിലെ മങ്ങിയ ഫോട്ടോകൾ എത്തി നോക്കി താടിയെല്ലുഴിഞ്ഞു. അപ്പോൾ അതിനടിയിലൂടെ ഒരു സ്ത്രീ പുറത്തേക്കിറങ്ങി വന്നു. മണിയന്റെ ഭാര്യ. വീട്ടമ്മ. 'ഈ അമ്മേരെ ഒരു കാര്യം. ആര് കേറി വന്നാലും ഇത് തന്ന പറച്ചില്'' നരച്ച മരിക്കാറായ നൈറ്റി. വിശ്രമവും വിശ്രാന്തിയുമില്ലാതെ അലയുന്ന കറുപ്പടിഞ്ഞ കണ്ണുകൾ. പാറിപ്പറന്ന മുടി. എല്ലിൻ കൂടിനു മുകളിൽപേരിന് വച്ച് പിടിപ്പിച്ച ഇരുണ്ട തൊലി. കൈത്തണ്ടയിൽ മാത്രംകാണാം ഒരായിരം ഞരമ്പുകൾ. യാതൊരു സുഖങ്ങളും അനുഭവിക്കാതെ, ഒരു മനുഷ്യജന്മം മുഴുവൻ കഷ്ടപ്പാടുകളിൽ നരകിച്ച് ജീവിക്കുന്ന മറ്റൊരു വീട്ടമ്മ. കടയ്ക്കാവൂർ ഒരു കോളനിക്ക് പിറകിൽ ഭർത്താവ് വെട്ടിക്കൊന്ന് കുഴിച്ച് മൂടിയ ഭാര്യയുടെശവം തോണ്ടിയെടുത്ത് അവിടെ വച്ച് തന്നെ പോസ്റ്റ്മോർട്ടം ചെയ്ത കാര്യം എന്തോ ഈശോയുടെ മനസിലേക്ക് ഓടിക്കയറി വന്നു. ആ സ്ത്രീയുടെ വയറ്റിൽ ഒരു സ്വർണ്ണമോതിരമുണ്ടായിരുന്നു.

'ഞാൻ ഇവിടിര്ന്ന് നാമം ചൊല്ലിക്കോണ്ടിരുന്നതാണ്'' വൃദ്ധ മരുമകൾ കേൾക്കാനായി പതിയെ പറഞ്ഞു. ആ വീട്ടമ്മ വന്നവർ ആരാണെന്നോ എന്താണെന്നോ ഒന്നും ചോദിച്ചില്ല. നേരേ മുഖത്തേക്ക് നോക്കിയത് കൂടിയില്ല. വൃദ്ധയും വായടച്ച് ഫ്രീസറിൽ നിന്നെടുത്ത് വച്ച മീൻ പോലെ ഇരുന്നു. ഈശോ മുരടനക്കി വന്ന കാര്യം അറിയിച്ചപ്പോ വീട്ടമ്മ അകത്തേക്ക് കൊണ്ട് പോയിമുറി കാണിച്ച് കൊടുത്തു. വല പിടിച്ച ഉത്തരത്തിന് കീഴെ, അഗർബത്തിയുടെയും, വേർപെടുത്തിയെടുക്കാനാവാത്ത മരുന്നുമണങ്ങളുടെയും

1 ചെവുത്ത= ബോധം

ഒഴുക്കിൽപ്പെട്ട് ഈശോക്ക് ശ്വാസംമുട്ടി. തുണികൾ വാരിക്കൂട്ടിയ അയക്ക് കീഴെ പോസ്റ്റ്മോർട്ടം മേശ പോലെയുള്ള കട്ടിലിൽ മാസ്ക് കൊണ്ട് മൂക്കും വായും മറച്ച, വെള്ള പുതച്ച പെൻസിൽ പോലെ ഒരു രൂപം. അത് കണ്ടപ്പോൾ ഈശോയുടെ നെഞ്ചിൽ ഭാരം കയറി. നിരാശയും വേദനയും ഏറിയപ്പോൾ ഉള്ളിൽ കരുതി വച്ച ചോദ്യങ്ങളെല്ലാം അയാൾ മറന്നു. സമയം ഇഴഞ്ഞുപോകുന്നതിൽ വിമ്മിഷ്ടപ്പെട്ട് ലൂക്കാ ഒന്ന് ചുമച്ചു. എന്നാൽ വാക്കുകളൊന്നും വായിലേക്ക് വരാതെ ഈശോ തലകുനിച്ചു തന്നെ നിന്നു. ഉടൻ ലൂക്കാ അയാളെ വകഞ്ഞു മാറ്റി തല മണിയന്റെ ചെവിയിലോട്ട് ചേർത്ത് വച്ച് എന്തൊക്കെയോ മന്ത്രിക്കാൻ തുടങ്ങി. മണിയന്റെ കണ്ണുകൾ ഇളകുന്നത് ഈശോ കണ്ടു. വേദന കടിച്ചു പിടിച്ചയാൾ മുഖം ലൂക്കായുടെ നേരേ മറിച്ചു. സമയം പോലെ നെഞ്ചിടിപ്പുകൾ ഇറ്റിറ്റ് വീഴുന്നത് ഈശോ അറിഞ്ഞു. നെഞ്ചിടിപ്പുകൾ പോലെസമയവും ഇറ്റിറ്റ് പൊയ്ക്കൊണ്ടിരുന്നു. ഇടക്ക് മണിയന്റെ ഭാര്യ കറിക്കത്തിയുമായി വന്ന് രംഗം വീക്ഷിച്ചിട്ട് പോയി. പിന്നാലേപുതപ്പിനുള്ളിലെ ശരീരം കരിമ്പ് പോലെ ഉലഞ്ഞു. ഉണങ്ങിക്കൂർത്ത വിരലുകൾ ഇഴഞ്ഞു പുറത്തു വന്ന് ലൂക്കായെ പിടിക്കാൻ ശ്രമിച്ചു. ഭാവഭേദമൊന്നുമില്ലാതെ ലൂക്കാ നിവർന്ന് ഈശോയോട് പോകാമെന്ന് പറഞ്ഞ് പുറത്തേക്ക് നടന്നു.

ഇറയത്തിറങ്ങിയപ്പോൾ നനുത്ത കാറ്റ് വന്ന് തഴുകി. ഇരുവരുടെയും ശ്വാസകോശങ്ങൾ സ്വർഗ്ഗം കിട്ടിയത് പോലെതുള്ളിച്ചാടി. അഴുകിയ ശവം തോണ്ടിയെടുത്ത് പോസ്റ്റ്മോർട്ടം ചെയ്തിറങ്ങിയ ആശ്വാസം ഈശോക്ക് അനുഭവപ്പെട്ടു. ചിരട്ടയിലെ മണ്ണിൽ കഫം തുപ്പുകയായിരുന്ന വൃദ്ധ കാൽപ്പെരുമാറ്റങ്ങൾ ഒപ്പിയെടുത്ത് ആരെയോ പിടിച്ചു നിർത്താനെന്നോണം കൈകൾ നീട്ടി 'മക്കളേ നിങ്ങള് പോണാടാ?'

'മണിയനെ കണ്ടു. ഞങ്ങൾ ഇറങ്ങുന്നു അമ്മേ' ഈശോ അടുക്കളയിൽ നിന്നും വീട്ടമ്മ പുറത്തേക്ക് വരുന്നുണ്ടോയെന്ന് തല നീട്ടി നോക്കി. ഒരനക്കവും എങ്ങുമില്ല. വൃദ്ധ ചുളിഞ്ഞകൈ നീട്ടി 'മക്കളേ അമ്മക്ക് മുറുക്കാൻ വാങ്ങിക്കാൻ എന്തെരെങ്കിലും തന്നിറ്റ് പോ മക്കളേ' ലൂക്കാ അത് കേൾക്കാത്തഭാവത്തിൽ കോഴിത്തൂവൽ ചൂടിയ തെങ്ങിൻമണ്ടകൾ നോക്കി നിന്നുകളഞ്ഞു. 'കാലന് പോലും എന്ന വേണ്ടേ മക്കളേ'

ഈശോ പഴ്സ് തുറന്ന് നൂറുരൂപയെടുത്ത് അവരുടെ കയ്യിൽ പിടിപ്പിച്ചു. വൃദ്ധ പരതി നോക്കിയ ശേഷം ചിരിച്ചു. താൾ ഇരുകണ്ണിലും വച്ച് തൊഴുതു. 'മക്കളേ പോയീൻ. ഇനീംവരണേടാ.'

പല വട്ടം തിരിഞ്ഞുനോക്കിത്തിരിഞ്ഞു നോക്കി ഈശോ കാറിൽ ചെന്ന് കയറി. വൃദ്ധ ഉറക്കെ ആവർത്തിച്ച് ജപിച്ച 'രാമപാദം ചേരണേ മുകുന്ദരാമ പാഹിമാം' മണി പോലെ മുഴങ്ങുന്നത് കേട്ട് വന്ന കാര്യമെല്ലാം മറന്ന് നിശബ്ദനായ അയാളെ ലൂക്കാ തോളിൽപ്പിടിച്ച് കുലുക്കി 'അല്ലാ ഇയാള് നമ്മുടെ ഇരട്ടക്കൊലപാതകി രാജാമണിയുടെ വീട്ടിലേക്കുള്ള വഴി ചോദിക്കാത്തതെന്താ?' ഈശോ മറുപടി പറയാതെ തല കുനിച്ചിട്ടിരുന്നു. 'ശരി ഞാൻ വഴീലാരോടെലും ചോദിക്കാം' ലൂക്കാ വണ്ടി മുന്നോട്ടെടുത്തു. ചെളിവെള്ളച്ചായ പൊട്ടിയൊഴുകുന്ന റോഡ് ഒരു തെങ്ങിൻപറമ്പിലേക്ക് കുതിച്ചൊഴുകി അവസാനിച്ചപ്പോൾ ഈശോ തല പൊക്കി നോക്കി 'ലൂക്കാ നീയെന്താണാ മനുഷ്യന്റെ ചെവിയേൽ ചോദിച്ചത്? അതിനയാളെന്നതാ മറുപടി പറഞ്ഞത്?'

•

പതിനെട്ട്

'നേരത്തേ വാക്ക് പറഞ്ഞ പോലെ ഒരൊറ്റച്ചോദ്യം കൊണ്ടാ ഞാൻ സത്യം മനസിലാക്കിയത്.' ലൂക്കാ തെങ്ങുകൾക്കിടയിൽ നിന്നും പശുവിനെയും അഴിച്ചു കൊണ്ട് നീരൊലിപ്പിലൂടെ വരികയായിരുന്ന ഒരാളുടെ സമീപംകാർ നിർത്തിക്കൊണ്ട് പറഞ്ഞു. വീണ് കിട്ടിയ തേങ്ങ ഒരു കയ്യിൽ പിടിച്ചിരുന്നത് അയാൾ ധൃതിയിൽ പിന്നിലേക്ക് മറച്ചു. പശുവിന്റെ അറ്റം പരന്ന കൊമ്പുകൾ നോക്കി; അതയാളുടെ വയറ്റിലുണ്ടാക്കിയേക്കാവുന്ന കുത്തിമുറിവുകളുടെ വികലമായ ആകൃതികൾ സങ്കൽപ്പിച്ചു കൊണ്ട് ഈശോ വഴി ചോദിച്ചു. അവിടത്തേക്ക് ഒന്നിലധികം വഴികളയാൾ പറഞ്ഞു. പശു കാറിനെ നക്കാനായി പശയുള്ള നാവ് നീട്ടി.

വണ്ടി അതിലൊരു വഴിയേ പോകവേ ഈശോ വീണ്ടും ചൂടിലായി 'ആ സ്ത്രീയെ നീ കണ്ടതല്ലേ, എന്തോ കഷ്ടപ്പാട് പിടിച്ച അവസ്ഥയാ അവരുടെ. അയാളാണേ ഉണങ്ങി പെൻസിൽ പോലായി. ഇങ്ങനെ ഒരവസ്ഥയിൽ നിൽക്കുമ്പോ എങ്ങനാനിനക്ക് ഒറ്റച്ചോദ്യം എന്നൊക്കെപ്പറഞ്ഞു കളിക്കാൻ പറ്റുന്നേ? നീ രഹസ്യം പറയും പോലെ അര മണിക്കൂർ ചെവിയിൽ കുശുകുശുത്തതാണോ ഒറ്റച്ചോദ്യം?'

'ഞാൻ ഒരു ചോദ്യമേ ചോദിച്ചുള്ളൂ. പിന്നെ ഡോക്ടേർസായാൽ കോമൺസെൻസൊക്കെ വേണം. രോഗിയായ അയാളുടെ മുറിയിൽ നിന്ന് വന്ന കാര്യങ്ങൾ മുഴുവൻ ഉറക്കെ വിളിച്ചു കൂവി അയാളെ വിഷമിപ്പിക്കണോ? അതും ഭാര്യയും അമ്മയുമൊക്കെ സമീപത്തുള്ളപ്പോ. വേണോ?' ലൂക്കാ ശകാരിക്കും പോലെ ചതച്ചു തെറിപ്പിച്ച വാക്കുകൾ കേട്ട് ഈശോ അറിയാതെ ഈശോയുടെ തല വേണ്ടെന്ന് ആടി.

'പിന്നെ വേറൊരു കാര്യം ഒരാളുടെ ചെവിയിൽ നമ്മൾ പതിയെ മന്ത്രിക്കുമ്പോൾ, സൈക്കോളജിക്കലായി ഒരടുപ്പം അയാൾക്ക്

നമ്മളോട് ഫീൽ ചെയ്യും. മന്ത്രിക്കുന്നയാൾ തന്നെ വിശ്വസിക്കുന്ന, മറ്റൊരാളോടും ഷെയർ ചെയ്യാനാഗ്രഹമില്ലാത്തൊരു രഹസ്യം തന്നോട് പറയുന്ന എന്നൊക്കെ തോന്നും'ഈശോ 'ലൂക്കാ നീയോ' എന്ന മട്ടിൽ നോക്കുന്നത് കണ്ട് രസം പിടിച്ച ലൂക്കാ തുടർന്നു 'ആത്മഹത്യയല്ലെങ്കിൽ; കൊലപാതകമാണെങ്കിൽ അത് ചെയ്തത് രാജാമണിയാണോ എന്നുറപ്പിക്കാനായി നമ്മൾ കണ്ടെത്തിയ കാര്യങ്ങളെല്ലാം ഞാൻ ചുരുക്കി അയാളുടെ ചെവിയിൽ പറഞ്ഞു. എന്നിട്ട് ചോദിച്ച ഒരു ചോദ്യം ഇതായിരുന്നു-'ഗൾഫിൽ പോകാൻ പണം നൽകിയതിന് പ്രത്യുപകാരമായി സയനൈഡ് സംഘടിപ്പിച്ച് കൊടുത്തതും രാജാമണിയുടെ ഭാര്യ മരിച്ച ദിവസം രാവിലേ രാജാമണി പുരയിടത്തിൽ കിളച്ചു കൊണ്ട് നിൽക്കുകയായിരുന്നു എന്ന് വ്യാജമൊഴി കൊടുത്തതും നിങ്ങളാണെന്നു രാജാമണി സമ്മതിച്ചു കഴിഞ്ഞു, ശരിയല്ലേ?' അയാൾ കുറേ കിടന്ന് പിടച്ചെങ്കിലും ഒടുക്കം ഉവ്വെന്ന് സമ്മതിച്ചു." അത് കേട്ടപ്പോ ഈശോയുടെ ഉള്ള് പടപടാ ഇടിച്ചു. ഈശോ മണിയന്റെ കട്ടിലിനരികിൽത്തന്നെ നിന്ന് കൊണ്ട് പല്ലിറുമ്മി 'ഏത് നേരത്താണോ കർത്താവേ ഇവനെ കൂടെക്കൂട്ടാൻ തോന്നിയത്?' അതൊന്നും ശ്രദ്ധിക്കാതെ ഈശോ ഇടവഴികളുടെ വിജനതയിൽ നോക്കി സ്വയം ചോദിച്ചുകൊണ്ടിരുന്നു 'അടച്ചിട്ട മുറിയിൽ എങ്ങനെ??'

പശുവുമായി നിന്നയാൾ പറഞ്ഞ അടയാളമായ കാവ് റോഡരികിൽ കണ്ടതോടെ ലൂക്കാ കാർ ഒതുക്കി. ഇടതൂർന്ന മരങ്ങളുംപൂക്കളും വള്ളികളുമൊക്കെച്ചേർന്ന കാവ് ഇരുവരും അത്ഭുതത്തോടെ നോക്കി നിന്നു. ഏറ്റവും മുകളിൽ ഒരു രാഷ്ട്രീയക്കൊടി പാറി. ജങ്ഷനിൽ വാളുകൾ പോലെ വീശുന്ന ധാരാളംകൊടികൾ കണ്ടത് ഈശോ ഓർത്തു. ഈയിടെ പോസ്റ്റ്മോർട്ടത്തിനു വന്ന ഇരുവിഭാഗങ്ങൾ തമ്മിൽ ഏറ്റുമുട്ടി കൊല്ലപ്പെട്ട യുവാക്കളുടെ ബോഡിക്ക് ചുറ്റും ഇങ്ങനെ അനേകം കൊടികൾ ഇടകലർന്നു വീശുന്നുണ്ടായിരുന്നു. ശസ്ത്രക്രിയ അറിയാത്തവരുടെ ശസ്ത്രക്രിയയാൽ മരിച്ച ചുറുചുറുക്കുള്ള രണ്ട് യുവാക്കളും അയൽപക്കത്തെങ്ങോ താമസിക്കുന്നവരാണെന്ന് ഈശോക്ക് തോന്നുകയുണ്ടായി. എങ്ങനെ തോന്നുന്നുസമപ്രായക്കാരനായ ഒരു ജീവനെ ഇങ്ങനെ മൊത്തം വെട്ടിക്കീറിത്തള്ളാൻ. മരിച്ചുവെന്ന് ഉറപ്പായതിനു ശേഷവും വെട്ടിയുണ്ടാക്കിയ മുറിവുകളുടെ എണ്ണം എടുക്കവേ നെഞ്ച് തകർന്നു പോയി. വിശ്രമമുറിയിൽ പോയിരുന്ന് കരഞ്ഞ കാര്യം ഈശോയിൽ നക്ഷത്രം പോലെ തെളിഞ്ഞു.

'എന്തോവാ ആലോചിക്കുന്നേ?' കാവിനൊരു വശത്ത് കുടി

ഉള്ളിലേക്ക് ഇഴഞ്ഞു മറയുന്ന ഇടവഴിയേ ഇരുവരും നടക്കാൻ തുടങ്ങി. കരിയിലകൾ വീണ് മൂടിപ്പോയ വഴിയാണ്. 'വല്ല പാമ്പോ കീരിയോ കാണും' ഓരോ അടിയും ശ്രദ്ധിച്ച് വച്ച് ഈശോ പറഞ്ഞു. ലൂക്കാ പറന്നു കളിക്കുന്ന അപ്പൂപ്പൻതാടികൾ പിടിച്ചെടുക്കാൻ ശ്രമിച്ചു. കുറേ കുലച്ച വാഴകൾക്കപ്പുറത്തെ മൂന്നാമത്തെ വീട് കണ്ടപ്പോ വീണ്ടും തങ്ങൾ തട്ടാൻ/ഗൾഫ് മണിയന്റെ വീട്ടിലാണോ എത്തിയതെന്നവർ അത്ഭുതപ്പെട്ടു. അതേ പോലുള്ള പഴയ ഓടിട്ട കെട്ടിടം. കൊലപാതകം നടന്നവീട് ഇരുവരും പരതി നോക്കി. കാട് പിടിച്ച ചുറ്റുപാട്. പായൽകാർന്നുതിന്നുന്ന ചുവരുകൾ. പൊട്ടിപ്പൊളിഞ്ഞ ഓടിൻ മേൽക്കൂരക്ക് മീതേ നീല ടാർപോളിൻ വലിച്ചു കെട്ടിയിട്ടുണ്ട്. അതും അങ്ങിങ്ങ് കീറി ആകെ നാശമായിരിക്കുന്നു. ചൂല് കണ്ടിട്ട് വർഷങ്ങളായ കരിയിലക്കൂമ്പാരമുറ്റം. അതിനൊരു വശത്ത് ടാർപോളിൻ വലിച്ചു കെട്ടി വേർതിരിച്ച കാറിടാനുള്ള കരിയും ചെളിയും നിറഞ്ഞ ഇടം. തേഞ്ഞ പഴയ ടയറുകളും ഇന്ധന ടിന്നുകളും പഴയ വീഞ്ഞപ്പെട്ടികളും ആണ് അതിര്. കുറേ കലവും ചട്ടിയും മുറ്റത്തുണ്ട്. ഒടിഞ്ഞ പ്ലാസ്റ്റിക് കസേരകൾക്കിടയിലൂടെ കപ്പയുടെ പൊളിച്ച തൊലികൾ ചിക്കി നാലുപാടും ചിതറിച്ചു കൊണ്ട് കോഴികൾ ഓടി. തലങ്ങും വിലങ്ങും വലിച്ചു കെട്ടിയ അയകളിൽ നനഞ്ഞു നനഞ്ഞ് കരിമ്പനടിച്ച തുണികൾ കുന്നുകൂടിക്കിടന്നു. ചിലന്തികൾ ഇഴയുന്ന ബൾബിന് കീഴെ നിന്ന് ലൂക്കാ മുൻവശത്തെ വാതിലിൽ തട്ടി. വീട് പഴയതാണെങ്കിലും വാതിലിന് ഉരുക്കിന്റെ ഉറപ്പ്. പഴയ തടിയാണ്. ആരുമില്ലേന്ന് അവൻ കുറേ അലറി വിളിച്ചപ്പോൾ വീടിനൊരു വശത്ത് നിന്നും കൈലിമാത്രം ധരിച്ച ഒരു പയ്യൻ വന്നു. പതിമൂന്ന് പതിനാല് വയസ് പ്രായം തോന്നി. അതോ പതിനഞ്ചോ, ഒന്നും ഉറപ്പിക്കാനാകാത്ത രൂപം. തെളിഞ്ഞു നിന്ന വാരിയെല്ലുകൾ ഈശോ വെട്ടി മാറ്റി ജീവിതം കല്ലുപോലെയാക്കിയ, ഒറ്റപ്പെട്ട ഹൃദയം കണ്ടു. സ്കൾ കൊട്ടിയുടച്ച് ലൂക്കാ എന്തും ചെയ്യാനുള്ള ഊറ്റം തുടിക്കുന്ന തലച്ചോർ പരിശോധിച്ചു. അവൻ ഇരുവരെയും കണ്ടാകെ വിളറി. വലിയൊരു പപ്പായയുടെ തണ്ടിലേക്ക് പൊന്മാൻ പാറി വന്നിരുന്നു.

'ഞങ്ങൾ സിറ്റീന്ന് വരുവാ. അച്ഛന്റെയൊരു വിവരം പറയാൻവന്നതാ' അവന്റെ മുഖത്ത് അതറിയാനുള്ള ഒരാകാംക്ഷയും കണ്ടില്ല. ഈശോ തുടർന്നു 'മോന്റെ അച്ചന്റെ കാറ് ഇന്നലെ ഒന്ന് തട്ടി. ഒരു ചെറിയ ആക്സിഡന്റ്.' അത് കേട്ടതും അവന്റെ മുഖം വെയിലടിച്ചത് പോലെ തിളങ്ങി. 'ഇല്ല അറിഞ്ഞില്ല' വാടിയ ചീര തെളിഞ്ഞു വന്നു.

'ഒരു ദിവസം കാണാതിരുന്നിട്ടും നീ അന്വേഷിച്ചില്ലേ?'

'ഓ എന്തിന്, ഇതക്കെ പതിവല്ലേ?' അവൻ ചിരിച്ചു. 'അമ്മ?' ലൂക്കാ

ചോദിച്ചു. 'മരിച്ചു പോയി; ഞാൻ ചെറുതായിരുന്നപ്പം'

'അപ്പൊ ഇവിടെ ആരാ ആഹാരമൊക്കെ ഉണ്ടാക്കുന്നേ? നീ വല്ലതും കഴിച്ചോ?' ചിരി മായ്ച്ച് അവൻ മുഖം കുനിച്ചു നിന്നു. ലൂക്കാ ഉടൻ പഴ്സ് തുറന്ന് ഇരുന്നൂറ് രൂപയെടുത്ത് അവന് നൽകി 'ഞങ്ങളിപ്പോ പോകും. നിന്നെ റോഡിലിറക്കിത്തരാം.എന്തേലും വാങ്ങി കഴിക്കണം കേട്ടോ' പയ്യൻ ലൂക്കായെ താല്പര്യത്തോടെ നോക്കി. അവന്റെ കണ്ണുകൾ കീറ്റകത്തിക്ക് നെടുവേ പിളർന്നു നോക്കിയപ്പോൾ ഉള്ളിൽ വേദനയുടെ ഒരായിരം കാഴ്ചകൾ അടുക്കി വച്ചിരിക്കുന്നത് ഈശോ കണ്ടു. ലൂക്കാ അവന്റെ തോളിൽ കയ്യിട്ട് ഇറയത്തേക്ക് കയറി 'അച്ഛൻ നിന്നെ ഉപദ്രവിക്കുമോ, പേടിക്കണ്ട പറഞ്ഞോ' പയ്യൻ പടിയിൽ പിടിച്ച് നിലം നോക്കി നിന്നു. ഒരക്ഷരം അവൻ മിണ്ടിയില്ല.

'കുടിക്കാൻ ഇച്ചിരി വെള്ളം കിട്ടോ?' ലൂക്കാ ചോദിച്ചു. അവൻ തലയാട്ടിയ ശേഷം അകത്തേക്ക് പോയി. അവന്റെ മുതുകിൽ വർഷങ്ങൾ പഴക്കമുള്ള ഉരവുകൾ കണ്ടു. കമ്പോ ചങ്ങലയോ കൊണ്ട ടിച്ചതിന്റെയാകാമെന്ന് ലൂക്കാ അനുമാനിച്ചു. 'നിന്നെ അച്ഛൻ അടി ക്കുമല്ലേ? ദേ മുതുകത്തെ പാട് കണ്ടോ' അപ്പോൾ അവൻ തിരിഞ്ഞു നിന്ന് ചീറി 'അയാളെന്റെ അച്ഛനല്ല' അവൻ തീപിടിച്ചത് പോലെ യാകുന്നത് കണ്ട ലൂക്കാ അവനെ അകത്തേക്ക് നടത്തി 'അതെന്താ മോനങ്ങനെ പറഞ്ഞത്, അച്ഛനെ അങ്ങനെ പറയാമോ?'

'ഇത് ആരെങ്കിലും മോനോട് പറഞ്ഞതാണോ?' ഈശോ ഇടയിൽക്കയറി ചോദിച്ചു.

'രണ്ട് ദെവസം മുൻപ് ഇവിടൊരാൾ വന്ന്. അച്ഛനെ കണ്ട് സംസാരിച്ച്. അയാൾ എന്റെ അച്ഛനാണ്, എന്നെ ഏതോ സ്കൂളിൽ ചേർക്കണം എന്നൊക്കെ പറഞ്ഞ്. അച്ഛൻ അയാളെ ഒരു പാട് പള്ള് വിളിച്ച്. അയാൾ വന്ന കാറിൽ പിടിച്ച് വലിച്ച് തള്ളിക്കേറ്റി പറഞ്ഞു വിട്ട്' ലൂക്കായുടെ കണ്ണുകൾ വിടർന്നു. ഒരു കണ്ണി കൂടി വന്നു ചേർന്നിരിക്കുന്നു. പയ്യൻ തുടർന്നു 'അയാൾ പോയ ഉടനേ എന്ന മടൽ വെട്ടി അടിച്ച്. പോയി വെള്ളമടിച്ച് വന്ന് പിന്നേം അടിച്ച്?'

ആക്രിക്കട പോലെയൊരു മുൻവശ മുറി. സിമന്റ്ടർന്ന ഷെൽഫിൽ നിറയെ മദ്യക്കുപ്പികൾ. 'അത് കണ്ടോ' പയ്യൻ പഴയ കുറേ പത്രങ്ങൾക്ക് പിന്നിലേക്ക് കൈ ചൂണ്ടി. ഒരു വെട്ടുകത്തി. 'ഒരു ദിവസം ഞാനയാളെ വെട്ടിക്കൊല്ലും, അല്ലെങ്കി ഞാനെങ്ങോട്ടെങ്കി ലും പോവും' ലൂക്കാ അവന്റെ തോളത്ത് പതിയെ തട്ടി.

വാതിൽപ്പടിയിൽത്തന്നെ വിഷാദിച്ച നിന്ന ഈശോ മടിച്ച മടിച്ചകത്തേക്ക് കയറി ചുറ്റം നോക്കി. ആ മുറി കൂടാതെ അകത്ത് ഒരു കിടപ്പ് മുറിയും ചെറിയൊരു ഹാളും അടുക്കളയുമാണ് ഉള്ളത്. ലൂക്കായുടെ ഒച്ച ഈശോക്ക് കേൾക്കാം 'മോനേ ഇതാണോ, ഇവിടാണോ അമ്മ?'

'ഞാനന്ന് കുട്ടിയായിരുന്ന്. പലരും പറഞ്ഞറിയാം. ഇവിടാരുംആ റൂമിൽ കേറൂല' അവൻ അടുക്കളയിലേക്ക് കയറിയപ്പോൾ ലൂക്കാ കിടപ്പ്മുറിയുടെ കതകിൽ ബലംപ്രയോഗിച്ച് തള്ളി. ചുറ്റം നടന്ന നോക്കി. താക്കോൽ തിരിച്ച് വാതിൽ തുറന്നകത്ത് കയറി. കട്ടിലും, പഴയ മേശയും, അലമാരയും, കെട്ട വായുവും, മാറാലയും, പൊടിയും കെട്ടിനിറഞ്ഞ മുറി. ലൂക്കാ സങ്കൽപ്പിക്കാൻ ശ്രമിച്ച യുവതി മരിച്ച കിടന്നിരുന്ന ദൃശ്യത്തെ ചുമ വന്ന് മായ്ച്ച കളഞ്ഞു. പുറത്തേക്ക് തുറക്കാൻ ജനാലകളൊന്നുമില്ലെന്നത് ശ്രദ്ധിച്ച കൊണ്ട് ലൂക്കാ കതകിലെ കുറ്റികളുടെകരുത്തും ഉറപ്പും പരിശോധിക്കാൻ തുടങ്ങി.

'വെള്ളം'

ലൂക്കാ ഞെട്ടിത്തിരിഞ്ഞു നോക്കി. പയ്യന്റെ സംശയം കൂർത്ത മുഖം. 'നിങ്ങൾ പോലീസാണാ?' അവൻ ചോദിച്ച. 'പറ'

ലൂക്കാ അവന്റെ തോളത്ത് കയ്യിട്ട് നടത്തിയ വിശദീകരണങ്ങൾ കേൾക്കാൻ നിൽക്കാതെ അവൻ പുറത്തേക്ക് നടന്ന.അകപ്പെട്ട മോർച്ചറിയെക്കാൾ മടുപ്പുളവാക്കുന്ന അന്തരീക്ഷത്തിൽ നിന്നും രക്ഷപ്പെടാൻ ഈശോ മൊബൈലിന്റെ ശവപ്പെട്ടി തുറന്ന് നോക്കി. ഫോറൻസിക് വേൾഡിൽ പ്രൊഫസറെപ്പറ്റിയുള്ള അപ്ഡേറ്റുകളും, ഫോട്ടോകളും കരിങ്കൊടി പൊക്കി നിന്ന. ഏതാനും മിനിട്ടുകൾക്ക് മുൻപ് ഭാര്യയും ഏക മകളുംവന്നിട്ടുണ്ട്. കൃത്യം മൂന്ന് മണിക്ക് ബോഡിയുമായി വണ്ടി ശാന്തികവാടത്തിലേക്ക് പോകും. അപ്പോഴേക്കും കയ്യിലൊരു സ്റ്റീൽ ഗ്ലാസും പിടിച്ച് ലൂക്കാ ഇറങ്ങി വന്ന. 'വെള്ളം വേണോ?' അവൻ ചോദിച്ച. ഈശോ വേണ്ടെന്ന് തലയാട്ടി. തണുത്ത കാലാവസ്ഥയായതിനാൽ ദാഹമില്ല. 'എവിടാ അമ്മയുടെ കുഴിമാടം?' മുറ്റത്തേക്കിറങ്ങിയ പയ്യനോട് പൊടുന്നനെ ലൂക്കാ ചോദിച്ച. പയ്യൻ അങ്ങോട്ടുമിങ്ങോട്ടും തെല്ലിട നോക്കിയ ശേഷം ചൂണ്ടിക്കാട്ടിയിടത്ത് പൊടിഞ്ഞ ഓലകളും, കാട്ട്ചെടികളും, പഴയ ചാക്കുകളും, കരിയിലകളുമല്ലാതെ പ്രത്യേകിച്ചൊന്നും ഈശോയും ലൂക്കായും കണ്ടില്ല. പയ്യൻ അതിനടുത്ത് പോയി നോക്കവേ ലൂക്കാ മുറ്റത്തെ കാട്ടുചെടികൾക്കിടയിൽ പരതി നൊടിയിട കൊണ്ട് കുറച്ച പൂവുകൾ ഇറുത്തെടുത്തു. മാങ്ങാനാറി. ശംഖുപുഷ്പം. അരിപ്പൂ.

ചെമ്പരത്തി. അതെല്ലാം പയ്യൻ വിരൽ ചൂണ്ടിയിടത്തേക്ക് വിതറി ലൂക്കാ തല കുനിച്ച് നിൽക്കുന്നത് കണ്ട് ഈശോ ആകെ ആശയക്കു ഴപ്പത്തിലായി. പയ്യൻ ലൂക്കായെ അറിയാൻ പാടില്ലാത്ത പദപ്രശ്നം പോലെ നോക്കി നിൽക്കുകയാണ്. ഒരോന്തും അരണയും ചാക്കുകൾ ക്കിടയിൽ നിന്നും ഇറങ്ങി ഓടി. എങ്ങനെയെങ്കിലും ഇവിടെ നിന്നും പോയാൽ മതിയെന്നായി അയാൾക്ക്.

ഇടവഴിയിലൂടെ റോഡ് വരെ പയ്യൻ അവർക്കൊപ്പം ചെന്നു. ആഹാരം വാങ്ങിക്കഴിക്കുന്നതെപ്പറ്റി ലൂക്കാ ഓർമ്മിപ്പിച്ചപ്പോൾ ഇപ്പോ കിഴങ്ങുവിച്ചു തിന്നതിനാൽ വിശപ്പില്ല, പിന്നീട് പോയി പൊതിച്ചോറ് വാങ്ങാമെന്നവൻ പറഞ്ഞു. മൂവരും ഒന്നും മിണ്ടാതെ നടന്നു. കാറിൽ കയറവേ ഈശോ മൌനം വെടിഞ്ഞു 'നിനക്ക് രാജാമണിയെ കാണണോ?' വേണ്ടെന്നവൻ തലയാട്ടി. അത് പ്ര തീക്ഷിച്ചെന്നോണം ലൂക്കാ ചിരിച്ച് കൈകൾ വീശി. 'നീ സിറ്റീലോട്ട് വാടാ, എന്റെ നമ്പരിൽ വിളിച്ചേച്ചു വാ, നമുക്ക് ഫുള്ളൊന്ന് കറങ്ങാം'

'എനിക്കൊരു ജോലി വാച്ച് തരോ?' പൊടുന്നനെ അവൻ ചോദിച്ചു. അതിന് രണ്ട് പേരും മറുപടിയൊന്നും പറഞ്ഞില്ല.

'ഇത് വരെ ചോദിച്ചില്ല; എന്തോവാ പേര്?'

'അനി.' അവൻ പതിയെ ചിരിച്ചു.

കാറ് കരിയിലകൾ പറത്തി കണ്ണിൽ നിന്നും മറഞ്ഞിട്ടും പയ്യന വിടെത്തന്നെ നിന്നു. അവന് പിന്നിൽ നനഞ്ഞ കാവ് അടുക്കുംചിട്ട യും വെടിപ്പുമില്ലാത്ത പച്ചയായ ജീവിതം പോലെ വിടർന്നു വിലസി. കാവിനുള്ളിൽ നിന്നും തുമ്പികൾ അപ്പൂപ്പൻ താടികൾ പോലെ പൊട്ടി വിരിഞ്ഞ് അവന് ചുറ്റും പറന്നു പടരാൻ തുടങ്ങി.

●

പത്തൊൻപത്

കാറ് തച്ചോട്ടുകാവിൽ നിന്നും നഗരത്തിലേക്ക് തിരിയുന്ന റോഡെത്തും വരെ ഇരുവരും മൗനത്തിൽ മുങ്ങിക്കിടന്നു. 'അച്ഛൻ ജയിലിലാണെന്ന് ഞാനവനോട് പറഞ്ഞു' ലൂക്കാ തന്നെയത് മുറിച്ചു വിട്ടു. 'ഇത്രേം വർഷങ്ങൾക്ക് ശേഷം പെട്ടന്ന് പ്രൊഫസറെ കൊല്ലാനുള്ള ദേഷ്യം അയാൾക്ക് എങ്ങനെ ഉണ്ടായി എന്നതിന്റെ ഉത്തരവും പയ്യന്റെ വായേന്ന് നമുക്ക് കിട്ടി, ഇല്ല്യോ?' നേരേ എതിരേ വെട്ടിക്കേറി വന്ന കാട്ടാക്കട ബസിന്റെ വായിൽ നിന്നും അതിസാഹസികമായി ഒഴിഞ്ഞുമാറിയപ്പോഴും ഈശോ ശവം പോലെ ഇരിക്കുന്നത് കണ്ട ലൂക്കാ ഒച്ചയെടുത്തു 'ദേ എന്നാ പറ്റി? ഇങ്ങോട്ട് വരാൻ ഇയാൾക്കായിരുന്നല്ലോ വല്യ ഉത്സാഹം. എന്നിട്ടിപ്പോ എന്തുവാ ആരാണ്ട് ചത്ത് പോയ പോലിരിക്കുന്നേ?'

'അത് വിട്'' ഉല്സാഹം ഭാവിച്ച് ഈശോ തുടർന്നു 'നീ വല്യ ഡിറ്റക്ടീവിനെപ്പോലെ മുറിയൊക്കെ നോക്കുന്ന കണ്ടല്ലോ?'

'ഇപ്പഴും ആ ഒരു കാര്യം മാത്രം കീറാമുട്ടിയായി നിൽക്കുന്നു. മുറി നോക്കിയിട്ട് ആത്മഹത്യക്കപ്പുറം വേറൊരു സാധ്യതയും പ്രത്യക്ഷത്തിൽ കാണുന്നില്ല. ഇയാൾ സുരേഷ്ഗോപിയുടെ ഡിറ്റക്ടീവ് എന്നൊരു പടം കണ്ടിട്ടുണ്ടോ, അതിൽ വെന്റിലേഷൻ വഴി നീളമുള്ള കുഴൽ വഴി വിഷം കൊടുക്കുന്ന ഒരു രീതി കാണിക്കും. എന്നാ ജനലോ വേന്റിലേഷനോ ഇല്ലാത്ത ഇവിടെ, ഒരിക്കലും നടക്കാത്ത അങ്ങനെയൊരു സാധ്യതക്ക് പോലും വകുപ്പില്ല.' ലൂക്കാ തല പുകയ്ക്കുന്നത് കണ്ട ഈശോ ചിരിച്ചു 'ശാന്തികവാടത്തിൽ മൂന്നു മണിക്കെത്തിയാ മതി; നമുക്കൊരു കാര്യം ചെയ്യാം, നേരേ സ്റ്റേഷനിലേക്ക് വിടാം. രാജാമണിയോട് തന്നെ ചോദിക്കാം. അവസാന ആണി ആദ്യ ആണി അടിച്ചവൻ തന്നെ അടിക്കട്ടെ, അല്ലേ?'

'അത് തന്നാ ഞാനും പറയാൻ വന്നത്'' ഉടൻ തന്നെ ഈശോ ഫോണെടുത്ത് ഇൻസ്പെക്ടർ അസീസിനെ വിളിച്ചു. ഒരു മോഷണ ക്കേസുമായി ബന്ധപ്പെട്ട് ആറ്റിങ്ങൽ നിൽക്കുകയാണ് അയാൾ. ഉച്ച കഴിഞ്ഞേ മടങ്ങി വരികയുള്ളൂ. സ്റ്റേഷനിൽ വിളിച്ച്പറയാം, ചെന്നാൽ മതിയെന്ന് അസീസ് അറിയിച്ചു. കാറ് പേയാട് എത്തി യപ്പോൾ ഈശോ ഊറിയൂറി ചിരിച്ചു 'അല്ലാ നീ പൂവൊക്കെ പറിച്ച് അവിടേം ഇവിടേമൊക്കെ ഇടുന്ന കണ്ടല്ലോ, എന്തുവാടാ ഇതൊക്കെ? പൂജയായിരുന്നോ? മൊത്തം ഓവറായിരുന്നു'

'ഇയാക്കത് തോന്നും. പൂവിടുമ്പോ ആ രാജാമണിയോ മകനോ ആ പാവം സ്ത്രീയുടെ ഓർമ്മകൾക്ക് എന്തേലും വില കൽപ്പിക്കു ന്നോന്ന് നോക്കുകയായിരുന്നു ഞാൻ. ആ സ്ത്രീക്ക്പുല്ലുവില പോലും അയാൾ കൊടുത്തിരുന്നില്ല എന്ന് മനസിലായി. ഒരാളെ ഒഴിവാക്കി വിസ്മൃതിയിലാഴ്ത്തുന്നതും വിസ്മൃതിയിലായ ഒരാളെ സ്മരണയിലൂടെ പരി ഗണിക്കുന്നതും തമ്മിൽ വ്യത്യാസമുണ്ട്. ഇല്ലേ? ഞാനിട്ട പൂവുകൾ ആ പയ്യൻ ഇനീം കാണും. ഒറ്റയ്ക്കായ തനിക്ക് മരിച്ചു പോയൊരു അമ്മയെങ്കിലും ഉണ്ടായിരുന്നുവെന്ന തോന്നൽ ഇനി അവന് ഉണ്ടാ യേക്കാം' 'എത്രയെത്ര മരണങ്ങൾ കണ്ടിരിക്കുന്നു. എത്രയെത്ര മരണ സ്ഥലങ്ങളിൽ പോയിരിക്കുന്നു. ഇത് പോലെ എത്രയോ മനുഷ്യരെ കണ്ടിരിക്കുന്നു. ഒരു ജോലി എന്നതിനപ്പുറം ഇതിനൊന്നും വലിയ സ്ഥാനം കൊടുക്കാത്ത ആളാണ് ഞാൻ. എന്നാലും ഈയിടെ ഇപ്പ റഞ്ഞതൊക്കെ വല്ലാത്ത വിഷമം മനസിലുണ്ടാക്കുന്നുണ്ട്'' ഈശോ കണ്ണടച്ചുണ്ടാക്കിയ ഇരുട്ടിലേക്കിറങ്ങിക്കൊണ്ട് പറഞ്ഞു 'മരണം എന്ന് കേൾക്കുമ്പോ ഈയിടെ എന്തോ ഒരു തരം അസ്വസ്ഥത പോലെയാണ്''

'ഹഹ അത് പ്രായമേറി വരുന്നതിന്റെയാ. വല്ലപ്പോഴും ആ ബൈബിൾ എടുത്ത് വച്ചൊന്നു വായിക്ക്. അപ്പോ മനസിലാകും മരണമെന്ന് വച്ചാ ആനന്ദവും പ്രതീക്ഷകളുമാണെന്ന്''

'ഞാൻ മരിച്ചവർക്ക് ചുറ്റും ജീവിച്ചിരിക്കുന്നവരെ ഓർത്തുള്ള വിഷമമാണ് പോത്തേ പറഞ്ഞത്'' ഈശോ ലൂക്കായുടെ തോളത്ത ടിച്ച് ചിരിച്ചു. ആ അടിയിലും ചിരിയിലും അടങ്ങിയിട്ടുള്ള മനശ്ശാസ്ത്രം വായിച്ച ലൂക്കാ ചിരിച്ചില്ല.

•

ഇരുപത്

സ്റ്റേഷനിലെത്തിയപ്പോൾ ഉച്ചയായിരുന്നു. ഞായറാഴ്ചയായതിനാൽ രാജാമണിയെ ലോക്കപ്പ് ചെയ്തിരിക്കുകയാണ്. കോടതിയിൽ നാളെയേ ഹാജരാക്കൂ. ഡ്യൂട്ടിയിലുണ്ടായിരുന്ന പോലീസുകാരനെക്കണ്ട് സംസാരിച്ച ശേഷം ഇരുവരും സെല്ലിനടുത്തേക്ക് ചെന്നു. ഇന്നലെ കണ്ടത് പോലെ തന്നെ ഇരിക്കുകയാണ് അയാൾ. ഈശോ കൊക്കിച്ചുമച്ച് ശ്രദ്ധ ക്ഷണിച്ചു. തുറിച്ചുനോക്കിയ അയാളെ കൈയാട്ടി വിളിച്ചു. എന്തൊക്കെയോ പിറുപിറുത്ത് തലമുടി വലിച്ച്, അലസതയോടെ എഴുന്നേറ്റ് ഇരുമ്പഴികൾക്കടുത്തേക്ക് അയാൾ ചെന്നു. തണുത്ത ഇരുമ്പഴിയിൽ തൊട്ടു നിന്ന് ഈശോ ഒരു വ്യാഴവട്ടം മുൻപ് നടന്ന പോസ്റ്റ്മോർട്ടം മുതൽ മണിക്കൂറുകൾക്ക് മുൻപ് പയ്യനെ കണ്ടത് വരെയുള്ള കാര്യങ്ങൾ ഒച്ച നന്നേതാഴ്ത്തി അതിവേഗം രാജാമണിയെ ധരിപ്പിക്കാൻ തുടങ്ങി. ലൂക്കാ ഈശോ പുരോഹിതനോട് പാപങ്ങൾ കുമ്പസാരിക്കുന്നതായി സങ്കൽപ്പിച്ച് ഊറിച്ചിരിച്ചു. എല്ലാം കേട്ട് കഴിഞ്ഞിട്ടും രാജാമണിയിൽ യാതൊരു ഭാവവ്യത്യാസവും കണ്ടില്ല. അയാൾ ഒന്നും ഉരിയാടാതെ നിൽക്കുന്നത് കണ്ട് ലൂക്കാമുന്നോട്ട് ചെന്നു 'ഗൾഫ് മണിയൻ സകലതും സമ്മതിച്ചു"എല്ലാം സമ്മതിച്ചല്ലോ, പിന്നെന്ത്, എന്നെയങ്ങ് തൂക്കിക്കള-തീർന്നില്ലേ?' ലൂക്കാ അയാളെ അനുനയിപ്പിക്കാൻ ശ്രമിച്ചു 'ഞങ്ങൾക്ക് തന്നെ ഉപദ്രവിക്കാനോ, ഇതൊക്കെ വെളിപ്പെടുത്താനോ ഒന്നും താൽപ്പര്യമില്ല. പക്ഷേ ഒരു കാര്യം മാത്രം താൻ പറഞ്ഞുതരണം-ഒരേ ഒരു കാര്യം. എന്നാ ഇലക്കും മുള്ളിനും കേടില്ലാതെ ഞങ്ങളങ്ങ് പോയേക്കാം" രാജാമണി ലൂക്കായെ നോക്കി'ഊം, എന്ത്?' ലൂക്കാ അഴിയിൽ മുഖം മുട്ടിച്ചു 'അന്ന് രാവിലേ അടച്ചിട്ട മുറിക്കുള്ളിലെ ആൾക്ക് വിഷം കൊടുത്ത് കൊന്നത് എങ്ങനെയായിരുന്നു?' ഓ ഇത്രേ ഒള്ളോ എന്നൊരു സാ മട്ട് രാജാമണിയുടെ ചുണ്ടുകളിൽ വക്രിച്ചു. 'അറിഞ്ഞിട്ട് എന്തോ വേണം?' അയാൾ മുരണ്ടു. 'ഞാൻ

പറഞ്ഞില്ലേ-അത് പറഞ്ഞാ ഞങ്ങൾ വന്ന പോലെ പൊക്കോളാം'

'എനിക്ക് ഇനി ഒരു ചുക്കും നോക്കാനില്ല. ശരി ഞാൻ പറയാം. എനിക്ക് കുറച്ച് പൈസ തരോ'

'തന്നിരിക്കും' ഈശോ അയാളുടെ കണ്ണുകളിൽ സൂക്ഷിച്ച് നോക്കി. അപ്പോൾ ഒച്ച നന്നേ താഴ്ത്തി അയാൾ പറയാൻ തുടങ്ങി 'പൊന്ന് സാറേ അതിലൊന്നും നിങ്ങൾ വിചാരിക്കും പോലെ ഒന്നുമില്ല. അതങ്ങ് ഈ ബോണസ് കിട്ടിയത് പോലെ സംഭവിച്ചതാണ്. സാറ് പറഞ്ഞ പോലെ മണിയന് ഗൾഫിപ്പോവാൻ ഞാനാണ്പൈസ കൊടുത്തത്. അവളുടെ വളയും മാലേം വിറ്റാണ് ആ പൈസ ശരിയാക്കിയത്. ഗൾഫീന്നവൻ ഊമ്പിത്തെറ്റി ഇങ്ങ് വന്നപ്പൊ പൈസക്ക് പകരം ഇരു ചെവിയറിയാത കുറച്ച്സയനൈഡ് ഞാൻ അവന്റട ചോദിച്ചു. അവൻ ഏതാ പരിജയക്കാരന്റെന്ന് സാധനം ഒപ്പിച്ച് തന്ന്. അവള കൊല്ലാൻ തീരുമാനിച്ചേന്റെ അന്ന് രാവിലേ ഞങ്ങള് കൊച്ചിന്റെ തന്തേര കാര്യത്തിൽ വഴക്കുണ്ടായി. വഴക്കെന്നു പറഞ്ഞാ നല്ല വഴക്ക്. ഒടുക്കം ഞാനവള അടിച്ചു. പിടിവലിയായി. എന്തായാലും കൊല്ലാൻ തീരുമാനിച്ചു എന്നാ അവസാനമായി ഒന്ന് ചെയ്തിട്ടുകൊല്ലാന്ന് എനിക്ക് തോന്നി. ഇനി ഒരിക്കലും പറ്റൂലല്ലാ. അങ്ങന അനുനയിപ്പിച്ച് എടുത്ത് കെട്ടിപ്പിടിയായി, ആവേശമായി-മനസിലായില്ലേ, ഞങ്ങള് ബന്ധപ്പെട്ട്. മയങ്ങിക്കിടന്ന അവള തുണിയെല്ലാം അഴിച്ചെടുത്ത് ഞാൻ കയ്യെത്താത്തടത്തിട്ടു. അവസാനമായി ഒന്ന് കാണാൻ ആയിരിക്കും, എനിക്കങ്ങനെ തോന്നി, ഞാൻ ചെയ്തു. എന്നിറ്റ് അടുക്കളേപ്പോയി കാപ്പിയിട്ട്. സയനൈഡ് അതീ ചേർത്ത് അവളുടെ അടുത്ത് വച്ച്. പിന്നവള വിളിച്ചുണത്തി കാപ്പി ആറും മുൻപ് കുടിക്കാൻ പറഞ്ഞു. ഉണർന്ന ഉടനേ തുണി തേടിപ്പിടിച്ച് ഉടുക്കാൻ അവൾ വെപ്രാളപ്പെട്ടപ്പ കതകടച്ചിട്ട് ഉട്, ആരെങ്കിലും പെട്ടന്ന് കേറി വരും എന്ന് പറഞ്ഞിട്ട് ഞാൻ വെളീ ഇറങ്ങി നിന്ന്. നേരേ മണിയന്റെ പെരയിടത്തിപ്പോയി അവനോട് കാര്യം പറഞ്ഞ്. അവള് കാപ്പി കുടിക്കോ കുടിക്കൂലെ? ആകെ ടെൻഷനായിരുന്ന്.'

ഒരു പോലീസുകാരൻ അത് വഴി വന്നപ്പോൾ രാജാമണി സംസാരം മുറിച്ചു. ലൂക്കാ അയാൾ പറയുന്നതിനൊപ്പം മനസ്സിൽ ഓടിക്കൊണ്ടിരുന്ന സങ്കൽപ്പചിത്രങ്ങൾ മുറിഞ്ഞതിൽ ഖിന്നനായി. തളർച്ചയും ആലസ്യവും ഉള്ളതിനാൽ അവർ കാപ്പി കുടിക്കുമെന്ന് അവൻ കണ്ടു. സ്വന്തം നഗ്നതയിൽ ഭയപ്പെട്ട് ഉടൻ സാരിയെടുത്തുടുക്കുമെന്നും അവൻ കണ്ടു. ഈശോ വിഷം കലർന്ന കാപ്പി കുടിച്ച യുവതിയുടെ, രക്തത്തിൽ നിന്നും പ്രാണവായു ലഭിക്കുന്നത് നിലച്ച കോശങ്ങൾ നിലവിളിക്കുന്നത് കണ്ടു. ഹൃദയം കീറിപ്പൊളിയുന്ന വേദനയിൽ

അവർ ഉരുളുന്നത് കണ്ടു. രക്തം വെപ്രാളപ്പെട്ട് തീ പോലെ തിളക്കു ന്നത് കണ്ടു. പാരവശ്യത്താൽ വാ പിളർന്ന് വിരലുകൾ കൂർപ്പിച്ചു കാണിച്ചു കൂട്ടുന്ന പരാക്രമങ്ങൾ കണ്ടു. ജീവൻ വഹിച്ചു കൊണ്ട് തുമ്പികൾ താക്കോൽപ്പഴുതിലൂടെ ആകാശത്തേക്ക് പറന്നു പോകവേ മുൻപത്തേക്കാൾ ഒച്ച താഴ്ത്തി രാജാമണി തുടർന്നു 'പതിനൊന്ന് മണി വര ഞങ്ങള് കിളച്ച്. പിന്ന ഞാൻ വീട്ടിലോട്ട് പോയി. കൊച്ച് അകത്ത് കിടന്ന് കരയണ കേട്ടപ്പഴേ കാര്യം ഞാൻ ഉറപ്പിച്ച്. എത്ര വിളിച്ചിട്ടും കതക് തുറന്നില്ലെന്നും പറഞ്ഞ് അയലോക്കക്കാരെയെ ല്ലാം വിളിച്ചു കൂട്ടി. ഞങ്ങൾ കതക് തള്ളിത്തുറന്നപ്പൊ അവൾ മരിച്ചു കിടക്കേയിരുന്ന്' രാജാമണി പറഞ്ഞു നിർത്തി.

'ഉം' ലൂക്കാ മൂളി. ഈശോ മൂളാൻ മറന്നു നിന്നു. ഇരുവരും മിണ്ടു ന്നില്ലെന്ന് കണ്ട രാജാമണി തല ചൊറിഞ്ഞു 'വെഷന്നിറ്റ് കൊടൽ കരിയണ് സാറേ, എന്തേലും കുറച്ചു പൈസ പോലീസുകാരേ കൊടു ത്തിറ്റ് പോവോ. വല്ല ആഹാരോം അവർ വാങ്ങിച്ചോണ്ട് തരും'

• •

ഈശോ സ്റ്റേഷനിൽ നിന്നുമിറങ്ങി കാറിനടുത്തേക്ക് നടന്നു. ലൂക്കായും ധൃതിയിൽ കൂടെയെത്തി ഡ്രൈവിംഗ് സീറ്റിലേക്ക് നൂഴ്ന്നു കടന്നു. ഈശോ വാച്ച് നോക്കി. 'സമയമുണ്ട്. ശാന്തികവാടത്തിലേ ക്ക് വിട്ടോ' കാർ നിരത്തിലൂടെ ഇഴഞ്ഞു നീങ്ങവേ ലൂക്കാ ഈശോയെ തോണ്ടി 'ഞാനൊരു കാര്യംചോദിക്കട്ടേ?' ചോദിച്ചോ എന്ന് കണ്ണ് കാട്ടി ഈശോ ഗൗരവത്തിലിരുന്നു. 'ഈ പരുമല പള്ളിയുടെ വാസ്തുശിൽപ്പി ആരാ?' എത്ര വിശദീകരിച്ചാലും മനസിലാകാത്ത പോലീസുകാരനെയെന്ന വണ്ണം ഈശോ ലൂക്കായെ നോക്കി പല്ലിറു മ്മി 'പമ്പേല് മുങ്ങിച്ചത്ത നിന്റെ വല്യപ്പൻ ചാൾസ് കൊറയ' ലൂക്കാ 'ദാറ്റ്സ് മൈ മാൻ' എന്ന് ഈശോയുടെ തോളിൽത്തട്ടി അഭിനന്ദിച്ച ശേഷം തുടർന്നു 'ഓക്കെ അത് വിട്. സപ്പോസ്, അന്നാ സ്ത്രീ കതക് അകത്ത് നിന്നടച്ചുറപ്പിച്ച ശേഷം വീണുകിട്ടിയ സ്വകാര്യത അല്പം ആസ്വദിക്കാമെന്ന് കരുതി; വസ്ത്രങ്ങൾ ധരിക്കാൻ നിൽക്കാതെ കട്ടിലിലേക്ക് ചെരിഞ്ഞു കിടന്ന് കാപ്പി കുടിക്കാനാണ് തീരുമാനി ച്ചിരുന്നതെങ്കിലോ?'

അങ്ങനെയായിരുന്നെങ്കിൽ പിന്നീട് എങ്ങനെയാവും രാജാ മണിയും അയൽക്കാരും അവരെ മരിച്ച നിലയിൽ കണ്ടെത്തുക യെന്നും, എന്തെല്ലാം അനുമാനങ്ങളായിരിക്കും പോലീസ് കൈക്കൊ ള്ളുകയെന്നും സങ്കൽപ്പിച്ച് ഈശോ കൈകൾ നെഞ്ചിൽ കെട്ടി കണ്ണടച്ചിരുന്നു 'പക്ഷേ അവരൊരു മലയാളി സ്ത്രീയായിപ്പോയില്ലേ,'

'ഇവരൊക്കെ സ്വന്തം നഗ്നതയെപ്പോലും ഭയപ്പെടുന്നതെന്ത് കൊണ്ടാണ്?'

'അതിനുള്ള ഉത്തരം ഉടനേ ഞാൻ തരാം നീ വണ്ടി ഓടിക്ക്'

'ഇനി നമ്മൾ എന്തുവാ ചെയ്യുക?' ലൂക്കാ കാർ വേഗത്തിലാക്കി. അവന് ഉള്ളിലുള്ള ഒട്ടേറെക്കാര്യങ്ങൾ തുറന്നു പറയണമെന്നും ഈശോക്ക് ഉള്ളിൽത്തന്നെ ഒരുപാട് കാര്യങ്ങൾ മറച്ചു മൂടണമെന്നും തോന്നി.

●

ഭാഗം രണ്ട്
കണ്ടെത്തൽ

With our thoughts, we make the world
Buddha

ഒന്ന്

തെളിഞ്ഞ് തുടുത്ത ആകാശം. ശലഭച്ചിറക് പോലെ മനോഹരമായ ദിനം.

ഈശോയും ലൂക്കായും ധാരാളം പേർ കൊഴുപ്പുരച്ചു കഴുകി നീന്തിത്തുടിക്കുന്ന മ്യൂസിയം വളപ്പിലൂടെ വൈകുന്നേരത്തിന്റെ ഭംഗി നടന്നാസ്വദിക്കുകയായിരുന്നു. പുൽത്തകിടികളും, തണൽമരങ്ങൾക്ക് കീഴെ വിരിച്ച ഇരുമ്പ് കസേരനിരകളുമൊക്കെ പരസ്പരം സല്ലപിക്കുന്ന യുവതീയുവാക്കളെക്കൊണ്ട് നിറഞ്ഞിട്ടുണ്ട്. ഒരുപാട് നിറങ്ങൾ തേച്ച പട്ടങ്ങൾ പറത്തുന്നവരെക്കടന്ന് ഇരുവരും നടന്നു. എങ്ങും പലവർണ്ണങ്ങളിലുള്ള പൂവുകൾ വിരിഞ്ഞിരിക്കുന്നു. അതിനിടയിലൂടെ പാറിപ്പറന്നു കളിക്കുന്ന ചിത്രശലഭങ്ങളെ നോക്കി ഈശോ ചിരിച്ചു 'നിന്റെ ക്ലീഷേ തിയറി പ്രകാരം മരിച്ച പെണ്ണുങ്ങളാണ് ഈ പറന്നു കളിക്കുന്നത്, അല്ല്യോഡാ?'

'ഹേയ്, അത് ഞാൻ വെറുതേ പറഞ്ഞതല്ലേ' ലൂക്കാ ഇറുകിപ്പിടിച്ച ജോഗ്ഗിംഗ് വസ്ത്രങ്ങൾ ധരിച്ച തടിച്ച സ്ത്രീജനങ്ങളെ പ്രത്യേകം വായ് നോക്കി. അവരിൽ നിന്നും കൊഴുപ്പിന്റെ വാർഷികവലയങ്ങൾ തുണികളെക്കവിഞ്ഞ് മുന്നോട്ട് തള്ളിക്കൊണ്ടിരുന്നു. ഈശോ കൈകോർത്ത് നടക്കുന്ന മധ്യവയസ്സ് പിന്നിട്ടവരെയും ഓടിപ്പാഞ്ഞു കളിക്കുന്ന കുട്ടികളെയും മനസ്സിൽ കുറിച്ചിട്ടു.ഒരു കുഞ്ഞ് ഡോറയുടെ ബലൂണുമായി അത് വഴി പറന്നു പോയി.

'കുട്ടിക്കാലത്ത് നടന്ന മോശം അനുഭവങ്ങൾ നമ്മൾ വളരുംതോറും വളർന്നോണ്ടേ ഇരിക്കും, ഇല്ല്യോ' ചായം തേച്ച ദിനോസർ ശില്പത്തിനൊപ്പം നിന്ന് ഫോട്ടോയെടുക്കുന്ന ഉത്തരേന്ത്യൻ ദമ്പതികളെ നോക്കി ലൂക്കാ ചോദിച്ചു. അവരുടെ കുട്ടി ദിനോസറിനെ ഭയന്ന് അല്പം മാറി നിൽക്കുകയാണ്. ചുവന്ന മതിലിലൂടെ മരങ്ങളുടെ

നിഴലുകൾ കുരങ്ങന്മാരെഅടച്ചിട്ടിരിക്കുന്നിടത്തേക്ക് പറ്റിപ്പിടിച്ചു കയറുന്നത് ശ്രദ്ധിക്കുകയായിരുന്ന ഈശോ മൂളി. 'ഊം. അതെ. ഇപ്പൊ എന്നാ പറ്റി അങ്ങനെ തോന്നാൻ'

'ഇന്നലെ ഞാൻ ചെയ്ത ആ ഓട്ടോപ്സി കേസ്.'

'ആ ഹിമാലയയോഗിയുടെ കേസോ?'

'ഉം' ലൂക്കാ കലാപരമായി വീണുകിടക്കുന്ന മരത്തടികളിലൊന്നിലേക്ക് ഇരുന്നു. കൊന്നതും ചത്തതും കണ്ണൂര്കാരാണ്. അറുപത് വയസുകാരനാണ് തലക്ക് ഇരുമ്പ് വടി കൊണ്ടുള്ള ശക്തമായ അടിയേറ്റ് തൽക്ഷണം മരിച്ചത്. പത്തിരുപത് വർഷങ്ങൾക്ക് മുൻപ് നാടുവിട്ട് ഹിമാലയത്തിലും മറ്റും തങ്ങി യോഗിയായി മാറി ഒരാഴ്ച മുൻപ് മാത്രം തിരികെയെത്തിയ ഒരാൾ. കൊന്നത് കണ്ണൂരിൽ നിന്നും വന്ന് തിരുവനന്തപുരത്തുന്ന് കല്യാണമൊക്കെ കഴിച്ച്, കരമന വീടൊക്കെ വാങ്ങി താമസിക്കുന്ന സെക്രട്ടറിയേറ്റ് അസിസ്റ്റന്റായ മുപ്പത്കാരൻ. മരിച്ച യോഗിയുടെ അനന്തരവൻ. വർഷങ്ങൾ നീണ്ട പകയ്യൊടുവിലാണ് അരുംകൊല. പോലീസ് ചോദ്യം ചെയ്തപ്പോ, അനന്തിരവൻ ഒൻപതോ പത്തോ വയസുള്ള കുട്ടിയായിരുന്നപ്പോ ഒരിക്കൽ ഇയാൾ മുറിയിൽ പിടിച്ചു കയറ്റി ബ്ലോജോബ് ചെയ്യിപ്പിച്ചതാണ് സകല അനർത്ഥങ്ങളിലേക്കും നയിച്ച കാരണമെന്ന് തെളിഞ്ഞു. അന്ന് ബലമായി വഷളത്തരം ചെയ്യിച്ച ശേഷം കുട്ടി ആരോടെങ്കിലും പറഞ്ഞാൽ പിന്നീടുണ്ടായേക്കാവുന്ന അനന്തര ഫലങ്ങൾ ഭയന്ന് അയാൾ രായ്ക്കുരാമാനം, കിട്ടിയ തെക്കേഇന്ത്യൻ തീവണ്ടിയിൽ കയറി നാട് വിടുകയാണുണ്ടായത്. പിന്നീടയാളെ ആരും കണ്ടിട്ടില്ല. എന്നാൽ ഭീകരമായ ആ ഓർമകളുടെ കൂർത്ത നഖങ്ങൾ വർഷങ്ങളോളം അനന്തരവന്റെയുള്ളിൽ അള്ളിപ്പിടിച്ച് ചോരയൊഴുക്കി. മാനസികപ്രശ്നങ്ങൾ. മാതാപിതാക്കളുമായി ദൈനംദിനകലഹങ്ങൾ. ട്രൂമകൾ. ഇതിനിടയിലും ആഴത്തിൽ പഠനം. സെക്രട്ടറിയേറ്റ് അസിസ്റ്റന്റ് ജോലിയുമായി നാടുവിടൽ. അസ്വാരസ്യം നിറഞ്ഞ വിവാഹജീവിതം. യോഗി ഒടുക്കം മുൻകാല ജീവിതങ്ങളുടെ കന്മഷങ്ങൾ കഴുകിക്കളഞ്ഞ്, ആത്മീയതയുടെ വെണ്മ പുതച്ച് അനന്തരവന്റെ വീടിന്റെ പടി കടന്നതും രക്ഷയും ശിക്ഷയും മോചനവും മുക്തിയുമെല്ലാം ഇരുവർക്കുമിടയിൽ ബീജവും ചോരയും പോലെ യഥേഷ്ടം ഒഴുകി. തലയ്ക്കടിച്ചു കൊന്ന സമയത്ത് താൻ താനല്ലായിരുന്നു, ആ പഴയ കുട്ടിയായിരുന്നുവെന്നാണ് പ്രതിയുടെ മൊഴിയിൽ പറഞ്ഞിരിക്കുന്നത്.

ഈശോ മണ്ണിലേക്ക് തല കുനിച്ചു 'ഒന്നോർത്താൽ നീയും

ഞാനമെല്ലാം ഇത്തരം ഭൂതകാലകഥകൾ തപ്പലല്യോ ഓരോ ദിവസവും ചെയ്തോണ്ടിരിക്കുന്നെ'

'അതേ, പോസ്റ്റ്മോർട്ടം എന്ന് പറഞ്ഞാത്തന്നെ അതൊരു ഭൂതകാലം തപ്പുന്ന ഏർപ്പാടാണല്ലോ' ലൂക്കാ ചുറ്റം കൂടിയ പ്രാവുകളെ ആട്ടിക്കൊണ്ട് തുടർന്നു 'ശാസ്ത്രീയമായി' എന്നിട്ട് കള്ളച്ചിരിയോടെ ലൂക്കാ ചോദിച്ചു 'ഞാനൊരു ചോദ്യംചോദിക്കട്ടേ, ചൂടാകാതെ ഉത്തരം പറയണം' തലങ്ങനെയുംവിലങ്ങനെയും ഓടുന്ന അണ്ണാറ ക്കണ്ണന്മാരെ നോക്കി ഈശോതലയിൽ കൈ വച്ചു. മുതുകിൽ അനു വാദത്തിന്റെ മൂന്ന് വരകൾ വീണത് പോലെ ലൂക്കാ വിടർന്നു വിലസി 'അതായത്ഇപ്പൊ ഒരു സ്ത്രീയും പുരുഷനും തമ്മിൽ ലൈംഗികമായി ബന്ധപ്പെട്ടുകൊണ്ടിരിക്കുന്നു എന്ന് വച്ചോ. അപ്പോ അങ്ങനെ നടക്കുമ്പോഴൊക്കെ പുരുഷൻ സ്ത്രീയുമായാണോ അതോ സ്ത്രീ പുരുഷനമായാണോ ബന്ധപ്പെടുന്നത്? ആര് ആരെയാണ് ഭോഗി ക്കുന്നത്? നന്നായി ആലോചിച്ച് പുരുഷമേധാവിത്തക്കാരെയും, സ്ത്രീപക്ഷവാദികളെയും, തത്വശാസ്ത്രവിദഗ്ധരെയുമെല്ലാം തൃപ്തിപ്പെ ടുത്തുന്ന നല്ലൊരുത്തരമാണ് ഇയാൾ പറയേണ്ടിയത്. ഒരുമാതിരി സാമ്പ്രദായിക-പാരമ്പര്യവാദികളുടെ ചേലിൽ ഇതിനെ കാണുകയും ചെയ്യരുത്''

ഈശോ അറിയാതെ കുരിശ് വരച്ചു പോയി. അയാൾ കുനിഞ്ഞ് കയ്യിൽത്തടഞ്ഞ കണിക്കൊന്നക്കായയും ചരലും വാരിയെടുത്ത് ലൂക്കായെ എറിഞ്ഞു. ലൂക്കാ കൈകൊണ്ട് മുഖം മറച്ച് ഒഴിഞ്ഞോടി. ഈശോയും അൽപദൂരം അവന് പിന്നാലേ പാഞ്ഞു. പലരും ഇരുവരുടെയും കളി നോക്കി മുഖം തിരിച്ചു. വടിയും പിടിച്ച് നടന്ന ചിലർ ഉറക്കെത്തന്നെ ശകാരവാക്കുകൾ തുപ്പി. കിതപ്പൊന്നടക്കി നഗരസഭയ്ക്കകത്തുള്ള ഇന്ത്യൻ കോഫീ ഹൌസിൽ പോയൊരു ചായ കുടിച്ചാലോയെന്ന് ഈശോ വിചാരിച്ചതും കൈഫോൺ പാടി. മുരളിയാണ്. 'പറഞ്ഞോ മുരളീ എന്തോവാ കാര്യം?'

'ഈശോ സാറേ ഒരത്യാവശ്യ കാര്യം ഒന്ന് കണ്ട് സംസാരിച്ചാൽ കൊള്ളാമെന്നുണ്ട്. സാറിപ്പോ എവിടാ ഉള്ളത്?'

'ഇപ്പോ മ്യൂസിയത്തിലാ. മുരളിയോ?'

'ഞാൻ ആകെ ടെൻഷനിലായിപ്പോയി സാറേ..ഇവിടെ സ്റ്റ്യാച്ചു വിൽ ഹോട്ടൽ റെസിഡൻസിയില്ലേ..'

'ഹോട്ടലിലാന്നോ, റൂം നമ്പർ പറ അങ്ങോട്ട് വന്നേക്കാം'

'റൂമിലല്ല, ഇവിടെ റെസിഡൻസിയുടെ ബിയർ പാർലറിലാ-സാർ,

നിക്ക് ഞാൻ ഇപ്പോ മ്യൂസിയത്തിലോട്ട് വരാം.'

'വേണ്ട മുരളീ ഞങ്ങൾ അങ്ങോട്ട് വരാം' ഈശോ അല്പംദേഷ്യത്തോടെ ഫോൺവിളി മുറിച്ചു. എത്ര ധൈര്യമുണ്ട് ബാറിലേക്ക് തന്നെ വിളിക്കാൻ. മുരളിക്കിതെന്ത് പറ്റി. സംഗതി അറിഞ്ഞതും ലൂക്കാ ചാടിയെണീറ്റ് കൈകൾ വിക്കറ്റ് വീഴ്ത്തിയ ബൌളറെപ്പോലെ ഉയർത്തി ആഹ്ലാദപ്രകടനം നടത്തി. 'ഇയാൾ കോഫീ ഹൌസിൽ കൊണ്ട് പോയി ഒണക്ക ചായ വാങ്ങിത്തരുന്നേന് മുൻപ് ഇങ്ങനൊരു വിളി വരണേന്ന് ഞാനിപ്പോ മനസ്സിൽ വിചാരിച്ചേയൊള്ളൂ' അവന് ചുറ്റും പ്രാവുകൾ പൊട്ടിത്തെറിക്കുന്നത് ഈശോ കൌതുകത്തോടെ നോക്കിയിരുന്നു.

'എന്തേലും പ്രശ്നമുണ്ടായിക്കാണും. അല്ലേൽ മുരളി എന്നെ ഒരു ബാറേലോട്ട് ഒരിക്കലും വിളിക്കത്തില്ല.' മ്യൂസിയം പോലീസ് സ്റ്റേഷന് പിന്നിലായി കനകക്കുന്നിന്റെ മതിലിനോട് ചേർത്ത് ഒതുക്കിയിട്ടിരുന്ന കാറിലേക്ക് കയറവേ ഈശോ പറഞ്ഞു. ചൂട് കപ്പലണ്ടിയുടെ തൊലി ഊതിപ്പറത്തുകയായിരുന്നലൂക്കാ നീട്ടി ചിരിച്ചു 'ഇയാളുടെയീ കർത്താവിൽ അർപ്പിച്ചുള്ള അയ്യോ പാവം ലൈഫ് മുരളിക്ക് പോലും പിടിക്കുന്നൊണ്ടാവില്ല. ഓരോ ബിയറൊക്കെ അടിച്ച് എന്നേം മുരളിയേംപോലൊക്കെ ഇയാളേം ആക്കാനാ ഈ വിളി-അല്ലേൽ നോക്കിക്കോ' പിന്നാമ്പുറംനോക്കിക്കണ്ണാടിയിൽ പിണഞ്ഞു കിടക്കുന്നജപമാലയിലെ ഈശോയെ നോക്കി ലൂക്കാ വണ്ടി മുന്നോട്ടെടുത്തു. 'നീയാ കപ്പലണ്ടിത്തൊലി മുഴുവൻ ഇതിനകത്ത് കൊണ്ടിടുവാണോ, പുറത്തേക്ക് കളയെടാ'

'സ്വന്തം കാറ് നന്നായിരിക്കട്ടെ, നഗരം വൃത്തികേടായിക്കോട്ടേ എന്നല്ലേ?' ലൂക്കായുടെ ചൊറിയിൽ നിന്നും രക്ഷപ്പെടാനായി ഈശോ ഗൌരവത്തിലേക്ക് ഗിയർ പൊക്കി 'നീ നോക്കിക്കോ എന്തോ വലിയ സംഗതി നടന്നിട്ടുണ്ട്.'

'അതെനിക്കും തോന്നി, ഇയാൾ വണ്ടി പറത്തി വിട്ടേ'

•

രണ്ട്

വൈഎംസിഎയ്ക്കും പ്രെസ്സ് റോഡിനും ഇടയിലാണ് ഹോട്ടൽ റെസിഡൻസി. കാറിൽ നിന്നിറങ്ങി ലൂക്കാ ചൂളമിട്ടു. ഗ്രൌണ്ട് ഫ്ലോറിലാണ് ബാർ സജ്ജീകരിച്ചിട്ടുള്ളത്. മങ്ങിയ നീല വെളിച്ചവും, ചുവരിൽ തറച്ച മെലിഞ്ഞ സ്ക്രീനുകളിൽ തകർക്കുന്ന ഹിന്ദി വീഡിയോ ഗാനങ്ങൾ കണ്ട് ബിയർ മൊത്തിക്കുടിക്കുന്നവരും നിറഞ്ഞ കുളിരുള്ള അന്തരീക്ഷത്തിലേക്ക് കാൽ വച്ചതും ലൂക്കായിൽ ഉൾക്കിടിലമുണ്ടായി. സണ്ണി ലിയോൺ മനോഹരമായ ശരീരം പൂത്തിരി കത്തിച്ചാടിത്തിമർക്കുന്ന ചുവരിലേക്ക് അവൻ ആവേശത്തോടെ നോക്കി.

Pink lips, pink lips, pink lips
Pink lips, pink lips, pink lips
Pal-pal tujhko kerte miss
Pink lips, pink lips, pink lips
Pink lips, pink lips, pink lips
I know you want my baby lips

ഈശോ പുരികങ്ങൾക്ക് മേലെ കൈപ്പത്തി പിടിച്ച് പരിചയക്കാരാരെങ്കിലും ഉണ്ടോന്ന് പരതി നോക്കി. ഒരു മൂലയ്ക്കിരുന്ന് മുരളി കൈ വീശിക്കാട്ടി. അങ്ങോട്ട് നടക്കുമ്പോത്തന്നെ ലൂക്കാ തിരക്കിട്ട് പായുകയായിരുന്ന ഒരു പരിചാരകനെ പിടിച്ച് നിർത്തി രണ്ട് ബെഡ്വൈഡ്വസറിനും ഒരു പ്ലേറ്റ് പീനട്ട് മസാലക്കും പറഞ്ഞു. ടൂബോർഗിന്റെ പച്ചക്കുപ്പികൾ തഴച്ച് പടർന്ന മേശയ്ക്കിരുവശത്തേക്കും ഈശോയും ലൂക്കായും ഇരുന്നു. 'സാറിന് ബുദ്ധിമുട്ടായീന്നറിയാം. സോറി കേട്ടോ' മുരളി വാക്കുകൾക്കായി കൊണ്ടാട്ടത്തിലൂടെ പരതി.

'ഓ എന്തോ സോറിയാ. ഇന്നല്ലേ മുരളി സാർ ആദ്യമായി ഒരു നല്ല കാര്യം ചെയ്യുന്നത്. ഇയാക്ക് കൂടി ഞാൻ ഒരു ബിയർ ഓഡർ

ചെയ്തേക്കുവാ' ലൂക്കാ മേശപ്പുറത്ത് മനം നിറഞ്ഞ് താളമിട്ടു.

'ലൂക്കാ നിന്നെ ആരെങ്കിലും ഇങ്ങോട്ട് വിളിച്ചോ, സാറിന് ഞാൻ നല്ല ലൈം ജ്യൂസ് പറഞ്ഞിട്ടുണ്ട്'' മുരളിയുടെ ശാസന കേട്ട് ലൂക്കായുടെ മുഖം മങ്ങി. അവനത് കാര്യമാക്കാതെ ഒരു കൊണ്ടാട്ടമെടുത്ത് കറുമുറെ തിന്നു തുടങ്ങി. ഈശോ ചുറ്റും നോക്കി അക്ഷമനായി 'നേരത്തേ എന്തോ പ്രശ്നമുള്ളത് പോലെ തോന്നി. മുരളിക്ക് എന്തോ പറയാനുണ്ടെന്ന് പറഞ്ഞു'

'പറയാം. വലിയ സംഭവമൊന്നുമല്ല, എന്നാലും ഇക്കഴിഞ്ഞ നാല് മാസത്തിനിടെ ഞാനും ഈശോ സാറും ചെയ്ത രണ്ട് പോസ്റ്റ്മോർട്ടങ്ങളുമായി നേരിട്ട് ബന്ധമുണ്ടായേക്കാവുന്ന ചില സംഗതികൾ അവിചാരിതമായി ഇന്ന് നടക്കുകയുണ്ടായി.' ഗ്ലാസ്സിലിരുന്ന ബിയർ ഒറ്റ വലിക്ക് കാലിയാക്കി മുരളി തുടർന്നു 'എന്റെ അമ്മയുടെ ചേട്ടന്റെ മകൾ ഗൈനക്കോളജിസ്റ്റാണ്. ഇന്ദു. ഇവിടെ തിരുവല്ലത്തൊരു സ്വകാര്യാശുപത്രിയിലാണ് പുള്ളിക്കാരത്തി പ്രാക്ടീസ് ചെയ്യുന്നത്. ഭർത്താവ് പോസ്റ്റൽ വകുപ്പിലാണ്. വീട്ടിലും ഇന്ദു പേഷ്യൻസിനെ കൺസൾട്ട് ചെയ്യാറുണ്ട്. എന്റെ വൈഫ് ഇടയ്ക്കിടെ യൂഷ്വൽ ചെക്കപ്പിനും ഫാമിലി വിസിറ്റിനുമായൊക്കെ ഇന്ദുവിന്റെ വീട്ടിൽ പോകും. അങ്ങനെ ഇന്ന് വൈകുന്നേരം, അതായത് ഒരു മണിക്കൂർ മുൻപ്; ഞാനും വൈഫും കൂടി ഡ്രൈവ് ചെയ്ത് തിരുവല്ലത്ത് പോയി. ഞങ്ങൾ കാർ റോഡരികിലൊരിടത്ത് പാർക്ക് ചെയ്ത ശേഷം ഇന്ദുവിന്റെ വീടിന്റെ ഗേറ്റ് തുറന്നു. കതകിന് മുന്നിൽ നിന്ന് കയ്യൊക്കെ വിടർത്തി ഇന്ദു ഫോണിൽ സംസാരിക്കാൻ ശ്രമിക്കുന്നത് കണ്ടു. അപ്പോൾ കതകിന്റെ പിന്നിൽ നിന്നും മെലിഞ്ഞുചുള്ളി പോലുള്ളൊരു സ്ത്രീയും പത്ത് പതിനാറ് വയസ് പ്രായമുള്ളൊരു പെൺകുട്ടിയും കൂടി ഇന്ദുവിനെ തള്ളി മാറ്റി ഗേറ്റിന് നേരേ ഓടി വന്നു. കണ്ടാൽ അമ്മയും മോളും പോലെയുണ്ട്. സത്യം പറഞ്ഞാൽ ഞാനാദ്യം കരുതിയത് ഈ നാടോടികൾ ഇല്ലേ-വീട്ടിലൊക്കെ കയറി മോഷണം നടത്തുന്ന സംഘം; അവര് വല്ലോം ആകുമെന്നാ. ഞാനും വൈഫും കൂടി ആ പെൺകുട്ടിയെ തടഞ്ഞു വച്ചു. ഉടനേ ആ സ്ത്രീ ഭയങ്കരമായി വയലന്റായി. അവർ ഓടി വന്ന് എന്നെ വലിച്ചു മറിച്ചിട്ടു, വൈഫിനെ മുടിയിൽ പിടിച്ചു വലിച്ച് അടിച്ചു. എന്നെ ചീത്ത വിളിക്കാനും തുടങ്ങി. അപ്പോഴാണ് ഞാനവരുടെ മുഖം ശ്രദ്ധിച്ചത്. മൂന്ന് മാസം മുൻപ് ആ സ്ത്രീയുടെ മൂത്ത സഹോദരൻ വിഷം കുടിച്ചു മരിച്ചപ്പോ പോസ്റ്റ്മോർട്ടം ചെയ്തത് ഞാനായിരുന്നു. അന്നിവരെ കണ്ടത് എനിക്ക് നല്ല ഓർമയുണ്ട്. ഞാനിങ്ങനെ അന്തിച്ച് തറയിൽ ഇരിക്കവേ ഇന്ദു ഓടി അങ്ങോട്ടേക്ക് വന്നു. ഇന്ദുവിന് അത്യാവശ്യം

തടിയൊക്കെയുണ്ട്. ഇടയ്ക്ക് മുട്ടുവേദനയൊക്കെ വരാറുള്ള കക്ഷിയാണ്. ഇന്ദു മുറ്റത്ത് സാരിയിൽ തടഞ്ഞ് മുട്ടിടിച്ച് കമിഴ്ന്നുവീണു. ഞാനും വൈഫും കൂടി ആ നേരത്തെ ഒരങ്കലാപ്പിൽ ഇന്ദുവിനെ വലിച്ചുള്ളിക്കിയെടുത്ത് അകത്ത് കൊണ്ടിരുത്തിയിട്ട് വന്നു നോക്കുമ്പോ ആ സ്ത്രീയുമില്ല പെൺകുട്ടിയുമില്ല.'

പരിചാരകൻ ബിയർ ബോട്ടിലുകൾ കൊണ്ട് വന്ന് ശ്രദ്ധയോടെ തുറന്ന് ഗ്ലാസുകളിലേക്ക് പകർന്നു. ഈശോയുടെ നേർക്ക് തന്നെ ലൈം ജ്യൂസ് ഇറക്കി വച്ചത് കണ്ട ലൂക്കാ അമർത്തിച്ചിരിച്ചു. എന്തെങ്കിലും വേണോ സാർ എന്ന ചോദ്യം പോലെ അയാൾ വളഞ്ഞു നിന്നപ്പോൾ ലൂക്കാ ഒരു ബീഫ് ടിക്ക പറഞ്ഞു. 'എന്നിട്ട് ഇന്ദു ഡോക്ടർക്ക് കാലിന് വല്ലോം പറ്റിയോ?' ലൂക്കായുടെ ചോദ്യം കേട്ട് ഒരു സ്പൂൺ പീനട്ട് മസാല കോരി വായിലേക്കിട്ട് മുരളി നിശബ്ദനായി.

'ആ ജഡ്ജ് കുന്നിലെ ആത്മഹത്യ-അതല്ലേ സംഭവം? രണ്ടാമത്തെ സഹോദരന്റെ ഓട്ടോപ്സി ഞാനാ ചെയ്തത്. ഞാനാ സ്ത്രീയെ കണ്ടിട്ടുണ്ട്. അവർ ആഹാരമേ കഴിക്കില്ലെന്ന് തോന്നും കണ്ടാൽ, അത്രക്കും മെലിഞ്ഞ സ്ത്രീ. ഇത്രേം നിർഭാഗ്യമുള്ളവരെ ഞാൻ കണ്ടിട്ടേയില്ല. കൂടെ ഒണ്ടാരുന്നോരെല്ലാം ഇങ്ങനെ പല രീതിയേൽ ഇല്ലാതാകുമ്പോ ആരായാലും തകർന്നു പോകും; പ്രത്യേകിച്ചും ഒരു സ്ത്രീയാകുമ്പോ.' ഈശോ നാരങ്ങാനീരിറക്കി അനുശോചിച്ചു.

'അല്ല എന്തിനാ ആ സ്ത്രീയും കുട്ടിയും ഇന്ദുവിനെക്കാണാൻ വന്നതെന്ന് ചോദിക്ക്' മുരളി അല്പം നാടകീയത സൃഷ്ടിച്ചപ്പോൾ ലൂക്കാ കണ്ണും കാതും കൂർപ്പിച്ചു 'എന്തോത്തിനാ വന്നെ?'

'ആ പെൺകുട്ടി ഗർഭിണിയാണോന്നറിയാനാ അവര് വന്നത്'

'എന്നിട്ട്?' ഈശോയുടെ കണ്ണുകളിൽ ആകാംക്ഷയുടെ ഞരമ്പുകൾ പൂത്തുലഞ്ഞു. 'ആവശ്യം കേട്ടതും ഇന്ദു പെട്ടന്ന് ചൂടായി. ഒരു പക്ഷേ ആ സ്ത്രീയുടെ മട്ടും മാതിരിയും ഭാഷയുമൊക്കെ കേട്ടിട്ടാകണം. കുട്ടി മൈനറാണെന്ന് കണ്ടപ്പോ വിഷമം വന്നുവെന്നാണ് ഇന്ദു അതേപ്പറ്റി എന്നോട് പറഞ്ഞത്. ഒന്നുകിൽ ഹോസ്പിറ്റലിൽ വന്ന് കാണണം, അല്ലേൽ പോലീസിൽ അറിയിക്കണം എന്നവൾ പറഞ്ഞപ്പോ അവരതിന് വിസമ്മതിച്ച് ഇറങ്ങിപ്പോകാൻ ശ്രമിച്ചു. പിടിച്ചുനിർത്തി ചോദ്യം ചെയ്തപ്പോ ഇന്ദുവിനെ അസഭ്യം പറഞ്ഞ് പുറത്തേക്ക് പോകുകയായിരുന്നു. അവൾ അവരെ തടഞ്ഞുവച്ച് ഭർത്താവിനെ വിളിക്കാൻ തുടങ്ങുമ്പോഴായിരുന്നു ഞങ്ങൾ കയറിച്ചെന്നത്.'

'എന്നിട്ട്, മുരളിക്കവരെ അറിയാമെന്ന് ഇന്ദുവിനോട് പറഞ്ഞോ?'

'ഇല്ലില്ല. വൈഫിനെ അവിടെ നിർത്തിയ ശേഷം ഞാൻ നേരേ ഇങ്ങോട്ട് വരികയായിരുന്നു. അവരെന്നെ തള്ളിയിട്ടില്ലേ, അപ്പോ മുതൽ ശരീരം മുഴുവൻ ഒരേ വിറയലാ. എന്തേലും കുടിച്ച് തലയൊന്ന് തണുത്തിട്ട് സാറിനോട് കൂടി ആലോചിച്ച് എന്തേലും ചെയ്യാം എന്ന് തോന്നി'

'അല്ല ഈ സംഭവവും പോസ്റ്റ്മോർട്ടവുമായി എങ്ങനെ ബന്ധം വരുമെന്നാ മുരളി പറയുന്നത്''

'ഇല്ല, ഞാൻ എന്റെ ഒരു തോന്നൽ പറഞ്ഞതാ. ചിലപ്പോ അങ്ങനെ ആകണമെന്നുമില്ല' മുരളി ഇരുന്ന് പരുങ്ങി.

'ഞാനന്ന് അവരുടെ വീട്ടിൽ പോയതാണ്. വളരെ കഷ്ടം തോന്നും ഓരോ അവസ്ഥകൾ കണ്ടാൽ..ആ കുട്ടിയുടെ കാര്യം സത്യമാണെങ്കിൽ എത്രയും പെട്ടന്ന് നമുക്ക് ഇത് റിപ്പോർട്ട് ചെയ്യണം.'

ലൂക്കായും മുരളിയും ധൃതിയിൽ മേശമേലുണ്ടായിരുന്നതെല്ലാം കുടിച്ചു വറ്റിച്ചു. വന്ന ബീഫ് ടിക്ക എടുത്ത് കൊറിച്ചു കൊണ്ട് ഈശോ പറഞ്ഞു 'തിരുവല്ലം സ്റ്റേഷനിലെ ഇൻസ്പെക്ടർഒരു ഹമീദാണ് അന്ന് ഈ കേസുമായി ബന്ധപ്പെട്ട് ഞാനുമായി സംസാരിച്ചിരുന്നത്. ഇന്ന് തന്നെ ഇക്കാര്യം ഞാൻ ഹമീദിനെ വിളിച്ചു സംസാരിക്കാം'

'അത് മതി. നമുക്ക് ഇറങ്ങിയാലോ സാർ. എന്തായാലുംഞാൻ പോയി വൈഫിനെയും വിളിച്ച് ഇന്ദുവിനെങ്ങനെയുണ്ടെന്നും നോക്കി വരാം' മുരളി പരിചാരകന് നേരേ ബില്ല് കൊണ്ട് വരാനുള്ള കൈമുദ്രകൾ കാട്ടി. 'അപ്പൊഴേക്കും മതിയാക്കിയോ' ലൂക്കാ നിരാശയോടെ എഴുന്നേറ്റു 'ഞാനൊന്ന് മൂത്രമൊഴിച്ചിട്ടു വരാം'

'നീ പൈസാ കൊടുക്കണ്ടെടാ ഞാൻ കൊടുത്തോളാം. ഇതിവന്റെ സ്ഥിരം പരിപാടിയാ. ബില്ല് വരുമ്പോ മൂത്രമൊഴിക്കാൻ പോക്ക്, അല്ലേൽ കൈകഴുകൽ' ഈശോ അവനെ ചൊറിഞ്ഞു. 'എന്നാ ഞാൻ മൂത്രം ഒഴിക്കുന്നില്ല, ബില്ല് വരട്ടേ ഞാൻ കൊടുത്തോളാം' ലൂക്കാ തിരികെ വന്ന് കസേര വലിച്ചിട്ട് ഇരുന്നു.

'നീ ഇവിടിരുന്നോ ഞങ്ങൾ പോകുവാ' ഈശോയും മുരളിയും ചിരിച്ചു കൊണ്ട് പുറത്തേക്ക് നടന്നു.

•

മൂന്ന്

'എന്തായിരുന്നു സംഭവം എനിക്കങ്ങ് മനസിലായില്ല' കാർ സെക്രട്ടറിയേറ്റിന് മുന്നിലൂടെ പോകവേ ലൂക്കാ വിഷയം വീണ്ടും എടുത്തിട്ടു. 'സംഗതി ഗുരുതരമാണോ?' മാധ്യമപ്രവർത്തക യും, പുരോഗമന ജനാധിപത്യവാദിയും, ഗൌരി ലങ്കേഷ് പത്രിക യുടെ പത്രാധിപരുമായ ഗൌരി ലങ്കേഷിനെ തീവ്രഹിന്ദുത്വവാദികൾ വെടി വച്ച് കൊന്നതിൽ പ്രതിഷേധിച്ചു കൊണ്ട് വിവിധ സംഘട നകൾ നടത്തുന്ന ഫാസിസ്റ്റ് വിരുദ്ധജാഥകൾ കടന്ന് പോകുന്നത് നോക്കി ലൂക്കാ ചോദിച്ചു. കൽബുർഗി, നരേന്ദ്ര ധബോൽക്കർ, ഗോവിന്ദ് പൻസാരെ മുതലായവരുടെ ചിത്രങ്ങൾ ഉയർത്തിപ്പിടിച്ചു നീങ്ങുന്നവരെ നോക്കി ഈശോ ചൊടിച്ചു 'ഏത് ഗൌരി ലങ്കേഷ് സംഭവമോ?'

'അത് ജനാധിപത്യവിശ്വാസികളായ ആർക്കാണ് അറിയാൻ പാടില്ലാത്തത്. ഞാൻ ചോദിച്ചത് നമ്മുടെ മുരളി സാർ പറഞ്ഞതെ പ്പറ്റിയാ'

ശംഖുംമുഖത്തേയ്ക്കുള്ള ഇരുനിലബസിന് പിന്നാലേ കാറിനെ പതിയെ അയച്ചുവിട്ടുകൊണ്ട് ഈശോ പറഞ്ഞു 'ശരി പറയാം. മൂന്ന് മാസം മുൻപ് ഒരു പോയിസൻ കേസ് വന്നു. ഒരു സാധാ ആത്മഹത്യ. മുരളിയാണ് അന്നാ മൃതദേഹപരിശോധന നടത്തിയത്. അതിന്റെ റിപ്പോർട്ട് എനിക്കിന്നും നല്ല ഓർമ്മയുണ്ട്.ഇവിടെ നിന്ന് അഞ്ചോ ആറോ കിലോമീറ്റർ അപ്പുറത്ത് ജഡ്ജ്കുന്ന് എന്ന സ്ഥലത്ത് താമ സിക്കുന്ന നാൽപ്പത്തിയഞ്ച് വയസ് തോന്നിക്കുന്ന ഒരാൾ. അയാളെ വീട്ടിനുള്ളിൽ വിഷം കഴിച്ച്മരിച്ച നിലയിൽ കണ്ടെത്തുകയായി രുന്നു. ചാരായവും, ചാള മത്സ്യം ഇഞ്ചിയും വെളുത്തുള്ളിയും പച്ച മുളകും ഉപ്പും ചേർത്ത് ചട്ടിയിൽ അവിച്ചതും, വേവിച്ച കപ്പയുമാണ് അയാളുടെ ആമാശയത്തിൽ ഉണ്ടായിരുന്നത്. ഫ്യൂറിഡാന് ഇതിൽ

ചേർത്ത് കഴിച്ചതായിരുന്നു മരണ കാരണം.'

'ഹോ..ചാരായവും, ചാള മത്സ്യം വെളുത്തുള്ളിയും, പച്ച മുളകും, ഇഞ്ചിയും, ഉപ്പും ചേർത്ത് ചട്ടിയിൽ അവിച്ചതും. കൂടെ വേവിച്ച കപ്പയും ഹോഹോഹോ, അതേതേലും തട്ട്കടേലോ മറ്റോ കിട്ടുവോ?' ലൂക്കാ സീറ്റിൽ നിന്നും ഉള്ളിൽ തീവ്രവാതകങ്ങൾ നിറഞ്ഞ ശവം പോലെ ജലോപരിതലത്തിലേക്ക് പൊങ്ങിവന്നു. ഈശോ നിയമസഭാമന്ദിരത്തിന് മുന്നിലായി കാർ ഒതുക്കി.'ഇവിടെ കിട്ടും, ആ നിക്കുന്ന പോലീസുകാരനോട് ചോദിച്ചാ മതി. ഇറങ്ങി പൊക്കോ എന്റെ കാറേന്ന്''

'ഇയാള് കളിക്കാതെ വണ്ടി എടുക്ക്, ഉം എന്നിട്ട്..ബാക്കി പറ'

ഈശോ കാർ മുന്നോട്ടെടുത്തു 'പോലീസിന് പ്രത്യേകിച്ച് വേറൊന്നും ലഭിക്കാതിരുന്നതിനാൽത്തന്നെ കേസ് ആത്മഹത്യയായി എഴുതി അവസാനിപ്പിച്ചു.'

'ഉം എന്നിട്ട്''

'അത് കഴിഞ്ഞ് കൃത്യം രണ്ട് മാസം കഴിഞ്ഞപ്പോൾ, അതായത് ഇക്കഴിഞ്ഞ മാസം പോയിസൻ വിക്റ്റിമിന്റെ ഇളയ സഹോദരനും ആത്മഹത്യ ചെയ്തു. ഞാനാണ് ആ കേസ് അറ്റൻഡ് ചെയ്തത്''

'സംശയകരമായ എന്തേലും ഉണ്ടായിരുന്നോ?'

'ഓ എവിടെ, ഒരു സാധാ അപകടമരണം. അയാളുടെ വീടിന് പിന്നിലൂടെ ഒരു കനാൽ കടന്ന് പോകുന്നുണ്ട്. ചെറിയതോട് പോലൊന്ന്. കരമനയാറ്റിലോ വെള്ളായണിയിലെ കായലേലോ മറ്റോ പോയി ചേരുന്നതാ. എനിക്കിപ്പോ നല്ല ഓർമ്മയില്ല. അതിൽ മുങ്ങിയാണ് മരിച്ചത്. നാൽപ്പത്തിമൂന്നുകാരനായ അയാൾ ലോഡിംഗ് തൊഴിലാളിയാരുന്നു. ഒരിക്കൽ തടി മറിഞ്ഞു വീണ് കാലൊടിഞ്ഞതിന് ശേഷം അങ്ങനെ പണിക്കൊന്നും പോകാറില്ല. സംഘടനയേലൊക്കെ അംഗത്വമുണ്ടായിരുന്നതിനാൽ മരണത്തെക്കുറിച്ച് കുറച്ച് പരാതികളൊക്കെ വന്നാരുന്നു. വേറെവിടെയോ വച്ച് കൊന്ന ശേഷം തോട്ടിൽ തള്ളിയതാണ്, നീന്തലൊക്കെ വശമുള്ള ആള് ഒരിക്കലും ചെറിയൊരു തോട്ടിൽ മുങ്ങി മരിക്കാൻ സാധ്യതയില്ലെന്നൊക്കെപ്പറഞ്ഞ്. ആൾക്കാർക്കെന്താ പറഞ്ഞുകൂടാൻ പാടില്ലാത്തത്? സ്വന്തം ചർദ്ദിലിൽപ്പോലും ഇവിടാളുകൾ മുങ്ങി മരിക്കുന്നു, പോരാത്തതിന് ഒരു കാല് വയ്യാത്ത ആളും. പോസ്റ്റ്മോർട്ടത്തിൽ അത് അതേ തോട്ടിൽത്തന്നെ മുങ്ങി മരിച്ചതാന്ന് തെളിഞ്ഞു. ശരീരത്തിലെങ്ങും ഒരു സ്ട്രഗ്ഗിൾ നടന്നതിന്റെ യാതൊരു ലക്ഷണങ്ങളും ഇല്ലായിരുന്നു.

തോട്ടിലെ വെള്ളവും ചെളിയും തന്നെയാരുന്ന ആമാശയത്തിലും ഉണ്ടായിരുന്നത്. ലാബ് റിപ്പോർട്ടിൽ ആമാശയത്തിൽ തോട്ട് വെള്ളത്തിൽക്കാണപ്പെടുന്ന ആൽഗകളുടെയും സൂക്ഷ്മജീവികളുടെയും വിശദാംശങ്ങൾ ഉണ്ടായിരുന്നു. നഖങ്ങൾക്കടിയിൽ കണ്ടെത്തിയ ചെളി മരണവെപ്രാളത്തിനിടെ തോടിന്റെ വശങ്ങളിൽ അള്ളി പ്പിടിച്ചപ്പോൾ സംഭവിച്ചതാകണം. പോരേ അങ്ങനെ ആക്കേസ് അവസാനിച്ചു'

'ഉം മദ്യമൊന്നും കണ്ടെത്തിയില്ലേ?'

ഈശോ നമ്മളിതെത്ര കണ്ടിരിക്കുന്നുവെന്ന മട്ടിൽ അലസനായി അവനെ നോക്കി ചിരിച്ചു 'വെളുപ്പാൻകാലത്ത് എന്തോ മദ്യമാടാ.. കുറച്ച് ഉമിക്കരി കിട്ടി.'

'ഞാൻ സീരിയസായി ചോദിച്ചപ്പോ-ദേ ഇയ്യാൾ കളിക്കല്ലേ?'

'നീ വല്ലപ്പോഴുമാണല്ലോ ഒന്ന് സീരിയസാകുന്നേ. അത് കണ്ട് ചിരിച്ചതാടാ.'

'അയാൾ വെളുപ്പിനേ കനാലിന്റെ കരേച്ചെന്നിരുന്ന് പല്ല് തേയ്ക്കു കയായിരുന്നു. കഴിഞ്ഞ മാസം നല്ല മഴയുണ്ടായിരുന്നതിനാൽ കനാലിൽ സാമാന്യം നല്ല ഒഴുക്കുണ്ടായിരുന്നു. ചെളിയിൽ തെന്നി മുഖം കുത്തി വീണ് കാണും. പെട്ടന്ന് വെള്ളം ശ്വാസകോശത്തിലേ ക്കിരച്ചു കയറിയുണ്ടായ ശ്വാസതടസ്സം മൂലം മരിക്കുകയായിരുന്നു. Wet drowning അല്ല്യോ?' ലൂക്കാ പമ്പയിലെ മലവെള്ളപ്പൊക്കങ്ങൾ ഓർക്കുകയാണെന്ന് അവന്റെ ആകാശം നോക്കിയുള്ള കിടപ്പ് കണ്ടപ്പോൾ ഈശോക്ക് തോന്നി. എങ്ങോട്ടേക്കോ നീന്തുന്ന ഒറ്റ പ്പെട്ട മേഘങ്ങൾക്കടിയിലൂടെ കാർ പട്ടത്ത് നിന്നും മുറിഞ്ഞപാലം റോഡിലേക്ക് വളച്ചു കയറ്റിക്കൊണ്ട് ഈശോ അവനെ തട്ടി വിളിച്ചു. 'ഞാൻ സംഭവദിവസം വൈകിട്ട് പോലീസുകാരോടൊപ്പം ആ സ്ഥലത്ത് പോയിരുന്നെടാ.'

ലൂക്കാ അയാളെ മിഴിച്ചു നോക്കി 'എന്നിട്ട് എന്തേലും കണ്ടെ ത്തിയോ?'

'ഓ കണ്ടെത്തി. നിന്റെ ഇന്ദു ഡോക്ടറെ തള്ളിയിട്ട ആ സ്ത്രീയേം കുട്ടിയേം അവരടെ കഥേം കണ്ടെത്തി. വേറൊന്നും കിട്ടിയില്ല'

'അത് മതി. അത് മതി. എന്തോവാ അവരുടെ പ്രശ്നം, പറഞ്ഞാട്ടെ'

ഈശോ നിർന്നിമേഷനായി പറയാൻ തുടങ്ങി.

•

നാല്

'ഹമീദും, നാട്ടുകാരും പറഞ്ഞതും ഞാൻ കണ്ടതുമായകാര്യങ്ങൾ ചുരുക്കിപ്പറയാം. ഈ കഷ്ടകാലം വരുമ്പോഎല്ലാം കൂടി ഒരുമിച്ചു വരുമെന്ന് കേട്ടിട്ടില്ലേ; സകലതുംഒന്നിന് പിറകേ ഒന്നായി നഷ്ട്ടപ്പെട്ട് നിസ്സഹായതയിൽ അടിമുടിമുങ്ങിയ വേറൊരു കുടുംബത്തെയും ഞാൻ മുൻപ് കണ്ടതായി ഓർക്കുന്നില്ല. അത്രക്ക് ഇരുണ്ട കുടുംബം. ഒരു വശത്ത് തോടുംമറുവശത്ത് ഒരു മൊട്ടക്കുന്നുമൊക്കെയായി ഒറ്റപ്പെട്ട ഒരിടത്തായിരുന്നു ഇവരുടെ പൊറുതി. അതായത് മൂന്ന് സഹോദരങ്ങൾ പത്ത് സെന്റ് ഭൂമിയിൽ അപ്പുറോം ഇപ്പുറോമായി കുടുംബവുമായി താമസിച്ചിരുന്ന രണ്ട് വീടുകൾ. താബൂക്ക് കട്ടകൾ കൊണ്ട് കെട്ടിയ രണ്ട് മുറീം അടുക്കളയും മാത്രമുള്ള തീപ്പെട്ടിക്കൂട് പോലൊരു വീട്ടിലാണ് ഈ സ്ത്രീയും ആ പെൺകുട്ടിയും താമസിക്കുന്നത്. പഞ്ചായത്ത് സൗജന്യമായി കൊടുത്ത പൈസ കൊണ്ട് വച്ച വളരെ ദുർബലമായ വീട്. കുറച്ചങ്ങോട്ട് മാറി തോട്ടിന് അടുത്തായിട്ടുള്ള വളരെ പഴയ ഓടിട്ടൊരു വീട്ടിലാണ് മരിച്ചു പോയ രണ്ട് സഹോദരൻമാരും കഴിഞ്ഞിരുന്നത്. അതാണവരുടെ കുടുംബ വീട്. പാചകമൊക്കെ അവരവര് തന്നെ ചെയ്താണ് കഴിപ്പ്. തോട്ടിൽ വീണു മരിച്ചയാൾ വീട്ടിൽ നിന്നൊന്നും കഴിക്കാറില്ലായിരുന്നു. ജങ്ഷനിൽ ഒരു ഹോട്ടലിൽനിന്നാ മൂന്ന് നേരോം അയാൾ കഴിച്ചിരുന്നത്. മറ്റേ സഹോദരൻ ഒറ്റക്ക് പാചകം ചെയ്ത് മിക്കവാറും എങ്ങും പോകാതെ വീട്ടിനുള്ളിൽത്തന്നെ ഇരിക്കുന്ന പ്രകൃതക്കാരനാണെന്നാണ് അറിഞ്ഞത്. ഒടുക്കം ആഹാരമുണ്ടാക്കി അതിൽ വിഷം ചേർത്ത് കഴിച്ച് അയാൾ മരിക്കുകയും ചെയ്തു. കുന്നിലൂടെയുള്ള ഇടവഴിയേ അല്പദൂരം നടന്നാലേ റോഡിലേക്ക് പോലും എത്താൻ പറ്റൂ. അടുത്തൊന്നും അയൽക്കാരായിട്ട് അധികം പേരില്ല. ഉള്ളവരോട് തന്നെ ഇവർക്ക് വലിയ ബന്ധമൊന്നും ഇല്ലായിരുന്നു.'

'ഇവര് ഇവിടത്ത്കാര് തന്നാണോ, അതോ?'

'അങ്ങനെ ചോദിച്ചാ ഇവര് ഇവിടെത്തന്നെ ജനിച്ചോരാ, അച്ഛനം അമ്മേം ഇവിടത്തുകാരല്ല. പണ്ട് നാഗർകോവിലിൽ നിന്നും സദ്യക്കുള്ള വാഴയിലക്കച്ചവടത്തിനായിട്ട് ചാലയിൽവന്നവരാണ് ഇവരുടെ മാതാപിതാക്കൾ. പിന്നീടവർ തിരുവല്ലം-വെള്ളായണി ഭാഗങ്ങളിലുള്ള ക്ഷേത്രങ്ങളിൽ കല്യാണത്തിനംമറ്റും ഇലയെടുപ്പും സദ്യക്ക് സഹായിക്കലുമൊക്കെയായി ഇവിടെത്തന്നെയങ്ങ് കൂടുകയായിരുന്നു. അവർക്ക് നാല് മക്കളുണ്ടായി. രണ്ട് പെണ്ണും രണ്ടാണും. അങ്ങനെയിരിക്കെ അടിയന്തിരാവസ്ഥ പ്രഖ്യാപിച്ച സമയത്ത് നാഗർകോവിലിൽ ആരെയോ കാണാൻ പോയ അച്ഛൻ പിന്നെ മടങ്ങി വന്നില്ല. എത്ര തെരഞ്ഞിട്ടും എത്ര വാതിലുകൾ മുട്ടിയിട്ടും ഒരു ഗതിയും കാണാതെ വന്നപ്പോൾ ഇവരുടെ അമ്മ തമ്പാനൂർ ട്രെയിനിന് തല വച്ച് ജീവിതം ഒടുക്കുകയായിരുന്നു. അതോടെ ആകെ വല്ലാത്തൊരു മാനസികാവസ്ഥയിലായ പിള്ളാർ അധികമൊന്നും പഠിക്കാൻ നിൽക്കാതെ പല ജോലികൾക്കിറങ്ങി'

'എന്തോ കഷ്ടമാ ഓരോരുത്തരുടെ കാര്യം. ആരായാലുംഉൾവലിഞ്ഞ് അന്തർമുഖന്മാരായിപ്പോകും. അവരിൽ ആരൊക്കെവിഷാദരോഗത്തിന് ചികിൽസിച്ചിട്ടുണ്ട്, ങേ?' ലൂക്കാ കൈകൾപിണച്ച് മുന്നിലേക്ക് നീട്ടി കോട്ടുവായിട്ടു. ഈശോ വല്ലാതെയായി.

'പിന്നെ എന്നെ ഇവിടൊന്ന് ഇറക്കിയേക്ക്' കാർ മുറിഞ്ഞ പാലം എത്തിയപ്പോൾ പുറത്തേക്ക് തലയിട്ട് നോക്കി ലൂക്കാ ഒന്ന് ഉഷാറായി. കോസ്മോപൊളിറ്റൻ ആശുപത്രിയുടെ തൊട്ടപ്പുറത്തായി ഒരു ഷോപ്പിംഗ് കോംപ്ലക്സിനോട് ചേർന്ന് വാല് പോലെ കിടക്കുന്ന മൂന്ന് സെന്റ് ഭൂമിയിൽ ഒരു പഴയ വീട് ലൂക്കായുടെ ചേട്ടൻ മാർക്കോ വാങ്ങിയിട്ടിട്ടുണ്ട്. അതൊക്കെ നന്നായി നോക്കി നടത്തുന്നതിന്റെ ആലസ്യവും അധികാരവും അവന്റെ മുഖത്തു നിന്ന് വിരലടയാളം പോലെ ഈശോ ഒപ്പിയെടുത്തു. മെഡിക്കൽകോളേജിൽ പഠിച്ചിറങ്ങിയ ശേഷം ലണ്ടനിൽഉപരിപഠനത്തിന് പോയ മാർക്കോ അവിടെയൊരു ഹോസ്പിറ്റലിൽ ജോലിയെടുക്കുകയാണ്. ഇടയ്ക്ക് ചില കൂട്ടുകാരെയുംസഹപ്രവർത്തകരെയുമൊക്കെ കൂട്ടിക്കൊണ്ട് വന്ന് മദ്യപാനവുംആഘോഷവുമൊക്കെ നടത്തി അറുമാദിക്കാനുള്ള നഗരമധ്യത്തിലുള്ള ക്ലബ് പോലെയാണ് ലൂക്കാക്ക് ആ വീട്. ഒന്ന് രണ്ട് തവണ ഈശോ അവിടെ പോയിട്ടുണ്ട്. നമ്മുടെ മോർച്ചറിയിൽ വേണേൽ ഞാൻ ഫുഡൊക്കെ കഴിച്ച് താമസിക്കാം എന്നാൽ അവിടെ കർത്താവിനാണെ പറ്റില്ലെന്നാണ് അതിന് ശേഷം ലൂക്കാ ക്ഷണിക്കുമ്പോഴൊക്കെ ഈശോ പറയാറ്. വിഷാദരോഗത്തിന്റെമാലാഖയെപ്പോലെ

ആഴങ്ങളിലേക്ക് കണ്ണുകളെ മറിച്ചിട്ടിരിക്കുന്നഈശോയെ ലൂക്കാ കുലുക്കി വിളിച്ചു 'ഇയാൾ ഇറങ്ങുന്നോ, ഒരു വോഡ്ക കുടിച്ചിട്ട് വരാം' അലസരായ കൂട്ടുകാർ തിങ്ങിപ്പാർക്കുന്ന ലോഡ്ജ്മുറിപോലെയായോ ലൂക്കായുടെ തലയെന്ന് ചൂഴ്ന്നു നോക്കിക്കൊണ്ട് ഈശോ കാർ റോഡരികിലേക്ക് ഒതുക്കി.'നീ ലോകപ്രശസ്ത ചിത്രകാരനായ വാൻഗോഗിനെപ്പറ്റി കേട്ടിട്ടുണ്ടോ?'

'ഓ, ഉവ്വ്. വാൻഗോഗ്, രാജാരവിവർമ്മ, ഡാവിഞ്ചി, പിക്കാസോ, ഡാലി-ഇത്രയുമൊക്കെ ഏതൊരു മലയാളിയെയും പോലെഎനിക്കുമറിയാം. അതിനപ്പുറത്തോട്ട് ചോദിക്കരുത്. ആട്ടെ, ഇപ്പൊ വാൻഗോഗിന് എന്തോ പറ്റി'

'വാൻഗോഗ് പറഞ്ഞത് അയാൾ ഒരാടെ ച്ഛായാചിത്രം വരയ്ക്കുമ്പോൾ ശിരസ്സിന്റെ ബാഹ്യരൂപത്തെയല്ല ആദ്യം നിരീക്ഷിച്ച് പഠിക്കാറ്, മറിച്ച് ആ ശിരസ്സിന്റെ അകത്ത് എന്തോ ഒക്കെയാണ് നടക്കുന്നത് എന്നാണെന്നാ'

'അത് ഡാവിഞ്ചിയുടെ പരിപാടിയല്ല്യോ? അയാളല്ലേ പെയിന്റിംഗ് കോമ്പോസിഷൻ ചെയ്യുംമുൻപ് മനുഷ്യശരീരശാസ്ത്രം പഠിക്കാൻ വേണ്ടി ശവശരീരങ്ങൾ രഹസ്യമായി കീറിമുറിച്ച് പോസ്റ്റ്മോർട്ടം നടത്തിയിരുന്നത്'' ലൂക്കായുടെ കണ്ണുകളിൽ താൽപര്യം വജ്രം പോലെ തിളങ്ങി.

'ഞാൻ ഉദ്ദേശിച്ചത് ഒരാളുടെ ചിന്തകളും, വിചാരങ്ങളും, മാനസിക നിലകളും, ജീവിതവുമൊക്കെയാണ് അയാളെ വരയ്ക്കുംമുൻപ് ആദ്യം പഠിക്കുക എന്നാണ് വാൻഗോഗ് ഉദ്ദേശിച്ചത് എന്നാണ്. ഏത് സാധാരണക്കാരന്റെ ശവശരീരം പോസ്റ്റ്മോർട്ടം ചെയ്യുമ്പോഴും കഴിയുമെങ്കിൽ അയാടെ മുൻകാലജീവിതവുംമാനസികനിലയുടെ ഒരു സാമാന്യവിവരവും കൂടി അറിഞ്ഞു വയ്ക്കുന്നത് നല്ലതാണ്'' ഈശോ കൈനീട്ടി ഡോർ തുറന്നുകൊടുത്തു. ഇറങ്ങുന്നില്ലേ എന്ന ഭാവത്തിൽ ലൂക്കായെ നോക്കി.അവന്റെ മുഖത്ത് കലിയുടെ സൂക്ഷ്മാണുക്കൾ ഇഴഞ്ഞു നടന്നു. 'അല്ല എന്തോവാ ഇയാൾ ഉദ്ദേശിക്കുന്നത്? ഈപ്പറഞ്ഞതൊക്കെ എനിക്ക് മുന്നേ അറിയാം'

ഈശോ തല കുനിച്ചിരുന്നു 'അല്ല ഞാനൊരു കൂട്ടം മനുഷ്യരുടെ ചുറ്റുപാടുകളെപ്പറ്റിപ്പറഞ്ഞിട്ട് നിനക്ക് കേൾക്കാനൊരു താൽപര്യം ഇല്ലാത്ത പോലെ'

'ഓ അതാണോ കാര്യം, ഇതിനൊരു രസമില്ല-ഒരു ത്രില്ലില്ല. ഇയാൾ മുൻപ് എന്നോടെന്താ പറഞ്ഞത്; സംഭവങ്ങൾ പാടീഷ്യാ

സ്മിത്തോ, ഡാവിഞ്ചി കോഡോ ആരാണ്ടോ പറയും പോലെ പറയ ണമെന്നല്ലേ' ലൂക്കാ ഈശോ തുറന്ന കാർ വലിച്ചടച്ച് നെഞ്ചത്ത് കൈ കെട്ടി ഇരുന്നു.

'ഇറങ്ങിപ്പോടാ കോപ്പേ-പോ പോയി കുടിക്ക്-നാളെ നീ ഡിപ്പാർ ട്ട്മെന്റേലോട്ട് വാ കാണിച്ച് തരാം' ഈശോ അവനെ പിടിച്ചു തള്ളി. ലൂക്കാ ഇരുന്ന് ചിരിക്കാൻ തുടങ്ങി 'ഇങ്ങനെ സുപ്പീരിയോ റിറ്റി കോംപ്ലെക്സും ഉദ്യോഗസ്ഥദുഷ്പ്രഭുത്വവും ക്ലീഷേകളും നിറഞ്ഞ ഒരാള്! എന്റെ കർത്താവേ- ഞാൻ ചുമ്മാ പറഞ്ഞതാ. പച്ചയായ ജീവിതമാണ് ഇത്. അല്ലാതെ കഥയോ സിനിമയോ ഒന്നുമല്ല. അതിയാൾക്ക് മനസിലാക്കിത്തരാൻ ഞാൻ ചുമ്മാ കലിപ്പിച്ചത ല്ലേ. ങാ പോട്ടെ ഇയാൾ പറ. അവര് കല്യാണമൊന്നും കഴിച്ചില്ലേ' ഉണങ്ങിപ്പിടിച്ച ചോര പോലെയുള്ള ലൂക്കായുടെ കണ്ണിറുക്കലും ചിരിയുമൊക്കെ പഞ്ഞി കൊണ്ട് പതിയെ, സമയമെടുത്ത് തുടച്ചു മായ്ച്ച ശേഷം ഈശോ വീണ്ടും പറയാൻ തുടങ്ങി "ഞാൻ ആദ്യമേ പറഞ്ഞില്ലേ ബാല്യകാലത്ത് നമുക്കുണ്ടാകുന്ന അനുഭവങ്ങളാണ് നമ്മളെ നിർമിക്കുന്നതെന്ന്. കവി പറഞ്ഞ പോലെ കുഞ്ഞാണ് മനു ഷ്യന്റെ അപ്പൻ. അവര് നാല് പേരും കടുത്ത ഒറ്റപ്പെടലിലൂടെയാണ് വളർന്നു വന്നത്. നാല് പേരും സ്കൂളൊക്കെ അവിടേം ഇവിടേം വച്ച് നിർത്തി പല പണികൾ ചെയ്ത് തോന്നിയ പോലെ വളർന്നു വന്നു. ഇവര് നാല്പേരും അങ്ങോട്ടും ഇങ്ങോട്ടും പോലും വലിയ ബന്ധമോ സംസാരമോ ഒന്നുമുണ്ടായിരുന്നില്ലെന്നാണ് ഇൻസ്പെക്ടർ ഹമീദ് പറഞ്ഞത്. കൂലിപ്പണിക്കാരനായ മൂത്തവൻ കല്യാണം കഴിച്ചില്ല. ലോഡിംഗ്കാരനായിരുന്ന രണ്ടാമൻ തമിഴ്നാട്ടിൽ നിന്നാണ് പെണ്ണ് കെട്ടിയത്. അന്നാ ഒരു രണ്ട് മുറി വീട്ടിലായിരുന്നു നാലഞ്ചു പേർ താമസിച്ചിരുന്നത്. വന്നു കേറി പിറ്റേന്ന് മുതൽ അയാളോട് തമിഴ്നാട്ടിൽ പോയി താമസിക്കാമെന്നും പറഞ്ഞ്വഴക്കും അടിയും ഉണ്ടാക്കിയ അവൾ ഒരു മാസമേ ഇവിടെ പൊറുത്തോള്ളത്രേ. പിന്നെ മൂന്നാമത്തെ സഹോദരി. അവളെ അവിടെ അടുത്തുള്ളൊരു കിണറുവെട്ട് തൊഴിലാളി വിളിച്ചിറക്കിക്കൊണ്ട് പോകുകയായിരു ന്നു. ചടങ്ങായിട്ടൊന്നും ഒന്നുമില്ലായിരുന്നു. അവൾ ഗർഭിണിയായ സമയത്ത് കിണർ കുഴിക്കവേ തൊടി ഇടിഞ്ഞു താണ് അയാൾ മരിക്കുകയായിരുന്നു.'

'ഓ എന്തോവാ ഇത്. ഞാനോ മറ്റോ ആയിരുന്നേ ഭ്രാന്തെടുത്ത് ചത്തേനെ' ലൂക്കാ അമർഷം കൈവെള്ളയിലിട്ട് ഞെരിച്ചുടച്ചു. 'തീർന്നില്ല നീ കേൾക്ക്'' ഈശോ കർച്ചീഫെടുത്ത് നെറ്റിയിലെ വിയർപ്പിനെ ശ്രദ്ധയോടെ പൊതിഞ്ഞെടുത്ത് തുടർന്നു'ആ

സ്ത്രീയെ ഭർത്താവിന്റെ വീട്ടുകാർ ഇറക്കി വിട്ടു. കുടുംബവീട്ടിലേക്ക് തന്നെ തിരിച്ചു വന്ന അവർ പിന്നെ പുറത്തിറങ്ങിയിട്ടില്ലെന്നാണ് അറിഞ്ഞത്. പ്രസവമൊക്കെ ആ വീട്ടിൽത്തന്നെയായിരുന്നു. കുഞ്ഞിന്റെ തല കണ്ട ഉടനേ മരിക്കുകയും ചെയ്തു."അതാണോ മുരളി സാർ പറഞ്ഞ പെൺകുട്ടി?'

'അതെ. ആ കുട്ടിയെ ഏറ്റവും ഇളയ സഹോദരിയാണ് വളർത്തുന്നത്. അവർക്കാ കുട്ടിയെന്ന് വച്ചാൽ ജീവനാണെന്നാണ് അറിയാൻ കഴിഞ്ഞത്. അതിനോട് മാത്രമേ അവർ എന്തേലും സംസാരിക്കൂ. വീട്ടുജോലിക്ക് പോകാനും മറ്റും തുടങ്ങിയത് ആ കുട്ടിയെ നന്നായി വളർത്താനാണെന്ന് അറിഞ്ഞു. അവർ പുറം പണി ചെയ്തിരുന്ന വീട്ടുകാർ പറഞ്ഞിരുന്നത് കുട്ടി എപ്പോഴും നിഴൽ പോലെ അവരുടെ കൂടെ ഉണ്ടാകും എന്നാണ്. അവർക്ക് കൊടുക്കുന്ന ആഹാരവും അവർ അതിന് കൊടുക്കും. അവർ പറയുന്നതേ ആ കുട്ടിക്ക് മനസിലാകൂ, അതേ അനുസരിക്കൂ. സ്കൂളിലൊക്കെ അവർ കൊണ്ട് പോകുമെങ്കിലും ആ കുട്ടിയുടെ തലയിൽ ഒന്നും കേറില്ല. ഒൻപതാം ക്ലാസ് കഴിഞ്ഞിട്ട് പിന്നെ പഠിക്കാനൊന്നും പോയിട്ടില്ല'

'ഉം എനിക്കവരുടെ മാനസികാവസ്ഥ പിടികിട്ടും' ലൂക്കാ പറഞ്ഞു. 'വളരെ കഷ്ടമായിപ്പോയി. ഇത്രേം കൂടുതൽ ലൈംഗികാതിക്രമങ്ങൾ നടക്കുന്ന വേറൊരു രാജ്യവും ലോകത്തുണ്ടാകില്ല. ഈ ലിംഗവും യോനിയും ഉള്ളിടത്തോളം കാലം ഇത്തരം അക്രമപ്രവർത്തനങ്ങളും തുടരും'

'ഇപ്പോത്തന്നെ ഹമീദിനെ വിളിച്ച് ഈ വിവരം അറിയിക്കാം. എത്രയും പെട്ടന്ന് അയാൾ എന്തേലും ചെയ്യും.' സമീപത്തെ സ്വകാര്യമതിലിനുമുകളിൽ പണ്ടാരോ പതിപ്പിച്ച കുപ്പിച്ചില്ലുകളുടെ മുനകളെ പടർപ്പൻ വള്ളിച്ചെടികളുടെ ഇലകൾ രാകിയില്ലാതെയാക്കുന്നത് നോക്കി ഈശോ കൈഫോൺ വലിച്ചെടുത്തു.

•

അഞ്ച്

സമയത്തെ കുത്തിയും വട്ടം കറക്കിയും കൊന്നുകൊണ്ടിരിക്കുന്ന ചുവർഘടികാരത്തിൽ സമയം ഏഴു മണി കഴിഞ്ഞ് പതിനഞ്ചു മിനിറ്റ്. ലൂക്കാ ലാപ്ടോപ്പ് രണ്ടായി വിടർത്തി വച്ച് 1964ൽ ഇറങ്ങിയ പഴയൊരു സിനിമ കാണുകയായിരുന്നു. സീൻ കോണറിയും റ്റിപ്പി ഹെഡ്രനും അഭിനയിച്ച ആൽഫ്രഡ് ഹിച്കോക്കിന്റെ മാർണി. ചെറിയ കുട്ടിയായിരുന്നപ്പോൾ ഒരു രാത്രിയിൽ സംഭവിച്ച ചില ദുരന്തങ്ങൾ പലമാനങ്ങളുള്ള ഫോബിയയായി നായികയുടെ മനസിനെ പിന്തുടരുന്നത് ആകാംക്ഷയോടെ നോക്കിയിരിക്കവേയാണ് മുഷിഞ്ഞതുണികളും ചെരിഞ്ഞ മദ്യക്കുപ്പികളും കുഴമറിഞ്ഞു കിടക്കുന്നതിനിടയിൽ നിന്നെവിടെന്നോ കൈഫോൺ ഒരമ്പ് ചെവിയിലേക്ക് എയ്തത്. നിലത്ത് ചെരിഞ്ഞൊഴുകുന്ന സോഡയിലും വോഡ്കയിലും പൊങ്ങിച്ചിതറിക്കിടക്കുന്ന ഡോക്ടർ മുരളി പോലീസ് ട്രെയിനിംഗ് കോളേജിൽ അവതരിപ്പിച്ച മുങ്ങിമരണങ്ങളെപ്പറ്റിയുള്ള ആട്ടോപ്സി ബേസ്ഡ് റിസർച്ച് ആർട്ടിക്കിൾത്താളുകളിൽ ചവിട്ടിച്ചെന്ന് ലൂക്കാ ഫോൺ തപ്പിയെടുത്തു. ഈശോയാണ്. 'എടാ മോനേ നിനക്ക് സുബോധം ഉണ്ടോ?'

'ഇല്ലേൽ ഇയാള് കുറച്ച് തരുമോ? എന്തോവാ കാര്യം'

'അരമണിക്കൂറിനിടെ ഉണ്ടായ സംഭവങ്ങൾ വല്ലോം നീ അറിഞ്ഞോ? ഇല്ലേ പൊറത്തോട്ട് ഇറങ്ങി വന്നേ' അത് കേട്ട ലൂക്കാ ചീപ്പും ഗ്ലാസും പൂട്ടും താക്കോലുമൊക്കെ തള്ളിത്താഴെയിട്ട് ജനൽ തുറന്ന് നോക്കി 'ഇയാൾ എവിടാ?'

'ഞാൻ ഇവിടെ പൊട്ടക്കുഴി മുക്കിലുണ്ട്. ഏക്കേജി പാർക്കേലോട്ട് വാ'

ഉടൻ തന്നെ ലാപ്ടോപ്പ് അടച്ച്, കതക് പൂട്ടി ലൂക്കാ പുറത്തേക്ക് ചാടി. ഒരാൾക്ക് റോഡ് വരെ കഷ്ടിച്ച് നടന്നു പോകാവുന്ന വഴി

മാത്രമേയുള്ളൂ. വീടിന് മുന്നിലായി ഒരു സസ്യാഹാരഹോട്ടലുണ്ട്. തൊട്ടപ്പുറത്ത് ആശുപത്രിയുള്ളതിനാൽ അവിടെ എപ്പോഴും നല്ല തിരക്കായിരിക്കും. കൌണ്ടറിലിരിക്കുന്നയാളെ കയ്യെടുത്ത് കാട്ടി ലൂക്കാ റോഡിലേക്കിറങ്ങി. ചീറ്റിയൊഴുകുന്ന ചോര പോലെ വാഹനങ്ങൾ. രഹസ്യങ്ങളിലേക്കെന്ന വണ്ണം തിരിച്ചുവച്ച അവയുടെ പ്രകാശക്കണ്ണുകൾ. രാത്രിയെ അതല്ലാതാക്കുന്ന ഒച്ചകൾ. എങ്ങോട്ടോ പായുന്ന മനുഷ്യർ.

ഈശോയുടെ കാർ റോഡരികിലൊന്നും കണ്ടില്ല. 'ഇത്ര അടുത്ത് വന്നാലും ആ വീട്ടിലോട്ട് ഒന്ന് കേറിയേച്ചും പോകരുത്''എന്ന് തന്നെ കാണുന്ന മാത്രയിൽ പറയണം എന്ന് മനസിലുറപ്പിച്ച് ലൂക്കാ ഏക്കേജി പാർക്കിലേക്ക് നടന്നു. പലയിടത്തു നിന്നും ചിതറി വീഴുന്ന ഉടഞ്ഞ കണ്ണാടിത്തുണ്ടുകൾ പോലെയുള്ള വെളിച്ചങ്ങളിൽക്കുളിച്ച് ഈശോ ഒരു സിമന്റ് ബെഞ്ചിലിരിക്കുന്നത് ലൂക്കാ ദൂരെ നിന്നേ കണ്ടു. 'കാറെവിടെപ്പോയി? ഇയാൾ ഇതെങ്ങനെ വന്നു?' കാക്കകൾ കഞ്ഞിയും കറിയും വച്ച് കളിച്ച സിമന്റ് ബഞ്ചിലേക്കിരുന്നു കൊണ്ട് ലൂക്കാ ചുറ്റും നോക്കി. 'ഞാനും മുരളിയും ഡോക്ടർ ലാലും കൂടി നമ്മുടെ അറ്റന്റർ പ്രകാശന്റെ മോളെ കാണാൻ എസ്യുറ്റീൽ[1] നിൽക്കുകയായിരുന്നു. അപ്പോഴാ ഇൻസ്പെക്ടർ ഹമീദ് വിളിച്ചത്. ഞാൻ ലാലിന്റെ വണ്ടീമെടുത്ത് ഇങ്ങ് പോന്നു' എതിരേയുള്ള കടയുടെവശത്ത് നിർത്തിയിട്ടിരുന്ന ബൈക്ക് ചൂണ്ടി ഈശോ പറഞ്ഞു. 'അൽപനേരം പാവങ്ങളുടെ പടത്തലവന്റെ പേരിലുള്ള പാർക്കിൽ വിശ്രമിക്കാമെന്നു വിചാരിച്ചു, എന്താ?'

'ങാ, ഹമീദ് ആ പെൺകുട്ടിയുടെ വീട്ടിൽ പോയോ? എന്നിട്ട്, എന്തായി കാര്യങ്ങൾ? അരമണിക്കൂറിനിടെ എന്തൊക്കെയോ നടന്നെന്നാണല്ലോ ഫോണേൽ പറഞ്ഞത്''

'സീ യാതൊരു ബാഹ്യമായ തെളിവുകളും ഇല്ലാത്ത സാഹചര്യത്തിൽ ഒരാളെ കത്തിച്ചു കൊന്നതാണോ അയാൾ സ്വയം കത്തി മരിച്ചതാണോ എന്ന് തെളിയിക്കുകയെന്ന വെല്ലുവിളി പോലെയാണ് ചില കാര്യങ്ങൾ' ഈശോ പറയാൻ തുടങ്ങി. 'എന്നാൽ ചില കാര്യങ്ങളോ കൊലയാളി കത്തിയും പിടിച്ച് ശവത്തിനരികെത്തന്നെ ഇരുന്നാലെന്ന പോലെ എളുപ്പവും'

•

1 ശ്രീ ഉത്രാടം തിരുനാൾ ഹോസ്പിറ്റൽ

ആറ്

'ഹമീദ് വളരെ സമർത്ഥമായ ഒരുദ്യോഗസ്ഥനാണ്. വളരെ ഏകാഗ്രതയോടെ കേസുകളെ സമീപിക്കുന്ന ആൾ. അയാൾക്ക് അയാളുടേതായ ചില കടുംപിടുത്തങ്ങൾ ഉണ്ടെന്നെനിക്ക് തോന്നിയിട്ടുണ്ട്. അയാളെടുക്കുന്ന ചില നിഗമനങ്ങൾ തെറ്റാണെങ്കിലും അതിലയാൾ ഉറച്ച് നിന്നു കളയും. അത് മാത്രമേ ഒരു പ്രശ്നമായി എനിക്ക് തോന്നിയിട്ടുള്ളൂ. സ്ത്രീകളോടും കുട്ടികളോടുമുള്ള അതിക്രമങ്ങൾക്കെതിരെ വളരെ കർശനവും രൂക്ഷവുമായി പെരുമാറുന്നത് അയാൾക്കൽപ്പം കുപ്രസിദ്ധിയും നൽകിയിട്ടുണ്ട്. വെള്ളായണി അനാശാസ്യകേന്ദ്രം കേസിനെപ്പറ്റി പത്രങ്ങളിൽ വായിച്ചിട്ടില്ലേ, മണിപ്പൂരിൽ നിന്നും പെൺകുട്ടികളെ കടത്തിക്കൊണ്ട് വന്നിരുന്ന ഇടനിലക്കാരി സ്ത്രീയെ ടെറസിൽ നിന്നും തള്ളിയിട്ട് കൊല്ലാൻ ശ്രമിച്ചതിനും,കുഞ്ഞുങ്ങളെ ഉപദ്രവിച്ചിരുന്ന ഒരോട്ടോ ഡ്രൈവറുടെ ജനനേന്ദ്രിയം ചവിട്ടിക്കലക്കിയതിനും, കാമുകിയുടെ മുഖത്ത് ആസിഡൊഴിച്ചവനെ ജീപ്പിടിടിച്ചതിനും അയാളെ മനുഷ്യാവകാശ പ്രവർത്തകരും കമ്മീഷനുകളുമൊക്കെ എത്രയാ ഇട്ട് പന്ത് തട്ടിയത്.ങാ, പെൺകുട്ടിയുടെ കാര്യം കേട്ട പാതി കേൾക്കാത്ത പാതിഅയാൾ രണ്ട് വനിതാ പോലീസുകാരികളെയും, സ്റ്റേഷൻ സ്കൂളുകളുമായി ബന്ധിപ്പിച്ച് നടത്തി വരുന്ന കൗൺസിലിംഗിൽ പദ്ധതിയിൽ ക്ലാസുകളെടുക്കാറുള്ള ഒരു ബോധവൽക്കരണവിദഗ്ധയെയും കൂട്ടിക്കൊണ്ട് ജഡ്ജ്കുന്നിലേക്ക് പോയി. അവരെ വിഷമിപ്പിക്കണ്ടാന്ന് കരുതി ഹമീദ് മഫ്ടിയിലാണ് ചെന്നത്. ഇവര്ചെല്ലുമ്പോ അവരും മോളും കൂടി മുറ്റത്ത് ഉണക്കാനിട്ടിരുന്ന പുളിയിഞ്ചി വാരിക്കൊണ്ട് നിൽക്കുകയായിരുന്നു. മുൻപ്ഹമീദിനെ കണ്ട് പരിചയമുള്ള സ്ത്രീ പെൺകുട്ടിയെയും കൊണ്ട്ഓടി അകത്ത് കയറി കതകടച്ചു കളഞ്ഞു. വന്ന കാര്യം പറഞ്ഞ്ഇവർ കതകിൽ മുട്ടിയപ്പോ സ്ത്രീ അലമുറയിട്ട് കരയാൻ തുടങ്ങി. കൂടെക്കൊണ്ട് പോയ വനിതാപ്പോലീസുകാരികൾ അല്പംചൂടത്തികളായിരുന്നു. അവർ ഏതാണ്ട് കതക് ചവിട്ടിത്തുറക്കും എന്നായപ്പോ ആ സ്ത്രീ കതക് തുറന്ന് അലറി വിളിച്ച് മുറ്റത്തേക്ക്

ഓടി. പുളിയിഞ്ചി ഉണക്കാനിട്ട പായിൽ ചെന്ന് വീണ് ഉരുളാനും കരയാനും മണ്ണ് വാരി എറിയാനുമൊക്കെ തുടങ്ങി. വനിതാപ്പോലീസുകാരികൾ രണ്ടും അവരെ പിടിച്ചെഴുന്നേൽപ്പിക്കാൻ പോയപ്പോ ഹമീദും ബോധവൽക്കരണവിദഗ്ധയും കൂടി പെൺകുട്ടിയെ നോക്കി വീട്ടിനകത്തേക്ക് ചെന്നു. ഒരു തൊഴുത്തിൽ കയറിയാൽ എങ്ങനെയുണ്ടാകും അങ്ങനെയായിരുന്നു ആ വീടിനകം കണ്ടപ്പോൾ തോന്നിയതെന്നാണ് അയാളുടെ തന്നെ വാക്കുകൾ. ഒരു ടീവിയോ, ഫാനോ, നല്ലൊരു ട്യൂബ് ലൈറ്റോ, മിക്സിയോ, ഫ്രിഡ്ജോ, കട്ടിലോ ഒന്നും തന്നെയില്ലാത്ത ഇരുണ്ട മുറികൾ. കിട്ടിയ അൽപനേരം കൊണ്ട് ഹമീദ് ഒരു പഴയ മൊബൈൽ അവിടെ നിന്നും തപ്പിയെടുത്തിട്ടുണ്ട്. ആ പെൺകുട്ടിയുടെതാണെന്നാണ് തോന്നുന്നത്. അകത്തെ ഇരുട്ടിലൊന്നും അവളില്ലായിരുന്നു. നോക്കുമ്പോൾ അടുക്കള വാതിൽതുറന്നു കിടക്കുന്നു. ഓടി പുറത്തിറങ്ങി നോക്കുമ്പോൾ പെൺകുട്ടി ചെറിയ മൊട്ടക്കുന്നിലേക്ക് കയറുകയാണ്. അവൾ ഏതെങ്കിലും കിണറ്റിലോ കുഴിയിലോ ചാടിയാൽ സംഗതി കൈവിട്ടുപോകുമെന്ന് ഭയന്ന ഹമീദ് അവളെ അനുനയിപ്പിക്കാൻ ശ്രമിച്ച് പിന്നാലേ പാഞ്ഞു ചെന്നു. ഭയന്ന ആക്കുട്ടി അലറിക്കൂവി ഓടി മറഞ്ഞു. കൌൺസിലർ കുറച്ച് ഓടിയപ്പോഴേക്കും അണച്ച് തളർന്ന് ഒരിടത്ത് ഇരുന്നു പോയി. മറ്റേ സ്ത്രീയെ വിട്ട് രണ്ട് പോലീസുകാരികളും ഹമീദും കൂടി ആ മലയായ മലയെല്ലാം ആ കുട്ടിയുടെ പിറകേ ഓടി. ഈ നിലവിളിയും ബഹളവുമെല്ലാം കേട്ട് നാട്ടുകാരിൽ ചിലരൊക്കെ അങ്ങോട്ട് വന്നു. അവർ വിളിച്ചറിയിച്ചതനുസരിച്ച് നാട്ടിലെ പ്രധാന ലോക്കൽ നേതാക്കന്മാരും പഞ്ചായത്തംഗങ്ങളുമൊക്കെ മിനിട്ട് വച്ച് അവിടേക്കെത്തി. ആകെ സീനായി. അപ്പോഴേക്കും കുട്ടി കുന്നിറങ്ങി കനാലിന്റെ കരയിൽ കയറി. അത് വഴി വന്ന അയൽക്കാരിൽ ചിലർ അവളെ പിടിച്ചു നിർത്തി. അപ്പോഴേക്കും ആ സ്ത്രീ ഓടി വന്ന് അവളെ വലിച്ചു പിടിച്ച് നിലത്തിരുന്നു. ബഹളം വച്ച നാട്ടുകാരെ മാറ്റി നിർത്തി നേതാക്കന്മാരോടും മറ്റും കാര്യം ഹമീദ് അറിയിച്ചപ്പോൾ സകലരും ഒന്നടങ്ങി. ഇത്രേം പാവങ്ങളും വളരെ നിശബ്ദരായി ഒതുങ്ങി ജീവിക്കുന്നവരുമായ ഇവരോട് ഈ അതിക്രമം കാട്ടിയവൻ ആരായാലും അവനെ പിടിക്കണം എന്നായി അവരെല്ലാം. ബോധവൽക്കരണവിദഗ്ധ സംസാരിക്കാൻ ശ്രമിച്ചെങ്കിലും പെൺകുട്ടി വല്ലാത്ത ഭാവത്തിൽ ആ സ്ത്രീയുടെ മടിയിലേക്ക് പറ്റിച്ചേർന്ന് കിടന്നതല്ലാതെ ഒന്നും സംസാരിക്കാൻ കൂട്ടാക്കിയില്ല. മാനസികപ്രശ്നങ്ങളുടെ കടന്നൽക്കൂടാണ് ആ കുട്ടിയുടെ തലയിലെന്നാണ് ആ കൌൺസിലർ സ്ത്രീ പറഞ്ഞത്. എത്രയും വേഗം എന്തെങ്കിലും ചെയ്യണം. പ്രത്യേകിച്ചും ഗുരുതരമായ ഒരു സംശയം ആ പെൺകുട്ടിയെ സംബന്ധിച്ച് ഉള്ള സാഹചര്യത്തിൽ. ഒടുവിൽ ഹമീദും കൌൺസിലിംഗുകാരിയും കൂടി

വച്ച നിർദേശം നേതാക്കന്മാരും, പഞ്ചായത്തുകാരും നാട്ടുകാരും അംഗീകരിച്ചു-ഇന്ന് പെൺകുട്ടിയെ പൂജപ്പുരയിലുള്ള സാമൂഹ്യനീതി വകുപ്പിന് കീഴിലുള്ള വൺഡേ ഹോമിലോ, മഹിളാമന്ദിരത്തിലോ പോലീസിന്റെ മേൽനോട്ടത്തിൽ പാർപ്പിക്കാം. നാളെത്തന്നെ പ്രത്യേക സ്ത്രീസുരക്ഷാനിയമപ്രകാരമുള്ള നടപടികൾ സ്വീകരിച്ച ശേഷം പെൺകുട്ടിയെ വൈദ്യപരിശോധനയ്ക്കും പ്രത്യേകകൌൺസിലിംഗിനും വിധേയയാക്കും. ഒരു വിധത്തിൽ നാട്ടുകാരുടെയൊക്കെ സഹായത്തോടെ കുട്ടിയെ അവർ ഇപ്പോൾ സുരക്ഷിതകേന്ദ്രത്തിലേക്ക് കൊണ്ട് പോയിട്ടുണ്ട്. ആ സ്ത്രീയെ നോക്കാൻ അടുത്തുള്ളൊരു വയസ്സായ വല്യമ്മയെ ഏർപ്പാട് ചെയ്തു'

'എന്ത് പണിയാണ് നിങ്ങടെ ഹമീദ് ചെയ്തത്, ഇനി ആ കുട്ടിയുടെ ഭാവി എന്താകും?' ലൂക്കാ നിരന്ന നിൽക്കുന്ന കൊടിമരങ്ങൾ നോക്കി ചീറി. പരസ്പരം ഭിന്നിക്കുന്ന ആശയധാരകൾ ഒലിക്കുന്ന നാവുകളായി കൊടിത്തുണികൾ കാറ്റിലാടി. സമീപത്തുള്ള ബേക്കറിയിൽ നിന്നും, അരിയാട്ടുമില്ലിൽ നിന്നും വിവിധഗന്ധങ്ങളുടെ നാരുകൾ കാറ്റിൽ ഇഴപിരിഞ്ഞു വന്ന് ഇരുവരെയും ചുട്ടിക്കെട്ടി. ഇടയ്ക്ക് ബൈക്കുകൾ ടോർച്ചടിച്ചു നോക്കി കടന്നു പോയി.

'ഓരോരുത്തരുടെയും ഭാവി അവരുടെ ഭൂതകാലത്തിലാണ് ലൂക്കാ ഉള്ളത്. ഒന്നുമില്ലെങ്കിലും നമ്മൾ ശാസ്ത്രീയമായി ഓരോന്ന് അന്വേഷിക്കുന്നവരെ സംബന്ധിച്ചെങ്കിലും' ഈശോ മുന്നോട്ട് വളഞ്ഞിരുന്ന് നന്നായി ഉറച്ച മണ്ണിലേക്ക് നോക്കി നെടുവീർപ്പിട്ടു. 'ഞാൻ വല്ലോം വിളിച്ച് പറയും കേട്ടോ' ലൂക്കാ എഴുന്നേറ്റ് റോഡ് മുറിച്ചു കടന്ന് ബസ് കാത്തിരിപ്പ് കേന്ദ്രത്തിനടുത്തുള്ള കടയിൽ നിന്നും ഒരു സിഗരറ്റ് വാങ്ങി. പാർക്കിലെ മങ്ങിയ ബൾബുകൾക്ക് നേരേ വയലറ്റ് പുകയൂതി വിട്ട് അവൻ തിരിച്ചു വന്നു. 'കഴിഞ്ഞില്ലേ, ഇനിയിപ്പോ എന്തോവാ പറയാനുള്ളത്?'നീ ഇരിക്ക്' ഈശോ നെറ്റിഞരമ്പുകളിലൂടെ വിരലുരച്ചു കൊണ്ട് തുടർന്നു 'എനിക്ക് തോന്നുന്നത് ഒന്നും കഴിഞ്ഞിട്ടില്ല പലതുംതുടങ്ങാൻ പോകുന്നേ ഉള്ളെന്നാ' സിമന്റ് ബഞ്ചിലേക്ക് ഇരുന്നുകൊണ്ട് ലൂക്കാ ലൂക്കാ അയാളെ തുറിച്ചുനോക്കി 'എന്തോവാ കാര്യം, എന്തേലും പ്രശ്നമുണ്ടോ?'

'പറയാം'

ലൂക്കായെ ഞെട്ടിച്ചുകൊണ്ട് ഈശോ അവന്റെ വിരലുകൾക്കിടയിൽ നിന്നും ഒരു കോഴിക്കുഞ്ഞിനെയെന്ന വണ്ണം സിഗരറ്റ് റാഞ്ചിയെടുത്ത് ചുണ്ടിൽ വച്ചു. നിഗൂഢത പോലെ പുക ഒഴുകിയിറങ്ങി.

•

ഏഴ്

'ലൂക്കാ നീയായാലും ഞാനായാലും ആരായാലും പുറമേ കാണുന്നത് പോലെയല്ല ഒരു മനുഷ്യനും അവരുടെ ഉള്ളിൽ. അകത്ത് അവര് വേറേതാണ്ട് മനുഷ്യരായിരിക്കും. പുറമേയുള്ള മനുഷ്യൻ എങ്ങനെയാണോ അതിന് നേർവിപരീതമായ മിക്കപ്പോഴും തെറ്റു കുറ്റങ്ങൾ നിറഞ്ഞ, അതിക്രൂരവും,ഭീകരവുമായ വളരെ ഇരുണ്ടൊരു വശമായിരിക്കും അത്. എന്തിനുമുള്ള സ്വാതന്ത്ര്യവും, ആസക്തികളും, രഹസ്യങ്ങളും നിറഞ്ഞ ഒളിയിടങ്ങളുടെ ആ അകലോകത്തെയാണ് പലപ്പോഴുംനമുക്കിഷ്ടം. ആ ലോകത്ത് മുങ്ങിമുഴുകാനാണ് പലർക്കും ഏറെതാൽപര്യം. ഈ പുറമേ വെളിപ്പെട്ട് കാണുന്ന ഭാഗം സമൂഹത്തിന്റെ നന്മയ്ക്കും, സാന്മാർഗ്ഗിക നിയമങ്ങൾക്കും, നിലനിൽപ്പിനും വേണ്ടി വളരെയധികം വെട്ടിയും, തിരുത്തിയും, ഞെക്കിയും, ഞെരുക്കിയും കഷ്ടപ്പെട്ട് കൃത്രിമമായി കെട്ടിപ്പൊക്കി അലക്കിത്തേച്ച് കൊണ്ട് നടക്കുന്നതല്ലേ. നമ്മുടെ ചിന്തകളാണ് നമ്മൾ എന്ന് പറയാറുണ്ട്. അങ്ങനെയാണെങ്കിൽ ഈ പുറമേ കാണുന്ന നമ്മൾ അതിന്റെ വളരെ ചെറിയൊരു ശതമാനംമാത്രമാണ്. ചിലർ പുറമേയാതൊന്നും ഭാവിക്കാതെ, പ്രകടിപ്പിക്കാതെ, പുറം ലോകത്തെത്തന്നെ തള്ളിക്കളഞ്ഞ് അകം മനസ്സിൽപൂർണമായും മുഴുകി, അകം മനസ്സിന്റെ ചിന്തകൾക്കും ധാരണകൾക്കും ശരികൾക്കും ഒത്ത് ജീവിക്കും. പുറം ലോകവുമായി അകലം പാലിക്കുന്നത് കൊണ്ട് തന്നെ അത്തരം കേസുകളിൽഅകംമനസ് പറയുന്നത് വിടവുകളും തെറ്റുകളും നിറഞ്ഞ വളരെ അപക്വമായ കാര്യങ്ങളായിരിക്കും. ഈ ജഡ്ജ് കുന്ന് കുടുംബത്തിലെ മരിച്ചവരും ജീവിച്ചിരിക്കുന്നവരും എല്ലാം അതിൽപ്പെടുന്നവരാണ്. പുറമേ കാണുന്നവരേ അല്ലവര്' ഈശോപുകയുടെ ഒരു മേഘപടലം പറത്തി വിട്ട ശേഷം സിഗരറ്റ് കുറ്റി സ്ലാബുകൾക്കിടയിലെ വിടവ് ലക്ഷ്യമാക്കി വലിച്ചെറിഞ്ഞു. പിശാചിന്റെ കണ്ണ് പോലെ കനൽ ചിതറി വീണു.

ലൂക്കാ റോക്കറ്റ് പോയ വഴി നോക്കി വാ പൊളിച്ചു 'ഞാൻ ഈയിടെ മനോജ് നൈറ്റ് ശ്യാമളന്റെ സ്പ്ളിറ്റ് എന്ന ഫിലിം കണ്ടാരുന്നു. മൾട്ടിപ്പിൾ പേർസണാലിറ്റി ഡിസോർഡറാ വിഷയം.ഒന്നും രണ്ടുമല്ല നല്ലവരും കെട്ടവരുമായ 23 വ്യത്യസ്ത വ്യക്തികളെ മനസ്സിൽ പേറുന്ന ഒരാടെ കഥയാണ്. ഈ കുടുംബംഅങ്ങനെ വല്ലോമാണോ? അല്ല, ഇയാൾ ഇപ്പൊ എന്തോവാ പറയുന്നത്; ആ സ്ത്രീയുടെയും പെൺകുട്ടിയുടെയും കാര്യത്തിൽ?'

'ആ വീട്ടിലേക്ക് പുറത്തുന്ന് ഒരാളും വരാറില്ല. വീട്ടുകാരും അങ്ങനെ പുറത്തേക്ക് പോകാറില്ല. അപ്പോ അധികമൊന്നും പുറത്ത് പോകാത്ത, ആരുമായും സംസാരിക്കാത്ത ആക്കുട്ടി ഗർഭിണി ആണെന്ന് വച്ചോ-ഞാൻ ആലോചിക്കുകയായിരുന്നു-ആരാകാനാണ് സാധ്യത? സമാനമായ കേസുകൾ ഈയിടെ ധാരാളമായി വന്നത് കൂടി വച്ച് കൊണ്ടാ ഞാനീ പറയുന്നേ.'

ലൂക്കാ ബൈനോക്കുലറിലൂടെയെന്നവണ്ണം വിദൂരദൃശ്യങ്ങളിലേക്ക് കണ്ണ്കൂർപ്പിച്ച് ഉരുവിട്ടു 'ആ കുട്ടിയുടെ മാമൻമാരാന്നാണോ പറയുന്നേ?'

'മരിച്ച മാസങ്ങളുടെ കണക്ക് വച്ച് അതിൽ വിഷം കുടിച്ചു മരിച്ചയാളെ നമുക്ക് താൽക്കാലികമായി ഒഴിവാക്കാം'

'ആ മുങ്ങി മരിച്ചയാളാവും അവളെ ഉപദ്രവിച്ചത് എന്നാണോ?' അല്പം ദേഷ്യത്തോടെയുള്ള അവന്റെ ചോദ്യത്തിന് ഈശോ അതേയെന്ന് തലയാട്ടി. ലൂക്കാ എന്തൊക്കെയോ അസ്പഷ്ടമായിപിറുപിറുത്തു. 'അല്ല, ഇയാൾക്ക് ഈ രാത്രി വേറേ പണിയൊന്നുമില്ലേ? തക്കതായ എന്തേലും കാരണമുണ്ടോ അങ്ങനെ തോന്നാൻ??'

അൽപനേരം മൌനം പാലിച്ച ശേഷം ഈശോ നാവിന്റെ കാഞ്ചി വലിച്ചു. 'അവരയാളെ കൊന്നത് കൊണ്ട്''

ലൂക്കായുടെ മുഖത്ത് അമ്പരപ്പ് തെളിഞ്ഞു. ഈശോ നെഞ്ചത്തേക്ക് കൈകൾ പിണച്ചുകെട്ടി പിന്നിലേക്ക് ചാഞ്ഞിരുന്നു. ഒരു കിഴക്കേക്കോട്ട ബസിന്റെ വെളിച്ചക്കണ്ണുകൾ അയാളെയടിമുടി സ്കാൻ ചെയ്ത് കടന്നുപോയി.

'അവരെന്ന് പറഞ്ഞാ? ആ സ്ത്രീയും പെൺകുട്ടിയുമോ?'

'ആ സ്ത്രീയുടെ കൈകൾ അയാടെ മരണത്തിന് പിന്നിലൊണ്ടെന്ന് ഇപ്പോ എനിക്കുറപ്പാ. അക്കാര്യം പെൺകുട്ടിക്ക് അറിയാം എന്നും എന്റെ മനസ് പറയുന്നു'

'ഇയാൾ പല കേസുകളിലും വളരെ പാവങ്ങളായവർക്ക് വേണ്ടി ശക്തമായി ചിന്തിക്കുന്നതും, വാദിക്കുന്നതും ഞാൻകണ്ടിട്ടുണ്ട്. ഇപ്പൊ ഇതെന്നാ പറ്റി, മനസ് പറയുന്ന എന്നൊക്കെ വിഡ്ഢിത്തം പുലമ്പുന്ന'

'ലൂക്കാ നിനക്കറിയോ, കൊലപ്പെടുത്തിയതാണോയെന്ന വളരെ ചെറിയൊരു സംശയം; എന്ന് വച്ചാ തീരേ നിലനിൽപ്പില്ലാത്ത ഒരു സംശയം അന്ന് പോസ്റ്റ്മോർട്ടം ചെയ്തപ്പോ മുതൽ എന്റെ മനസിലുണ്ടായിരുന്നു. പിന്നെയാ സ്ത്രീയുടെയും പെൺകുട്ടിയുടെയും അവസ്ഥയും ചുറ്റുപാടുകളും കണ്ടപ്പോ എന്റെ വെറുമൊരു സംശയം കാരണം അവർക്ക് മാനസികമായി ഉണ്ടായേക്കാവുന്ന പ്രശ്നങ്ങളെ പ്പറ്റിയോർത്ത് ഞാനതങ്ങ് അവഗണിക്കുകയായിരുന്നു. അറിയോ?'

'ഓക്കേ, ഇപ്പഴത്തെ സാഹചര്യങ്ങളുമായി ബന്ധപ്പെടുത്തി നോക്കുമ്പോ നമുക്കങ്ങനെ കാലും നീട്ടിയിരുന്നേച്ച് സംശയിക്കാവെന്ന് വച്ചോ. ഇനി എന്തോവാ അതിനുള്ള കാരണമെന്ന് പറ?' മില്ലിൽ നിന്നും പാറിവന്ന ഉഴുന്നുമണത്തിൽ മുഴുകി ലൂക്കാകണ്ണടച്ചിരുന്നു.

'മുരളിയുമായി സംസാരിച്ചപ്പോ മുതൽ ഞാനിതിങ്ങനെ മനസിലിട്ട് തട്ടുകാരുന്നു. കുറച്ചുമുൻപ് ഹമീദിനെ വിളിച്ച് സംസാരിച്ചപ്പോ അയാൾ പറഞ്ഞ ഒരു സംഗതിയാണ് വീണ്ടും അതോർക്കാൻ പ്രേരിപ്പിച്ചതും പിന്നേമെന്റെ സംശയം ബലപ്പെടുത്തിയതും.' ഒന്ന് നിർത്തി ഈശോ തുടർന്നു 'അതായത് പെൺകുട്ടി കുന്നിറങ്ങിയോടി തോട്ടിന്റെ വക്കത്ത് എത്തിയെന്ന്പറഞ്ഞില്ലേ, അന്നയാൾ മുങ്ങി മരിച്ചു കിടന്നിരുന്നതിന് തൊട്ടടുത്തേക്കാണ് അവളെത്തിയത്. അപ്പൊഴാണ് അത് വഴി വന്ന അയൽക്കാരിൽ ചിലർ അവളെ പിടിച്ചു നിർത്തിയത്. കരയീന്ന് തോട്ടിലേക്കുള്ള തിട്ട ചെരിഞ്ഞാണ് അന്നുണ്ടായിരുന്നത്; ആ ചെരിവിൽ നിന്നും തോട്ടിലേക്ക് വീണ നിലയിലാണ് അന്ന് ശവം കണ്ടത്. ഹമീദ് പറഞ്ഞത് അയാൾക്ക് ഇന്നാ തോട്ട്ഭാഗത്ത് എന്തോ അസ്വാഭാവികത തോന്നിയത് കൊണ്ടാണ് അത് ശ്രദ്ധിച്ചതെന്നാ. ചെരിഞ്ഞ ഭാഗം മുഴുവനും ഇടിച്ച് ആ മണ്ണ് ശവം കിടന്ന ഭാഗത്തേക്ക് ഇറക്കി അവിടെ തുണി നനയ്ക്കാനായിരണ്ട് പരന്ന കല്ലുകൾ പാകിയിരിക്കുന്നു.'

'ഓ പാവങ്ങൾ, അവര് തുണി കഴുകിക്കോട്ടേ ഇയാൾ ചുമ്മാതിരി' ലൂക്കാ പാർക്കിലെ കവുങ്ങിലേക്ക് ഒഴുകി വന്ന കടവാവലിനെ നോക്കി കോട്ടുവായിട്ടു. 'ഞാൻ ചുമ്മാതിരുന്നാലും നാളെ ആ പെൺകുട്ടിയുടെ വൈദ്യപരിശോധനാഫലം വരുമ്പോ ഹമീദ് ആദ്യമാലോചിക്കുക ഇത് തന്നെയാവും'

'ഓക്കേ ഇത് സൈറ്റിൽ നിന്നുള്ള സംശയമല്ലേ, ഇയാൾ പോസ്റ്റ്മോർട്ടം ചെയ്തപ്പോ എന്തോ തോന്നിയെന്നാണല്ലോ മുന്നേ പറഞ്ഞെ'

'അത് പറയാം. ഈ കേസിനെ സംബന്ധിച്ച് വിരലടയാളങ്ങളോ ബാഹ്യമായ മുറിവുകളോ ഒന്നുമില്ലാത്തതിനാൽത്തന്നെ മറ്റുപല കേസിലെയും പോലെ മുങ്ങിയാണ് മരിച്ചതെന്നല്ലാതെ മുക്കിക്കൊന്നതാണോയെന്നു പറയുക അസാധ്യമാണ്. പക്ഷേ..'ഈശോ ഒരു നിമിഷം നിർത്തി ലൂക്കായുടെ തലച്ചോറിലേക്ക് നോക്കി. ലൂക്കാ ഈശോയുടെ തലച്ചോറിനുമപ്പുറത്തേക്ക് കണ്ണെറിഞ്ഞു.

ഈശോ തലക്ക് മുകളിലൂടെ ചീറിപ്പായുന്ന നരിച്ചീറുകളെനോക്കി തുടർന്നു 'തോട്ടിൽ മുങ്ങിമരിച്ചയാൾക്ക് നല്ല കഷണ്ടിയുണ്ടായിരുന്നു. അയാളുടെ തലയുടെ ഏതാണ്ട് മധ്യഭാഗത്ത് ഒരു ചെറിയ പോറൽ ഞാൻ കണ്ടു. ചെറിയൊരു തവിട്ട് മറുക് പോലെയാണ് എനിക്ക് തോന്നിയത്. പരിശോധിച്ചപ്പോൾ അല്പംആഴമുള്ളതായി മനസിലായി. നല്ല ബലം പ്രയോഗിച്ചാലാണ് അങ്ങനെ സംഭവിക്കുക'

'തോടല്ലേ; വല്ല മുള്ളോ കമ്പോ മറ്റോ ആണോ?' ലൂക്കാ അജ്ഞത നടിച്ചു.

'നീ കഴിഞ്ഞ മാസം ഡോക്ടർ ലതയും ഞാനും ചേർന്ന് മൃതദേഹങ്ങളിലെ നഖപ്പാടുകളെപ്പറ്റി ഒരു ലെക്ചർ ക്ലാസെടുത്തത് ഓർക്കുന്നോ അബ്രേഷൻസ്; നഖങ്ങൾ കൊണ്ടുണ്ടാകുന്ന സ്ക്രാച്ചുകൾ'

'ഉവ്വ്. സൂചിയോ, മുള്ളോ, നഖങ്ങളോ ഒക്കെ ദേഹത്ത് ഉണ്ടാക്കുന്ന ഉരച്ചിലുകളെപ്പറ്റി.' ലൂക്കാ തല ചൊറിഞ്ഞ് എഴുന്നേറ്റ് ഇപ്പൊ വരാമേയെന്ന് ആംഖ്യം കാട്ടി, അലസനായൊരു വിദ്യാർത്ഥിയെപ്പോലെ റോഡ് മുറിച്ചുകടന്ന് ബസ് കാത്തിരിപ്പ് കേന്ദ്രത്തിനടുത്തുള്ള കടയിലേക്ക് പോയി. ചുണ്ടിലും കയ്യിലും സിഗരറ്റുകളുമായാണ് അവൻ മടങ്ങി വന്നത്. കയ്യിലെ സിഗരറ്റ് ചുണ്ടിലെ സിഗരറ്റിന്റെ തീച്ചുണ്ടിൽ ചേർത്ത് ചുംബിച്ച് കത്തിച്ച് ഈശോക്കവൻ നൽകി.

'നീയെന്നെ നശിപ്പിച്ചേ അടങ്ങത്തൊള്ളല്ലേ?' ഈശോ അത് വിരലുകൾക്കിടയിൽ വാങ്ങിച്ചു കൊണ്ട് തുടർന്നു 'പറഞ്ഞു വന്ന പോലെ ഈ നഖങ്ങൾ ഒരറ്റത്തിന് മറ്റേ അറ്റത്തെക്കാൾ വീതി കുറവുള്ള വളഞ്ഞ പോറലുകളാണ് തൊലിയിൽ ഉണ്ടാക്കുക. അയാടെ തലേൽ ഒരൊറ്റ നഖം മാത്രമേ അമർന്ന് പതിഞ്ഞിട്ടുള്ളൂ. അതൊരു സ്ത്രീയുടെതാകാം എന്നാണ് എന്റെ നിഗമനം'

'ഇയാൾ പറയുന്നത് അയാളെ ആ സ്ത്രീ മുക്കിക്കൊന്നെന്നാണോ?'

ഈശോ അവനെ നോക്കി ചുമലുകളുയർത്തിക്കാട്ടി.

'അല്ല ഇയാൾ പറഞ്ഞത് മെലിഞ്ഞുണങ്ങിയ പ്രകൃതമാണ് അവർക്കെന്നല്ലേ, അപ്പോ ഒരു കരുത്തനായ പുരുഷനെ...'

'ലോഡിംഗ് പണിക്കിടെ തടിയോ മറ്റോ വീണ് കാലൊടിഞ്ഞ ശേഷമാണ് അയാൾ എങ്ങോട്ടും പോകാതെ വീട്ടിൽത്തന്നെ ഇരിപ്പായതെന്ന് ഞാൻ പറഞ്ഞു. അയാളുടെ ഒരു കാലിന് അത്ര സ്വാധീനം പോര'

'ഹേയ് ആ സ്ത്രീ കൊല്ലാൻ ഒരു വഴീമില്ല. അല്ലേ?' ലൂക്കാ തന്നോടുതന്നെയെന്നോണം ചോദിച്ചു.

'എടാ ലൂക്കാ ആർക്കാടാ ഇതെല്ലം അന്തിമമായി പറയാൻ പറ്റുക? ഇനി ചിലപ്പോ അതൊരു സ്ത്രീയുടെ നഖമല്ലെങ്കിലോ, അയാൾ തന്നെ മരണവെപ്രാളത്തിൽ തലയിൽ നഖമമർത്തിയതാണെങ്കിലോ? ഇനിയൊരു പക്ഷേ അത് നഖപ്പാട് പോലുംഅല്ലെങ്കിലോ? ങേ?' ഈശോ കണ്ണിറുക്കി ഒരു കുട്ടപ്പുക പുറത്തേക്കൂതി. ലൂക്കാ തലയാട്ടി. 'സോ, അതിനെ ഞാനന്ന് അങ്ങവഗണിച്ചു. ഞാനത് പോലീസിന്റെ ശ്രദ്ധയിൽ പെടുത്തിയില്ല'

അനേകരെയും വഹിച്ച് ഒറ്റക്ക് തുഴഞ്ഞുതളർന്ന പോലെ, ലോകത്തിനും മനുഷ്യർക്കും വേണ്ടി ത്യാഗക്കുരിശുകൾ ചുമക്കുന്നത് പോലെ ഈശോ സിമന്റ് ബെഞ്ചിലേക്ക് മലർന്നു കിടന്നു. മുൾക്കിരീടങ്ങളമർന്ന പോലെ അയാൾക്ക് തല വേദനിച്ചു.അയാൾ ദീർഘശ്വാസം വിട്ടു. കുറച്ചുനേരം പുകകൊണ്ട് വായുവിൽ സർട്ടിഫിക്കറ്റുകൾ എഴുതിയ ശേഷം ലൂക്കാ ചോദിച്ചു 'അതിരാവിലേ അല്ല്യോ അയാൾ മുങ്ങി മരിച്ചത്. ആ സമയം ആ സ്ത്രീ എവിടാരുന്നു?'

'പെൺകുട്ടി പറഞ്ഞത് പ്രകാരം സ്ത്രീ അകത്ത് അവൾക്കൊപ്പം ഉണ്ടായിരുന്നു'

'സ്ത്രീയ്ക്കുള്ള ശക്തമായ അലിബി'

'പോടാ കുവേ, നാളെക്കഴിഞ്ഞാ അതിന് പ്രസക്തിയില്ലല്ലോ'

'ഞാനൊരു കാര്യം പറയട്ടേ, അയാടെ തലേക്കണ്ട നഖപ്പാട്' ലൂക്കായൊന്നമർത്തിച്ചിരിച്ചു 'അതാ പെങ്കുട്ടിയുടെത് ആയിക്കൂടേ'

'ങേ?' ഈശോ പുക തൊണ്ടയിൽത്തടഞ്ഞ് ചുമച്ചു.

'മുക്കിക്കൊന്നപ്പോഴല്ല, അതിന് ഏതാനും മണിക്കൂറുകൾക്ക്

മുൻപ്-അർദ്ധരാത്രിയോ മറ്റോ അയാൾ ഉപദ്രവിക്കാൻ ശ്രമിക്കവേ അവൾ ഉണ്ടാക്കിയതാണെങ്കിലോ ആ നഖപ്പാട്?'

അങ്ങനെയാണെങ്കിൽ എന്തായിരിക്കും നടന്നിരിക്കുക എന്നാലോചിച്ച് തെല്ലനേരം ഈശോ കണ്ണടച്ചിരുന്നു. ലൂക്കാ ഈശോയെ തുരുമ്പ്കമ്പി കൊണ്ട് ചൊറിഞ്ഞു 'എന്തായാലും ഇൻസ്പെക്ടർ ഹമീദിന് ഇയാടെ നഖത്തിന്റെ സഹായമൊന്നും വേണ്ടി വരില്ല. എങ്ങനെ നോക്കിയാലും കഷ്ടം തന്നെ അവരുടെ കാര്യം'

ഈശോ എഴുന്നേറ്റു 'ഇത്തിരെ പ്രശ്നമുള്ള മനസ്'' കൂടി ഉൾപ്പെട്ട കേസായത് കൊണ്ട് കാര്യങ്ങൾക്കൊന്നും ഒരു വ്യക്തതയും വരാൻ പോകുന്നില്ലെന്ന് തന്നാ എനിക്ക് തോന്നുന്നത്. എന്തോ ആയാലും നാളെ അറിയാം' അയാൾ ബൈക്കിന് നേരേ തല കുനിച്ച് നടക്കവേ പിന്നിൽ നിന്നും ലൂക്കാ പാടിയ വരികൾ ചെന്ന് തോളിൽത്തട്ടി.

ആകെയൽപ്പ നേരം മാത്രം എന്റെ യാത്ര തീരുവാൻ-
ആകെ അര നാഴിക മാത്രം ഈയുടുപ്പ് മാറ്റുവാൻ.
ആകെയൽപ്പ നേരം മാത്രം എന്റെ യാത്ര തീരുവാൻ-
ആകെ അര നാഴിക മാത്രം ഈയുടുപ്പ് മാറ്റുവാൻ.'

ബൈക്ക് സ്റ്റാർട്ട് ചെയ്യവേ ഈശോയും പാടി.
'
രാത്രിയിൽ ഞാൻ ദൈവത്തിന്റെ കൈകളിൽ ഉറങ്ങുന്നു-
അപ്പോഴുമെൻ രഥത്തിന്റെ ചക്രം മുന്നോട്ടോടുന്നു
അപ്പോഴുമെൻ രഥത്തിന്റെ ചക്രം മുന്നോട്ടോടുന്നു
അപ്പോഴുമെൻ രഥത്തിന്റെ ചക്രം മുന്നോട്ടോടുന്നു'

●

എട്ട്

തെളിഞ്ഞ ആകാശം. മനോഹരമായ പ്രഭാതം. സ്വപ്നത്തിൽ അന്തമില്ലാതെ പരന്നുകിടക്കുന്നൊരു പൂന്തോപ്പിന് നടുവിലെ വെണ്ണക്കൽമേശപ്പുറത്ത് കിടത്തി ലൂക്കാ മദ്ദലനമറിയത്തെ പോസ്റ്റ്മോർട്ടം ചെയ്യുകയായിരുന്നു. വിവിധയിനം അറുപ്പുകത്തികൾ വെളുത്ത തുണിയിൽ തുടച്ചുമിനുക്കി നൽകാനായി ചുറ്റും നിന്നത് മാലാഖമാരായിരുന്നു. കുന്തിരിക്കവും മീറും പുകച്ചുകൊണ്ട് സ്വർഗ്ഗീയ ദൂതന്മാരുടെ പുകച്ചുരുളുകൾ. ആകാശത്തിന്റെ കൈവരിയിൽ പിടിച്ച് നിന്ന് താഴേക്ക് ആകാംക്ഷയോടെ നോക്കുന്ന പ്രവാചകന്മാർ. ഓരോ മുറിവുകളുണ്ടാക്കാനും ലൂക്കാ വർഷങ്ങളുടെ അകലമെടുത്തു. ഓരോ നിഗമനങ്ങൾക്കും ലൂക്കായ്ക്ക് നൂറ്റാണ്ടുകളുടെ ദൈർഘ്യം വേണ്ടി വന്നു. അവന്റെ ചെവിയുടെ പാട 'എന്താണ് സത്യ'മെന്ന് ലോകം മുഴുവനും അലറുന്നത് തറച്ച് പൊട്ടി. തല സ്വയം പൊട്ടിച്ച്, വയർ സ്വയം കീറിപ്പിളർന്ന്, കൈകാലുകളിൽ തീ കത്തിച്ച് ജീവിതത്തെപ്പറ്റിയുള്ള നിഗമനങ്ങൾ ആരാഞ്ഞു വരുന്നവരുടെ ആകാശത്തോളം നീളമുള്ള ഘോഷയാത്ര പൂന്തോട്ടത്തിന് പുറത്തെത്തിയതറിഞ്ഞ ലൂക്കാ കണ്ണ് തുറന്നു. നിലത്ത് ചെരിഞ്ഞ് കിടക്കുകയാണ്. ഒന്ന് രണ്ട് മിനിറ്റ് വേണ്ടി വന്നു തലയൊന്ന് നേരേ നിൽക്കാൻ. തെളിഞ്ഞു നിൽക്കുന്ന സകല ബൾബുകളെയും നാണിപ്പിച്ചു കൊണ്ട് പലവഴികളിലൂടെയും പ്രഭാതവെളിച്ചം കുലംകുത്തിയൊഴുകുന്നുണ്ട്. എഴുന്നേൽക്കവേ കാലുതട്ടി കുടിച്ചു വറ്റിച്ച വോഡ്കക്കുപ്പി വട്ടത്തിൽ മുറിച്ച നാരങ്ങാ പ്പീസുകളിലൂടെ, പച്ചമുളകുകളിലൂടെ, ചിതറിക്കിടക്കുന്ന മിക്സ്ച്ചറിലൂ ടെയൊക്കെ ഉരുണ്ട് ഒച്ചയിട്ടു. അതിനെ പിടിക്കാനായി പിന്നാലേ ഇഴയവേ കൈഫോൺ കയ്യിൽത്തടഞ്ഞു. സ്വിച്ച് ഓണാക്കാൻ ശ്രമിച്ചിട്ട് നടന്നില്ല; ഒട്ടുമില്ല ചാർജ്. തുണികൾ വാരിവലിച്ചിട്ട് തപ്പി ചാർജർ കണ്ടെത്തി കൈഫോണിനെ വൈദ്യുതിയുമായി ബന്ധിപ്പി ച്ച ശേഷം ലൂക്കാ ബാത്ത്റൂമിലേക്ക് പോയി.

37% ചാർജ്ജ് ബാറ്ററിക്കുള്ളിലേക്ക് തുള്ളിത്തുള്ളിയായി ഇറ്റ് വീഴും വരെ ലൂക്കാ തലയിലേക്ക് വെള്ളം പകർന്നൊഴിച്ച് തൂങ്ങിപ്പിടിച്ച് നിന്നു. ഈശോ പോയ ശേഷം മുറിയിലേക്ക് വന്ന് ബോധം മരിക്കുവോളം കുടിച്ചതൊക്കെ ഓർത്തെടുക്കാൻ ശ്രമിക്കവേ വൈദ്യുതി പോയി. ലൂക്കാ ഇറങ്ങി വന്ന് തറയിലാകെവെള്ളം കുടഞ്ഞ് ഉടുത്തിരുന്ന ടൌവ്വലഴിച്ച് തല തുവർത്തിക്കൊണ്ട് കൈഫോൺ ഓണാക്കി. ഉടൻ വാട്സ് ആപ്പ് സന്ദേശങ്ങൾ കടുക് വറക്കാൻ തുടങ്ങി. പൊട്ടിത്തെറി ഒന്നടങ്ങാൻ തെല്ലിടകാത്ത ശേഷം സ്ക്രീനിലേക്ക് നോക്കിയ ലൂക്കാ ഞെട്ടി. ഈശോയുടെ അഞ്ച് മിസ്സ്ഡ് കാളുകൾ. വാട്സ് ആപ്പിൽ നാലഞ്ച് സന്ദേശങ്ങളും അയച്ചിട്ടുണ്ട്. എല്ലാം അർദ്ധരാത്രി കഴിഞ്ഞപ്പോഴാണ് വന്നിട്ടുള്ളത്.

'nee evidaada'

'call me back, its urgent'

'can't get you on ur cell'

'there is an emergency'

'nee chatthodaa?'

അവൻ ധൃതിയിൽ ഫോറൻസിക് വേൾഡ് തുറന്ന് നോക്കിയെങ്കിലും പതിവ് മറിച്ച്കൊട്ടുക്കൽ സന്ദേശങ്ങളല്ലാതെ വേറൊന്നുമില്ല. ലൂക്കായുടെ മനസിലേക്ക് ആദ്യം ഓടിക്കയറിയത് ബൈക്ക് പോസ്റ്റിലിടിച്ച് തല പൊട്ടിച്ചിതറി മരിച്ചു കിടക്കുന്ന ഈശോയുടെദൃശ്യമാണ്. മനസിനെ ശാസിച്ച് ഈശോയെ സാരമായ പരിക്കുകളോടെ ഐസിയുവിലേക്ക് മാറ്റിയ ശേഷം ലൂക്കാ ഈശോയുടെ നമ്പർ അമർത്തി. കാറ്റത്ത് മുളകളും തീയിൽ എല്ലുകളും പൊട്ടുന്നത് പോലെ തോന്നി ഈശോയുടെ ശബ്ദം.

'നീ ജീവിച്ചിരിപ്പൊണ്ടോ? അല്ല നിന്നെയൊന്നും പറഞ്ഞിട്ട് കാര്യവില്ല. മാന്നാറിനു പോയി അവരെ പറയണം. ഒരിച്ചിരി മനുഷത്വോം ഉത്തരവാദിത്തബോധോം കൂടി കൊടുത്ത് വിട്ടൂടായോന്നും ചോദിച്ച്' ഉള്ളിലൂടെ പലവിധ സംശയങ്ങൾ അഴുകിയ ശവത്തിൽ നിന്നും ദുർഗന്ധമെന്ന പോലെ പൊങ്ങിപ്പറന്നതിനാൽ അവൻ വാ പൊത്തി നിന്നതേയുള്ളൂ. 'നിന്നോട് സംസാരിക്കാനൊള്ള മൂഡേലല്ല ഞാനിപ്പോ ഒള്ളത്. നീ തല നേരെയാക്കി ഡിപ്പാർട്ട്മെന്റിലോട്ട് വാ' ഈശോ പരുഷമായി ഫോൺ വിളി മുറിച്ചു. അൽപനേരം അളവിലധികം കഞ്ചാവ് പുകയെടുത്ത യുവാവിനെപ്പോലെ നിശ്ശൂന്യതയിൽ വിലയിച്ച ശേഷം ലൂക്കാ മുരളിയെ വിളിച്ചു. എന്താണ്

കാര്യമെന്നന്വേഷിക്കും മുൻപ് അയാൾ വിവരം പറഞ്ഞു.

'ഇന്നലെ രാത്രി ഏകദേശം പന്ത്രണ്ട് മണിയോടെ ആ സ്ത്രീ ദേഹത്ത് മണ്ണെണ്ണയൊഴിച്ച് തീയിട്ടു. രാത്രി ഒരു പന്ത്രണ്ടര കഴിഞ്ഞപ്പോ ഈശോ സാർ വിളിച്ചറിയിച്ചതാ. ഹമീദ് അറിയിച്ച പ്രകാരം സാർ ആശുപത്രിയിലേക്ക് പോകുകയാണെന്നും പറഞ്ഞു.ലൂക്കാ നീ സാറിനൊപ്പം ഉണ്ടാകുമെന്നാണ് ഞാൻ വിചാരിച്ചിരുന്നത്. എന്നോട് വരണ്ട കാര്യമില്ല എന്ന് സാർ ഉത്തരവിടും പോലെ പറഞ്ഞത് കൊണ്ടാ പോകാതിരുന്നത്.'

'എന്നിട്ട്?' ലൂക്കായ്ക്ക് വയറ്റിനുള്ളിൽ തീപടർന്നപോലെ തോന്നി. 'എന്നിട്ടെന്താ ഒരു ഒന്നരയോടെ അവർ മരിച്ചു'

'ഉം' ലൂക്കാ പകുതി വെന്തപച്ചമാംസം പോലെയായ നാവ് ഉമിനീർപ്രളയത്തിൽ മുക്കിയെടുത്തു. 'ഇനി ഡിപ്പാർട്ട്മെന്റിൽചെന്നിട്ട് വേണം ബാക്കി വിവരങ്ങളൊക്കെ ചോദിച്ചറിയാൻ' മുരളി ധൃതിയിലാണെന്ന് തോന്നി. അയാൾ ഫോൺ മുറിച്ചുകടന്നു പോയി. നാട്ടുവഴികളെയും ചെറുതോടുകളെയും ഇരുട്ടിൽകുഴിച്ചിട്ടരാത്രിയെ പുളകം കൊള്ളിച്ചു കൊണ്ട് ഒരു ശരീരം തീയിൽ മുങ്ങി അങ്ങോട്ടുമിങ്ങോട്ടുമോടി നൃത്തം ചെയ്യുന്നതുംഅതേ ശരീരത്തെ മോർച്ചറിയിൽ വച്ച് കീറി മുറിക്കുന്നതുമൊക്കെ മനസ്സിൽ നിറച്ച് ലൂക്കാ അവിടെത്തന്നെ നിന്നു.

●

ഒൻപത്

ഒൻപതരയോടെ ലൂക്കാ ഈശോയുടെ മുറിയിലെത്തി. കലണ്ടർ മറിച്ച് ചുവന്ന മഷിപ്പേന കൊണ്ട് എന്തോ അടയാളം ചുരണ്ടുകയായിരുന്ന അയാൾ ഇരിക്കാൻ കണ്ണും പുരികവും ഉയർത്തിക്കാട്ടി. ഈശോയുടെ . മുഖത്ത് ക്ഷീണം പറ്റി നിന്നു. തലേന്ന് അധികമൊന്നും അടയാൻ സാധിക്കാത്ത കണ്ണുകൾ വീങ്ങിയിരുന്നു. തലേന്ന് കണ്ട ആളേ അല്ല. വൈദ്യശാസ്ത്രപാഠപുസ്തകങ്ങൾ കുത്തി നിറച്ച അലമാരയുടെ മുകളിൽ തലയോട്ടിയുടെ ഒരു മാതൃക വച്ചിട്ടുള്ളത് നോക്കി ലൂക്കാ ഇരുന്നു. ഈശോ വന്നയാളുടെ കസേരയിലിരുന്ന് ഒരു ഫയൽ തുറന്ന് അവിടെയും ഇവിടെയുമൊക്കെ വരകളിടാൻ തുടങ്ങി. ഇടയ്ക്ക് അറ്റൻഡർ കോടതിയിലേക്ക് നൽകേണ്ട ഏതോ കടലാസുകളിൽഒപ്പിട്ടു വാങ്ങാനായി വന്നു പോയി. വെള്ളത്തിലിട്ട ശവം പോലെപെരുകിപ്പെരുകിയിരിക്കുന്നതല്ലാതെ ഈശോ ഒന്നും മിണ്ടാത്തതിൽ കുപിതനായി എന്തെങ്കിലും വിളിച്ചു പറയാൻ ലൂക്കാ നാവ് വളച്ചതാണ്; അപ്പോൾ മുരളി പതിഞ്ഞ കാലടികൾ വച്ച് കയറി വന്നു. 'മുരളി ഇരിക്ക്'' ഈശോ തല പൊക്കി പതിയെ പറഞ്ഞു. അത് കേട്ടപ്പോ ഈശോ തന്നെ അറിഞ്ഞുകൊണ്ട് അവഗണിക്കുകയാണെന്ന ബോധം ലൂക്കായിൽ ആളി. 'അപ്പൊ സാറിന് നാവൊക്കെ ഒണ്ടല്ലേ?' അവന്റെ കൂർത്ത ചോദ്യത്തിന് ഈശോ മറുപടിയൊന്നും നൽകിയില്ല.

'സാറിന്നലെ ഒട്ടും ഉറങ്ങിയില്ല അല്ലേ? മുഖത്തൊക്കെ നല്ല ക്ഷീണമുണ്ട്'' മുരളി രംഗം അല്പം നേർപ്പിക്കാൻ നോക്കി.

'അതെങ്ങനെ ഇന്നലെ അങ്ങനല്ലാരുന്നോ ഓരോ കാര്യങ്ങൾ നടന്നത്. ഒരു പോള കണ്ണടച്ചിട്ടില്ല മുരളീ'

'അല്ല സാർ വരണ്ടെന്ന് തറപ്പിച്ച് പറഞ്ഞത് കൊണ്ടാ ഞാൻ

പിന്നെ വരാതിരുന്നത്. ലൂക്കാ ഉണ്ടാകുമെന്ന് കരുതി. പിന്നെ ഓഫീഷ്യലീ..' മുരളി വിക്കി.

'എന്ത് ഒഫീഷ്യൽ മുരളീ. നമ്മളൊക്കെ എല്ലാം ഒഫീഷ്യലീ നോക്കിയാണോ ചെയ്യുന്നത്-അങ്ങനെയാണോ ചെയ്യേണ്ടത്? ചിലപ്പോ അങ്ങനെ ആകാനൊന്നും നമുക്ക് പറ്റിയെന്ന് വരില്ല. മുരളീ ഇന്നലെ മുരളി പറയും മുൻപേ എനിക്കറിയാവുന്ന കേസാണിത്. അതിന്റെ കാര്യത്തിൽ വ്യതിപരമായ ചില താല്പര്യങ്ങൾ എനിക്കു ണ്ടെന്ന് തന്നെ വച്ചോ'

വളരെ അപൂർവ്വമായിട്ടേ ഈശോ ദേഷ്യപ്പെടാറുള്ളൂവെന്നറിയാവുന്ന മുരളി തെറ്റായ നിഗമനം നടത്തിയ വിദഗ്ധനെപ്പോലെ വിള റിവെളുത്തു. 'അല്ല മുരളിയെ അല്ല ഞാനുദ്ദേശിച്ചത്' അത് ശ്രദ്ധിച്ച ഈശോയും വൈക്ലബ്യത്തിലായി. ലൂക്കാ എഴുന്നേറ്റ 'എന്നെയല്ലേ സാർ ഉദ്ദേശിച്ചത്. സാർ ഇന്നലെ വിളിച്ചപ്പോ എന്റെ മൊബൈൽ ഓഫായിപ്പോയി. പിന്നെ ഞാനും അല്പം ഓഫായിരുന്നു. ക്ഷമിക്കാൻ പറ്റുമെങ്കി ക്ഷമി. ഇല്ലേ എന്തോവാന്ന് വച്ചാ അങ്ങ് ചെയ്തോ. ഇനി ഒഫീഷ്യൽ അല്ലാതെ ഒരാവശ്യത്തിനും എന്നെ വിളിക്കരുത്. ഞാൻ വരുകേമില്ല' അവൻ തിരിഞ്ഞ് പുറത്തേക്ക് നടക്കാൻ തുടങ്ങവേ ഈശോ ചീറി 'നിക്കടാ അവിടെ, എന്നാ ഒഫീഷ്യലായിത്തന്നെ നീ ചെയ്തോ-കുറച്ചു കഴിയുമ്പം പോലീസ് പോസ്റ്റ്മോർട്ടത്തിന് റിക്വസ്റ്റ് കൊണ്ട് വരും. ആ സ്ത്രീയുടെ ഓട്ടോപ്സിക്ക് ഇന്ന് നീ അസിസ്റ്റ് ചെയ്താ മതി. മുരളീ ഡോക്ടർ ഉമയെ ഡ്യൂട്ടിയേന്നൊഴിവാക്കിക്കോ ഇവൻ ചെയ്തോളും'

മുരളി ഇങ്ങോട്ട് വന്നിരിക്കാൻ കണ്ണുകാട്ടി. ലൂക്കാ പരമാവധി സംയമനം പാലിച്ച് തിരികെ കസേരയിൽ വന്നിരുന്നു 'ഓക്കേ. എനിക്ക് സന്തോഷം മാത്രം. ഇനിയെങ്കിലും പറ എന്തോവാ ഇന്നലെ നടന്നത്?' മുരളിയും അവനെ അവസരോചിതമായി പിന്താങ്ങി 'അതേ സാർ. നിങ്ങടെ പിണക്കോം ഇണക്കോമൊക്കെ ഇവിടെ ല്ലാവർക്കും അറിയാം. സാർ മര്യാദക്ക് പറഞ്ഞേ. അവർ ഇപ്പോ ആത്മഹത്യ ചെയ്യാനുള്ള കാരണം കുട്ടിയുടെ പ്രശ്നം നാട്ടുകാരെല്ലാം അറിഞ്ഞത് തന്നെയാകും. അല്ലേ?'

ഈശോ ലൂക്കായെയും മുരളിയെയും മാറി മാറി നോക്കി. 'അത് മാത്രമല്ല; താൻ ചെയ്ത രണ്ട് കൊലപാതകങ്ങൾ പുറത്തറിയുമെന്ന ഭയവും അനുബന്ധമാനസികവിമ്മിഷ്ടങ്ങളുംകൂടിയുണ്ട്' എന്നയാൾ മുരളി കേൾക്കാതെ ലൂക്കായോട് മനസ്സിൽഉറക്കെപ്പറഞ്ഞു. 'എന്റെ സംശയങ്ങൾ വച്ച് ഞാൻ ഡോക്ടർ സക്കറിയയുമായി

സംസാരിച്ചപ്പോൾ ഒരുപാട് ട്രൂമകളും മെന്റൽഡിസ്സോസിയേഷനും[1] ആ സ്ത്രീയ്ക്ക് ഉള്ളതായി ബോദ്ധ്യമായി. പിന്നെ വേറെന്തോ വേണം കാരണം? പിന്നൊന്ന് ഇൻസ്പെക്ടർ ഹമീദ് മുൻപും ഇന്നലെയും പറഞ്ഞ ഒരു കാര്യമുണ്ട്-അവരുടെ അടുക്കളയിൽ ഈ പാചകം ചെയ്യുന്നതിന്റെ യാതൊരു ലക്ഷണവും കണ്ടില്ലെന്ന്. അറിയാമല്ലോ അത് അനോറെക്സി[2]യയുടെ ലക്ഷണമാണ്. വളരെ ഉൾവലിഞ്ഞു കഴിയുന്നവരിൽ ഭക്ഷണശീലത്തോട് പോലും അകൽച്ചയുണ്ടാകാം. അത്തരമൊരു സങ്കീർണമാനസികാവസ്ഥയുള്ളൊരു വ്യക്തിയിൽ ഇന്നലെ സംഭവിച്ചത് പോലെയുള്ള മൈൻഡ് ബ്ലോവിംഗ് ഷോക്കിംഗ് പബ്ലിക് എൻകൌണ്ടർ സംഭവിച്ചാൽ അടുത്ത ഏതാനും മണിക്കൂറുകൾക്കുള്ളിൽ അവർ ഇതല്ല ഇതിനപ്പുറവും ചെയ്യും മുരളീ'

മുരളി ഒരു മനശ്ശാസ്ത്രവിശാരദനെ നേർക്കെന്നോണം ഈശോയെ നോക്കി അത് ശരിയാണെന്ന് തലയാട്ടി. അയാൾ മനസിലേക്ക് അവരുടെ മെലിഞ്ഞ ശരീരത്തെ കൊണ്ട് വന്നു. ശരീരം മെലിഞ്ഞതാണെങ്കിലും മനസ് തീപിടിച്ചതാണെന്നയാൾക്ക് മനസിലായി.

'അല്ല അവർ എന്തേലും പോലീസിനോട് സംസാരിച്ചോ? ങേ?' മുന്നോട്ട് ആകാംക്ഷയാൽ നീണ്ട ലൂക്കായുടെ ശരീരം ഈശോയുടെ പരുപരുത്ത നോട്ടം തട്ടി പിന്നിലേക്ക് തന്നെ മറിഞ്ഞു. ഈശോ കസേരയിലേക്ക് ചാരിക്കിടന്ന് പറയാൻ തുടങ്ങി 'കുട്ട്കിടക്കാനേൽപ്പിച്ച വല്ല്യമ്മയുടെ നിലവിളി കേട്ട ചിലരാണ് ആദ്യം സംഭവം കണ്ടത്. അവരാ സ്ത്രീയെ തോട്ടിൽതള്ളിയിട്ട് തീ കെടുത്തി. പോലീസും ആംബുലൻസും ഒരുമിച്ചാണ് അവിടെ എത്തിയത്. ചാക്കിൽ പൊതിഞ്ഞുകെട്ടി നേരേ മെഡിക്കൽകോളേജിലെക്ക് കൊണ്ട് വരികയായിരുന്നു. ഹമീദ് വിളിച്ചറിയിച്ച ഉടൻ ഞാൻ ആശുപത്രിയിലേക്ക് വന്നു. പരിശോധിച്ച ഡോക്ടർ അറിയിച്ചത് 70 ശതമാനത്തിലേറെ പൊള്ളലേറ്റതിനാൽ ഒരു രക്ഷയുമില്ലെന്നാണ്; പ്രത്യേകിച്ച് സ്ത്രീ ക്ഷീണിതയായതിനാൽ. വൃക്കകളും കരളും പ്രവർത്തനം ഏതാണ്ട് അവസാനിപ്പിച്ച് കൊണ്ടിരിക്കുന്നു. ശ്വാസനാളം വീർത്തു തുടങ്ങി. നല്ല ശ്വാസതടസ്സവുമുണ്ട്. വൈകുന്നേരം പോലീസ് ചെന്ന് ഭീകരമായ സീനുണ്ടാക്കിയാരുന്നല്ലോ, നാട്ടുകാർ എന്തായാലും പൊലീസിനെതിരെ ഒച്ചപ്പാടുണ്ടാക്കി എന്തേലും നടപടികൾ ഉണ്ടാകുമെന്ന വേവലാതി അയാൾക്കുണ്ട്. ഏതാനും മിനിട്ടുകൾക്കകം

1 വൈകാരിക- ഭൌതിക ചുറ്റുപാടുകളിൽ നിന്നും, യാഥാർത്ഥ്യങ്ങളിൽ നിന്നും ഒഴിഞ്ഞുമാറി തികച്ചും സാങ്കൽപ്പികമായ അപരലോകത്തിൽ വ്യാപരിക്കുന്ന അവസ്ഥ.

2 anorexia nervosa

മരണം ഉറപ്പായതിനാൽ ഡോക്ടറെ കാര്യങ്ങൾ ധരിപ്പിച്ച ശേഷം എന്തേലും മരണമൊഴി കിട്ടിയാലോന്ന് വച്ച് ഹമീദ് അകത്ത് കയറി. ഒപ്പം ഞാനും. മുരളീ നമ്മൾ എത്ര ശവശരീരങ്ങൾ; അഴുകിയതും, കത്തിയതും, പുഴുത്തതും, അരഞ്ഞുനുറുങ്ങിയതുമൊക്കെ പോസ്റ്റ്മോർട്ടം ചെയ്തിരിക്കുന്നു. ഇത് അതൊന്നുമല്ല. ജീവനില്ലാത്ത ശരീരമായിരുന്നെങ്കിൽ മുരളീ ഞാൻ പുഷ്പം പോലെ കണ്ടേനെ. ഇത് ജീവനുള്ള.. ജീവൻ ഇങ്ങനെ പോയ്ക്കോണ്ടിരിക്കുന്ന ഒരു ശവശരീരം. മുഖത്ത് മൂക്കും വായുടെ ഒരറ്റവും മാത്രമുണ്ട് ഇങ്ങനെ പിടയ്ക്കുകയാണ്. ബാക്കി മൊത്തം പൊള്ളിക്കുമിളിച്ച് തിരിച്ചറിയാൻ പോലുമില്ല. വിഷമം തോന്നിക്കുന്ന ഒരു കാഴ്ച മുരളീ. എന്റെ സമാധാനം മൊത്തം പോയി'

ഈശോ കണ്ണുകൾ ഉഴിഞ്ഞ് മുന്നോട്ട് ചാഞ്ഞിരുന്നു. ലൂക്കാ മേശമേലിരുന്ന മിനറൽ ജലക്കുപ്പി തുറന്ന് ചില്ല്ഗ്ലാസിൽ പകർന്ന് അയാൾക്കരികിലേക്ക് നീക്കി വച്ചു. അത് ശ്രദ്ധിക്കാതെ ഈശോ വീണ്ടും പറയാൻ തുടങ്ങി 'ഹമീദ് പ്രതീക്ഷിച്ച പോലെതന്നെ അവസാനശ്വാസത്തിനായി പിടയുന്നതിനിടെ ഏതാനും വാക്കുകൾ അവർ പറഞ്ഞു'

മുരളിയും ലൂക്കായും ഒരു പോലെ കഴുത്തുകൾ മുന്നോട്ട് നീട്ടി. ഈശോ എഴുത്ത്കൈപ്പുസ്തകത്തിൽ നിന്നും ഒരു കടലാസ് ചീന്തി മെഡിക്കൽ എൻസൈക്ലോപീഡിയയുടെ മുകളിൽ വച്ച് കുനുകുനെ എഴുതി. ശേഷം അത് ഇരുവർക്കും കാണാനായിനീക്കി വച്ചു. മുരളി നോക്കി വായിച്ചുകഴിഞ്ഞപ്പോൾ ലൂക്കാഅതെടുത്ത് കണ്ണിനടുത്ത് പിടിച്ച് വായിച്ചു. 'എന്റെ.....പെണ്ണിന.....ക്കണം.....അവനി.. അവനിക്ക്....ചാള..എന്റെ...പെണ്ണിന....വെള്ളം..വെള്ളം..അവ.. നീ..ന..അ..വ...ന.'

'ഇത് കൊണ്ട് എന്തേലും ഗുണമുണ്ടോ' മുരളി രോമാവൃതമായ കൈത്തണ്ട തടവി. 'എന്റെ. പെണ്ണിനെ..അവൻ..ചാള..വെള്ളം. ഇത് കേട്ടിട്ട് എന്താ?ഒ?'

'ഇതാ ഹമീദ് മൊബൈലിൽ റിക്കോഡ് ചെയ്തെടുത്തിട്ടുണ്ട്. അയാൾ ഇത് വച്ച് എന്തേലും കാട്ടും' ഈശോ അപ്പോഴുംകടലാസിൽ നോക്കിയിരിക്കുന്ന ലൂക്കായെ ചുഴിഞ്ഞുനോക്കിക്കൊണ്ട് തുടർന്നു 'ഞാൻ ഓരോ വാക്കിനും അക്ഷരത്തിനുമിടക്ക് കുത്തിട്ടിട്ടില്ലേ, അത് അവർ ശ്വാസം തടയുമ്പോ വെപ്രാളംകാട്ടി കുറച്ചു നിമിഷങ്ങൾ ഇടവേള എടുക്കുന്നതാ'

'ഊം..' അരിമണികൾക്കിടയിൽ നിന്നും കല്ല് നുള്ളിപ്പെറുക്കിയെടുക്കും പോലെ നെറ്റി ചുളിച്ച് മുരളി ചോദിച്ചു 'ഈ ചാള? ചാള?'

നൂലാമാലപിടിച്ചൊരു കേസിന്റെ രഹസ്യം ആലേഖനം ചെയ്ത സൂത്രവാക്യം പരിഹരിക്കാൻ തലപുകയ്ക്കുന്നൊരു അന്വേഷണ ഉദ്യോഗസ്ഥനെപ്പോലെ മുരളിയുടെ ഭാവങ്ങൾ വളരുന്നത് ആസ്വദിച്ചു കൊണ്ട് ഈശോയും തിരിച്ച് ചോദിച്ചു 'ഊം ചാള? എന്തോവാ?'

'തിരുവനന്തപുരത്തും ചാള ചാള മീൻ തന്നല്ലേ? കുടിൽ, വീട്, കാബിൻ എന്നൊക്കെ ചാളക്ക് അർത്ഥമുണ്ട്, കേട്ടിട്ടില്ലേ ഹാരിയറ്റ് ബീച്ചർസ്റ്റോവിന്റെ ടോം അമ്മാവന്റെ ചാള. ഇനി ഈ ചാളയ്ക്ക് അതല്ലാതെ എന്തേലും പ്രാദേശികഅർത്ഥം വല്ലോം ഉണ്ടാകുമോ? അവർ എന്താവും ഉദ്ദേശിച്ചത്?' മുരളി കേറിക്കേറിപ്പോയി. 'അവൻ എന്നതിലൂടെ ആ പെൺകുട്ടിയെ ഉപദ്രവിച്ചയാളെയാകും ഉദ്ദേശിച്ചത്. അവൻ-ആ സ്ത്രീക്ക് അടുത്തറിയാവുന്ന ആരെങ്കിലും ആകും. വളരെ പ്രായം കുറഞ്ഞ ആളാകും ഈ അവൻ-ഇനി ഒരു പക്ഷേ മീൻ വിൽക്കുവാൻ വരുന്ന ഒരുവനോ മറ്റോ ആകുമോ ഈ അവൻ?'

ഈശോ അൽപനേരം അത് കണ്ടിരുന്ന ശേഷം ഒരാണി നെഞ്ചിലേക്കടിക്കുന്ന ക്രൗര്യത്തോടെ ചോദിച്ചു 'മുരളിയല്ലേ അന്നവരുടെ മൂത്ത ചേട്ടന്റെ ഓട്ടോപ്സി ചെയ്തത്? വിഷം കഴിച്ചുമരിച്ച..അന്നെന്തെങ്കിലും പ്രത്യേകിച്ച് തോന്നിയിരുന്നോ?'

'ഏയ്. പ്രത്യേകിച്ചെന്താ? ഓർക്കട്ടേ; ങാ ക്ലീൻ കേസ് ഓഫ് സൂയിസൈഡ്. ചാരായവും, മീനും, ഇഞ്ചിയും, വെളുത്തുള്ളിയും, പച്ചമുളകും, ഉപ്പും ചേർത്ത് ചട്ടിയിൽ അവിച്ചതും,വേവിച്ച കപ്പയുമാണ് അയാളുടെ ആമാശയത്തിൽ ഉണ്ടായിരുന്നത്. ഫ്യൂറിഡാന് ഇതിൽ ചേർത്ത് കഴിച്ചതായിരുന്നു മരണ കാരണം. ക്ലീൻ സൂയിസൈഡ്. സർട്ടിഫിക്കറ്റ് ഇവിടെയിരുന്ന് ഞാൻ വായിച്ചത് ഓർക്കുന്നുണ്ടോ?'

'എന്ത് മീനായിരുന്നെന്ന് ഓർക്കുന്നോ?'

'അത്...' മുരളി തൊണ്ടയിൽ ചൂണ്ടക്കൊളുത്ത് ഇറുകിയ പോലെ വിങ്ങി ലൂക്കായെ നോക്കി.

'ചാള മത്സ്യം. അതായിരുന്നു' ഈശോ നിസ്സാരമായി പറഞ്ഞത്കേട്ട് മുരളി ഞെട്ടി. അയാൾ അത് പകരാനായി ലൂക്കായെ നോക്കി. അവൻ കുനിഞ്ഞിരുന്നു കളഞ്ഞു. 'താൻ ചുമ്മാ തല പുകയ്ക്കണ്ട. ഹമീദിനെ അറിയാല്ലോ, അയാൾ നോക്കിക്കോളും.'ഈശോ എന്തോ സൂചനയാണ് എറിഞ്ഞു തന്നതെന്ന് മനസിലാക്കിയ മുരളി അൽപനേരം താഴേക്ക് മറിയാൻ തുടങ്ങുന്ന ബസിലെ ഡ്രൈവറെപ്പോലെ മനസ്സിൽ ഇടിമുഴക്കവുമായി ഇരുന്നു.

'ഞാനിന്ന് ആലപ്പുഴ മെഡിക്കൽകോളേജ് വരെ പോകുന്നുണ്ട്.

ഒരത്യാവശ്യ മീറ്റിങ്ങാണ്. പതിനൊന്ന് മണിക്ക് പുറപ്പെടണം. ടിക്കറ്റ് റിസർവ് ചെയ്തിട്ടുണ്ട്. രാത്രി തന്നെ തിരിച്ചെത്തണം. എല്ലാം വിശദമായി നമുക്ക് പിന്നീട് സംസാരിക്കാം. അപ്പോ മുരളീ, പോലീസ് റിക്വെസ്റ്റ് ഉടനേ തന്നെ എത്തിക്കും. ഓട്ടോപ്സി ഇന്ന് തന്നെ ചെയ്യണം. ഡോക്ടർ ഉമയെക്കണ്ട് സംസാരിക്കണം. അപ്പൊ ലൂക്കാ മുരളീ ആൾ ദ വെരി ബെസ്റ്റ്, ഇറ്റ്സ് യുവേർസ് നൌ'

ഇരുവരും എഴുന്നേറ്റു. ലൂക്കാ കടലാസ് കഷണം കീശയിലേക്ക് തിരുകി. ഒരൊറ്റ മനുഷ്യജീവിയും വന്നെത്താത്ത ഏതേലും മലയുടെ മുകളിൽ പോകാൻ അവന് തോന്നി. അവിടെ മുട്ടോളം ഉയരത്തിൽ വളർന്ന പുല്ലുകൾ കാറ്റിൽ ആടിക്കൊണ്ടിരിക്കും. പച്ചക്കുതിരകൾ മുറിഞ്ഞ പുൽത്തലപ്പുകൾ പോലെ ഇടയ്ക്ക് ഒളിയിടങ്ങൾ വിട്ട് തെറിക്കും. തുമ്പികളും ചിത്രശലഭങ്ങളും വായുവിൽ സ്വപ്നങ്ങൾ എഴുതും. മഞ്ഞയും ചുവപ്പും നീലയും നിറമുള്ള പൂവുകൾ എമ്പാടും ചിരിച്ചു നിൽക്കും. പാറകൾക്കിടയിലൂടെ പൊടിയുന്ന ഊറ്റ് വെള്ളം നോക്കി വെള്ളക്കൊറ്റികൾ താഴ്ന്നിറങ്ങും. വാൽമാക്രികൾ പുളയ്ക്കുന്നത് വീക്ഷിച്ച് തവളകൾ തണുപ്പിലേക്ക് തലയാഴ്ത്തും. ഇടയ്ക്ക് ഒന്നോ രണ്ടോ നായകൾ അത് മുറിച്ചു കടക്കും. ചിലപ്പോ ഒരു മഞ്ഞച്ചേര. ഉറുമ്പുകളും വണ്ടുകളും പഴുതാരകളും കൽവിടവുകളിലേക്ക് വരിവയ്ക്കും. ചെറുമരങ്ങളെ കുരുവികളുംകാക്കകളും തത്തകളും തുവലിഴച്ച് ഇക്കിളിപ്പെടുത്തും. തെളിഞ്ഞആകാശത്ത് മേഘങ്ങൾ അലിഞ്ഞുകൊണ്ടേയിരിക്കും. സൂര്യൻ വെയിലിന്റെ കണ്ണാടിത്തുണ്ടുകൾ എറിഞ്ഞു പൊട്ടിക്കാനായി ഇടയ്ക്കിടെ എത്തിനോക്കും. ആത്മഹത്യകളും, കൊടുംപ്രതികാരവും കൊടൂരകൊലപാതകങ്ങളുമായി മനുഷ്യർ കൃമികളെപ്പോലെ ചോരയിൽ നുരയ്ക്കുന്ന താഴെയുള്ള ഗ്രാമ-നഗരങ്ങളിലേക്ക് നോക്കി മണിക്കൂറുകളോളം ഇരിക്കാൻ ലൂക്കായ്ക്ക് തോന്നി. അപ്പോഴേക്കും ഒപ്പ് വയ്ക്കാനുള്ള ഫയൽ അവന് മുന്നിലെത്തി. വെന്ത് മരിച്ച സ്ത്രീയിലേക്കുള്ള വഴികളായിരുന്നു അതിൽ.

●

പത്ത്

അഴുകിയകൈതച്ചക്കകൾ മണക്കുന്ന മുറിയിൽ വച്ച് മുരളിയും ലൂക്കായും ചേർന്നാണ് കത്തിച്ച പുസ്തകം പോലെയുള്ള അവരുടെ ശരീരം മൃതദേഹപരിശോധനയ്ക്ക് വിധേയമാക്കിയത്. ആവശ്യക്കാരോ, സംശയമുനകളോ, സമ്മർദ്ദതരംഗങ്ങളോ ഒന്നുമില്ലാത്തതിനാൽ മുരളിയാണ് വേഗത്തിൽ, വളരെ അനായാസം ചടങ്ങുകൾ മുഴുവൻ ചെയ്തത്. കൈത്തഴക്കം വന്നൊരു വിദഗ്ധനെപ്പോലെ മോർച്ചറിസഹകാരിയും കൂടെക്കൂടി. ലൂക്കാ ഉറുമ്പ് പുളിയിലയിൽപിടിച്ച് മലവെള്ളം കടക്കും പോലെ വിറച്ചും കുതിച്ചും മലക്കം മറിഞ്ഞും കൂടെ നിന്നതേയുള്ളൂ. ശരീരംകൊണ്ട് എങ്ങോട്ടും പോയിമറയാനാകാത്തതിനാൽ മനസുകൊണ്ട് അത് ചെയ്യാൻ ലൂക്കാ തയ്യാറെടുത്തു. അനിഷ്ടകരമായ ചുറ്റുപാടുകളിൽ നിന്നുംഓടിയൊളിക്കാൻ അത് തന്നെ എളുപ്പമാർഗ്ഗം. അടിയിൽ തീ പിടിച്ചമനസ് റോക്കറ്റ് പോലെ കുതിച്ചുയർന്ന് ഭ്രമണപഥങ്ങൾ തേടി പ്രയാണമാരംഭിച്ചു. ആന്തരികാവയവങ്ങളുടെ ചുവപ്പ് കണ്ട് തുടങ്ങിയ വേളയിൽ അവൻ താനൊരു കടൽത്തീരത്ത് നിലതെറ്റിപ്പതിച്ചതായി സങ്കൽപ്പിച്ച് മനസ്സിൽ പലവുരു പാടാൻ തുടങ്ങി-ഷഹബാസ് അമന്റെ സംഗീതത്തിൽ രഞ്ജിത്ത് എഴുതി ഹരിഹരൻ പാടിയ 'പകരുക നീ പകരുക നീ'യെന്ന് തുടങ്ങുന്ന ഗാനത്തിലെ ചില വരികളാണ് ശവശസ്ത്രക്രിയ തീരും വരെയും അവന്റെ മനസ്സിൽ കത്തിയും ചുറ്റികയും പിടിച്ച് ആവർത്തിച്ച് ആടിത്തിമിർത്തത്..

പകരുക നീ പകരുക നീ
അനുരാഗമാം വിഷം
ഈ ചില്ലുപാത്രം നിറയെ
ഈ ചില്ലുപാത്രം നിറയെ
...

പറയുവാൻ നേരമായ്
യാത്രാമൊഴി....യാത്രാമൊഴി
നിൻ വിരലുകളാൽ
ചേർത്തടയ്ക്കുക നീ
ഞാൻ എന്നെക്കണ്ട കണ്ണുകൾ
ഞാൻ നിന്നെക്കണ്ട കണ്ണുകൾ
നീ കടം തന്ന കാഴ്ചകൾ
നീ കടം തന്ന കാഴ്ചകൾ

കയ്യുറയും ഉടുത്തുകെട്ടുകളും അഴിച്ചുവച്ച് ഒടുവിൽ പുറത്തിറങ്ങിയപ്പോൾ ലൂക്കാ വേദന കിനിയുന്ന കണ്ണുകളോടെ കാത്തുനിൽക്കുന്ന മനുഷ്യരാരെയും കണ്ടില്ല. ചില തെരുവ്നായ്ക്കൾ അവിടെയും ഇവിടെയും ചടഞ്ഞുകുത്തി കിടന്നു. കാത്തുനിൽക്കാനും കരുതിവയ്ക്കാനും ആളില്ലാത്തവരെപ്പോലെ കാറ്റും വെളിച്ചവും മേഘങ്ങളും മാത്രം മോർച്ചറിക്ക് ചുറ്റും തലകുമ്പിട്ടു.

• •

ഒറ്റപ്പെട്ട മനുഷ്യരെപ്പറ്റി ചിന്തിച്ചു കൊണ്ട് സിഗരറ്റ് വലിക്കാനായി ഒരു പായൽമൂലയിലേക്ക് മാറിയ ലൂക്കായുടെ കൈഫോണിലേക്ക് ഈശോ അയച്ച ഒരു സന്ദേശം വന്നു വീണു.

-wanna see you in the evening-
-come to railway station by 8 pm-
-Hameed texted me-
-that girl confirmed to a counselor that
osmeone assaulted her recently-
-but she coud'nt remember anything-

പല്ലിറുമ്മി ദീനതയോടെ ചിരിച്ചു കൊണ്ട് ലൂക്കാ മുന്നോട്ട് നടന്നു. മുന്നോട്ടുമുന്നോട്ട് നടന്നു. ആര്യനാട് രാജേന്ദ്രൻ സിമന്റിൽസൃഷ്ടിച്ച അമ്മയും കുഞ്ഞും പ്രതിമയ്ക്ക് മുന്നിൽ ഗർഭിണികളും, വൃദ്ധകളും, മധ്യവയസ്കഭർത്താക്കന്മാരും, രോഗികളുടെ ബന്ധുക്കളും മെഴുകുതിരികൾ കത്തിച്ച് പ്രാർഥിക്കുന്നത് ലൂക്കാ കണ്ടു. ഉണ്ണിയീശോക്ക് മുലകൊടുക്കുന്ന മാതാവിന്റെ രൂപവുമായി യാതൊരു സാമ്യവും ആരോപിക്കാനില്ലാത്ത ഈ അമ്മയിലും കുഞ്ഞിലും എന്ത് ദിവ്യത്വമാണിവർ കാണുന്നത്. ഈ സന്ദർഭത്തെ വിമർശനവിധേയമാക്കുന്ന ഒരു സാഹിത്യകൃതിയെ മനസിലേക്ക് കൊണ്ട് വരാൻ ശ്രമിച്ചെങ്കിലും കഴിഞ്ഞില്ല. അപ്പോൾ ലൂക്കായ്ക്ക് അമീർഖാൻ ചിത്രം പികെ ഓർമ വന്നു. ആക്ഷേപഹാസ്യങ്ങളെ യാതാർത്ഥ്യമാക്കി മാറ്റുന്ന ജനത.

അതിശയോക്തികളെ സ്വാഭാവികതയെന്നെണ്ണുന്ന കൂട്ടർ. ന്യൂനോക്തികളുടെ തോളിൽക്കയ്യിട്ട് നടക്കുന്ന സമൂഹം. കടുത്ത അരക്ഷിതാവസ്ഥയുള്ളിടത്തേ അതൊക്കെ നടക്കൂവെന്ന് ലൂക്കായ്ക്ക് തോന്നി. ഭാരമിറക്കി വയ്ക്കാൻ അത്താണികൾ തേടുന്ന, വേദന ലഘൂകരിക്കാൻ ചുമലുകൾ തേടുന്ന, തെറ്റുകുറ്റങ്ങൾ ഏറ്റെടുക്കാൻ വിശുദ്ധരെത്തേടുന്ന, കെടുതികളിൽസംരക്ഷിക്കാൻ മാലാഖമാരെത്തേടുന്ന, സൌഭാഗ്യങ്ങൾ നൽകാൻ ദൈവങ്ങളെത്തേടുന്ന നിരാലംബമനുഷ്യർ നിറഞ്ഞ ആശുപത്രിക്കവലയിൽ ലൂക്കാ കൌതുകത്തോടെ തങ്ങിനിന്നു. അമ്മയും കുഞ്ഞും പ്രതിമയിൽ ഒരു കാക്ക വന്നിരുന്ന് കാകാരഞ്ഞു. രോഗികളുടെ ഘോഷയാത്രക്കിടയിൽപ്പെട്ട് അവൻ ജീവിതമേ ജീവിതമേ നീയെന്ത് എന്ന് സ്വയം ചോദിച്ചു.

ഒരുത്തരവും അവന് തോന്നിയില്ല.

•

പതിനൊന്ന്

ഇതേ സമയം ആഴവും പരപ്പുമുള്ള മെഡിക്കൽകോളേജിന്റെ മറ്റൊരു മുറിയിൽ വനിതാഡോക്ടറിനും നഴ്സിനുംമുന്നിൽ വൈദ്യ പരിശോധനയ്ക്കായി പെൺകുട്ടി ഭീതിയിൽ മുങ്ങി ഇരിക്കുകയായിരുന്നു. അപരിചിതരായ ഓരോരുത്തരും അവളിലടങ്ങിയ വേദനകളെ അറുത്തെടുത്ത് കൊണ്ടിരുന്നു. പ്രായപൂർത്തിയാകാത്ത കുട്ടിയയതിനാലും, രക്ഷകർത്താക്കളോബന്ധുക്കളോ ഇല്ലാത്തവളായതിനാലും ആശുപത്രി സൂപ്രണ്ട്ശുപാർശ ചെയ്ത മുതിർന്ന നഴ്സ് കാവൽമാലാഖയെപ്പോലെ അവളെ പൊതിഞ്ഞു നിന്നു. അവർ അനേകർക്ക് രോഗശാന്തിശുശ്രൂഷകൾ നൽകിയ വിരലുകൾ കൊണ്ട് വാത്സല്യത്തോടെ മുടിയിഴകൾ തഴുകിയപ്പോൾ പെൺകുട്ടി അസഹ്യതയോടെയത് തട്ടി മാറ്റി. രക്ഷാകർതൃത്വപദവി തലയിൽ ചൂടിയ മുതിർന്ന നഴ്സ് ലളിതമായ ഭാഷയിൽ പരിഭാഷപ്പെടുത്തി സ്നേഹം കലർന്ന ശബ്ദത്തിൽ പെൺകുട്ടിക്ക് വായിച്ച് നൽകേണ്ടസമ്മതപത്രത്തിന്റെ മാതൃക അല്പം തിരക്കുള്ള ഡോക്ടർ കൈമാറിയതിലേക്ക് നോക്കി. ഞായറാഴ്ചകളിൽ പ്രാർത്ഥനായോഗങ്ങൾക്ക് പോയി മറുഭാഷാവരം നേടിയ പാസ്റ്റർമാർക്ക് കാതുകൾനൽകാറുള്ള അവർ പരിഭാഷയുടെ കണ്ണുകൾ കൊണ്ട് ഓരോ അക്ഷരങ്ങളും സൂക്ഷ്മമായി വായിച്ചു തുടങ്ങി

"I, ..., hereby voluntarily consent for a complete medico-legal examination to look for evidence of sexual offence on my body/on the body of .... who is my..........., after being completely informed about all aspects of the examination, my right to refuse or consent for examination, the possible medico-legal implications/consequences of loss of evidence if I refuse the examination and the possible medico-legal advantages if I consent for the examination".

'മകളേ നിനക്ക് സമ്മതമാണോ?' വിശുദ്ധലോഹ പോലെ വെളുത്തകുപ്പായം ധരിച്ച ഡോക്ടർ ചോദിച്ചു. 'മകളേ നിനക്ക് സമ്മതമാണോ?' മറുഭാഷാവരം സിദ്ധിച്ച മുതിർന്ന നഴ്സ് ചോദിച്ചു.'ഉം.' പെൺകുട്ടി വേദനയോടെ തലതാഴ്ത്തി സമ്മതം മൂളി. അവളുടെ അടിവയറ്റിൽ നിന്നും നെന്മണികൾ കൊത്തിയെടുത്ത് വെള്ളരിപ്രാവുകൾ കുറുകിപ്പറന്നു.

മഹിളാമന്ദിരത്തിൽ നിന്നും അവളെ കൊണ്ട് വന്ന സഹപോലീസുകാരനും വനിതാപ്പോലീസുകാരികളും പുറത്തെ കസേരകളിൽ ചടഞ്ഞുകൂടി 'ഒരിടത്ത് തണുപ്പ്-ഒരിടത്ത് ചൂട്', 'ഒരിടത്ത് കുന്ന്-മറ്റൊരിടത്ത് കുഴി', 'ഒരിടത്ത് സന്തോഷം-മറ്റൊരിടത്ത് ദുഃഖം', 'ഒരിടത്ത് മഴ-മറ്റൊരിടത്ത് വരൾച്ച', 'ഒരിടത്ത് സ്നേഹം-മറ്റൊരിടത്ത് പക', 'ഒരിടത്ത് ധാരാളിത്തം-മറ്റൊരിടത്ത് പട്ടിണി', 'ഒരിടത്ത് വെളുപ്പ് -മറ്റൊരിടത്ത് കറുപ്പ്' എന്താല്ലേ ഈ ലോകമെന്നൊക്കെ ഓരോന്ന് പറഞ്ഞ് താടിക്ക് കൈ കൊടുത്തു.

'പാവം പെൺകുട്ടി. എന്തൊരു ഗതികേട്. കഷ്ടം തന്നെ അല്ലേ?' ഒരു പോലീസുകാരി സഹതപിച്ചു. അമിതഉപയോഗത്താൽ അവസാന ഇഴ വരെയും പിഞ്ഞിപ്പോയ തുണി പോലെയിരുന്നു അവരുടെ ഒച്ച.

'എന്ത് പാവം? പഠിച്ച കള്ളിയാണ് അവള്. ഇപ്പോഴേ നഖത്തിന്റെ ഇടയിൽ വരെ പിഴ' മറ്റേ പോലീസുകാരി അവളെഗണ്ഡിച്ചു. ഇരുവരുടെയും നടുവിലെ കസേരയിലിരിക്കുകയായിരുന്ന പോലീസുകാരൻ ചിരിച്ചു 'നിങ്ങൾ രണ്ട് പേര് പറയുന്നതുംശരിയാണ്. ഓരോരുത്തരുടെ ഉള്ളിൽ എന്താണെന്ന് നമുക്ക് ചൂഴ്ന്ന് നോക്കാൻ ഒക്കില്ലല്ലോ.' അയാൾ മീശയുടെ അറ്റം രണ്ട് വിരലറ്റങ്ങൾക്കിടയിലിട്ടു തിരിച്ചുകൊണ്ട് തുടർന്നു 'ഇവളെ ഉപദ്രവിച്ചവനെപ്പറ്റിയുള്ള സകല വിവരങ്ങളും ഹമീദ് സാർ ശേഖരിച്ച്കഴിഞ്ഞു. ഇന്ന് രാത്രി ആ എന്തരവനെ കയ്യോടെ പൊക്കും'

'ഉം-ഹമീദ് സാറിന്റെ കയ്യിൽക്കിട്ടിയാ സാറവനെ ചവിട്ടിത്തുറിക്കും. ഇടിയൊക്കെ നിന്ന് കൊള്ളാനുള്ള ആരോഗ്യമൊക്കെ ഉള്ളവൻ തന്നെയാണോ അവൻ?'

'അവൻ നമ്മുടെ കയ്യിലോട്ടല്ലേ വരുന്നത്. നിങ്ങള് തന്നെ ഉപ്പ് നോക്കി തീരുമാനിച്ചോ' അയാൾ മുഷ്ടിചുരുട്ടി തുടയിലേക്ക് ശക്തിയിലിടിച്ചു.

'എവിടത്തുകാരനാ അവൻ, അവനെത്ര വയസുണ്ട്? പോലീസുകാരി ചോദിച്ചു.

•

പന്ത്രണ്ട്

വൈദ്യുത-വാഹനവെളിച്ചങ്ങൾ തുള വീഴ്ത്തിയ കൊഴുത്ത ഇരുട്ട് നിറഞ്ഞ വൈകുന്നേരം. തിരക്കിന്റെ പാരമ്യത്തിൽ നഗരം.

ലൂക്കാ തമ്പാന്നൂർ റെയിൽവേ സ്റ്റേഷനകത്തെ പുസ്തക-വാരികാശാലയിൽ നിന്ന് വാങ്ങിയ സായാഹനപ്പത്രം നോക്കി നിൽക്കവേയായിരുന്നു ഈശോ തീവണ്ടിയിറങ്ങി പുറത്തേക്ക് വന്നത്. 'ഒരുപാട് നേരവായോ നീ കാത്ത് നിൽക്കാൻ തുടങ്ങീട്ട്?'ലൂക്കായുടെ തോളത്ത് പിടിച്ച് മുന്നോട്ട് നടക്കവേ ഈശോ ചോദിച്ചു.

'ഹേയ് ഒരു അര മണിക്കൂർ' ലൂക്കാ പത്രം ചുരുട്ടി കക്ഷത്ത് തിരുകി. ഇരുവരും നടന്ന് റെയിൽവേയുടെ കാർ പാർക്കിംഗ്സ്ഥലത്ത് പോയി കാർ കണ്ടെത്തി. വാഹനസമുദ്രത്തിനിടയിൽനിന്നും കഷ്ടപ്പെട്ട് അതിനെ പുറത്തെത്തിച്ചു. പൊന്നറ ശ്രീധർ പാർക്ക് ചുറ്റി ബേക്കറി-പാളയം റോഡിലേക്ക് പോകവേ ഈശോനെടുവീർപ്പിട്ടു 'പെട്ടന്ന് തീരുമാനിച്ച ഒരു മീറ്റിങ്ങാരുന്നു. ആലപ്പുഴ ഡിജിപിയുടെ നേതൃത്വത്തിൽ നടന്ന ഒരു രഹസ്യമീറ്റിംഗ്എന്ന് വേണമെങ്കിൽ പറയാം. ഒരു ഭരണപക്ഷ എംഎൽഎയുടെ ബന്ധു ഈയിടെ വളരെ ദുരൂഹമായി കൊല്ലപ്പെട്ടിരുന്നു. അതുമായി ബന്ധപ്പെട്ട കുറേ അഭ്യൂഹങ്ങൾ അവിടത്തെ രാഷ്ട്രീയ സ്ഥിതിഗതികളെ ബാധിച്ചു തുടങ്ങിയപ്പോൾ വിദഗ്ധരുടെ അഭിപ്രായരൂപീകരണം നടത്താൻ എംഎൽഎ ആവശ്യപ്പെട്ടു. അങ്ങനെ പോയതാ. കേസ് എന്താണെന്ന് ഞാൻ പിന്നൊരു ദിവസം നിനക്ക് പറഞ്ഞു തരാം'

കാറങ്ങനെ പതിയെ മുന്നോട്ട് പോകവേ ചെങ്കൽച്ചൂള കോളനിയിൽ തെങ്ങോളം ഉയരത്തിൽ ഉയർന്നു നിൽക്കുന്ന വിജയ്യുടെയും അജിത്തിന്റെയും വിക്രത്തിന്റെയും സൂര്യയുടെയും

മറ്റും കട്ടൌട്ടുകൾ നോക്കി ലൂക്കാ ഈശോയെ തോണ്ടി'ഞാനൊരു കാര്യം ചോദിക്കട്ടേ?' കാര്യം മനസിലായ ഈശോ ചുവരുകളിൽ നിറച്ച തമിഴ് പോസ്റ്ററുകൾ കണ്ട് പല്ലിറുമ്മി 'ഉം എന്റെ നെഞ്ചത്തോട്ട് ഷൂട്ട്'

'അതായത് ഇപ്പോ ഒരു മലയാളകഥ തമിഴിലേക്ക് പരിഭാഷപ്പെടുത്തുന്ന എന്ന് വച്ചോ, അവിടെ മലയാളകഥ തമിഴിലേക്കാണോ അതോ തമിഴ് കൊണ്ടാണോ മലയാളകഥ പരിഭാഷപ്പെടുത്തുന്നത്? എന്ത് തോന്നുന്നു, ചിന്തിക്കാൻ തക്ക കഥയുള്ളചോദ്യവല്ലേ?'

ബേക്കറി ജംഗ്ഷന് മുകളിലൂടെയുള്ള മേൽപ്പാതയിലേക്ക് കാർ കുതിപ്പിച്ചു കൊണ്ട് ഈശോ അലറി 'ഇനി നീ മിണ്ടിയാ കാർ കൊണ്ട് കൈവരിയേൽ ഇടിച്ച് താഴോട്ട് മറിച്ച് നിന്റെ കഥ ഞാൻ കഴിക്കും' പിന്നെ അടിപ്പാതയെത്തും വരെ ലൂക്കാ മിണ്ടിയില്ല. പാളയം പള്ളിയ്ക്ക് മുകളിൽ നിന്ന് കൈകൾ ആകാശത്തേക്ക് ഉയർത്തി നഗരം വീക്ഷിക്കുന്ന ക്രിസ്തുവിനെ പാളിനോക്കി അടിപ്പാതയുടെ ഇരുട്ടിലേക്ക് കാർ കടന്നപ്പോൾ അവൻ പതിയെ തുടങ്ങിവച്ചു 'ഇന്ന് ആ സ്ത്രീയുടെ ഓട്ടോപ്സിചെയ്തുാരുന്നു'

'ഉം-അതേ. വൈകിട്ട് മുരളി വിളിച്ച് വിശദവിവരങ്ങൾ തന്നാരുന്നു. അതേപ്പറ്റിയിനി എന്ത് പറയാനാ'

'അല്ല, ഇന്നലെ മരണമൊഴിയിൽ അവർ ചാള...എന്ന വാക്ക് പറഞ്ഞതിനെപ്പറ്റി രാവിലേ..' ലൂക്കാ വിക്കി.

'അതേ അപ്പൊ മുരളി ഇരുന്നത് കൊണ്ടാ ഞാൻ പറയാതിരുന്നത്. നീ ചാളയെപ്പറ്റി പറഞ്ഞപ്പോഴാ വിശക്കുന്ന കാര്യം ഓർത്തത്. വാ ഇവിടന്ന് എന്തേലും കഴിക്കാം' പാളയം (ജുമാ) പള്ളിയുടെ നേരേ പിറകിലായി കുറച്ച് ഹോട്ടലുകളുണ്ട്. യൂണിവേഴ്സിറ്റി ലൈബ്രറിയുടെ മുന്നിലുള്ള റോഡിലേക്ക് വന്ന കാർ വെട്ടിത്തിരിച്ച് ഹോട്ടലുകളിലൊന്നിന് മുന്നിലേക്ക് ഈശോ ഓടിച്ചു കയറ്റി നിർത്തി. ഷവർമയുടെയും പൊരിച്ച ചിക്കന്റെയുംകാഴ്ചയും മണവുമാസ്വദിച്ച് ഇരുവരും ഒരു മൂലയ്ക്ക്പോയിരുന്നു. സകല ഫാസ്റ്റ്ഫുഡ് ഹോട്ടലുകളിലും നല്ല തിരക്കാണ്. 'ഒരു വീട്ടിലും അടുക്കളയുണ്ടെന്ന് തോന്നുന്നില്ല' ഈശോ പിറുപിറുത്തു. ഉത്തരവ് തേടി വന്ന അതിസുമുഖനായ യുവാവിനോട് ഈശോ കപ്പബിരിയാണിയും നാരങ്ങാച്ചായയും പറഞ്ഞു. 'എനിക്കും അത് തന്നെ മതി' ലൂക്കാ വിഷയത്തിലേക്ക് ഈശോയെ കടത്താനായി മുന്നോട്ടാഞ്ഞിരുന്നു. 'മുരളിക്ക് ചാളയുടെ കാര്യത്തിൽ എന്തോ പ്രശ്നം തോന്നിയിട്ടുണ്ട്. മുരളിയത് മനസിലാക്കുമെന്ന് തന്നെയാണ് എന്റെ പ്രതീക്ഷ'

'എന്തോവാ?'

'കൊലപാതകം, അല്ലാതെന്തോവാ'

'ആദ്യത്തെ ആത്മഹത്യയില്ലേ, എടാ അതും കൊലപാതകമാണ്. ഏറ്റവും മൂത്ത ചേട്ടനെയും അവർ കൊന്നതാണ്''

ലൂക്കാ തമാശ കേട്ടത് പോലെ ചിരിച്ചു. അവനയാളുടെ പ്രസ്താവനയെ കൈപ്പത്തി മലർത്തി തള്ളിക്കളഞ്ഞു. 'ഹ്, ആ പെൺകുട്ടിയെ പ്രസവിച്ചത് വീട്ടിലായിരുന്നെന്നല്ലേ പറഞ്ഞത്. ഉടൻ തന്നെ അതിന്റെ അമ്മ മരിക്കുകയും ചെയ്തു. അവരെ കൊന്നതും പിന്നെ കുറച്ചുടി പിന്നിലോട്ട് പോയി ഇവരുടെയൊക്കെ മാതാപിതാക്കളെ കൊന്നതും ആ സ്ത്രീയാന്ന് ഇയാൾ പറ. ഉം പറ''

'നീ പോയേ, ഇത് വരെ നടന്ന ഓരോന്നും ചേർത്ത് വെച്ച് നോക്കിയാ നിനക്കത് ഉള്ളിൽ തോന്നും. ചാളമീനും, ഇഞ്ചിയും, വെളുത്തുള്ളിയും, പച്ചമുളകും, ഉപ്പും ചേർത്ത് അവിച്ചതിലോ,വേവിച്ച കപ്പയിലോ ഫ്യൂറിഡാന് ചേർത്ത് കഴിച്ചതായിരുന്നല്ലോ മരണകാരണം. നല്ല അളവ് ചാരായവും അയാളുടെ ആമാശയത്തിലുണ്ടായിരുന്നു. അയാൾ അപൂർവമായേ പുറത്തേക്ക് പോകു എന്ന് പോലീസിന്റെ അന്വേഷണത്തിൽ കണ്ടെത്തിയിട്ടുണ്ട്. അതും മാസത്തിൽ ഒന്നോ രണ്ടോ തവണ. അയാൾ എന്നും ആഹാരം സ്വന്തമായി പാചകം ചെയ്ത് കഴിക്കുകയായിരുന്നു എന്നത് സഹോദരിയുടെ മൊഴിയാണ്. ഒരുപക്ഷേ അത് നുണയാണെങ്കിലോ. ചാരായം കുടിച്ചു കൊണ്ടിരുന്ന സഹോദരന് അവിച്ച ചാളയും കപ്പയും കൊടുത്തത് ഇവരായിക്കൂടേ. എടാ ഇവരുടെയെല്ലാം മനശ്ശാസ്ത്രം കൂടി പരിഗണിച്ചാലേ ഇത്തരം കേസുകളുടെ സമ്പൂർണ്ണചിത്രം മനസിലാക്കാൻ പറ്റത്തൊള്ളൂ. അത് കൊണ്ടാ ആദ്യം മുതലേ ഞാനാ ഒരു ട്രാക്ക് കൂടി പിടിച്ച് വരുന്നേ'

ലൂക്കാ മൌനം പാലിച്ചു. അതിസുമുഖനായ യുവാവ് ആവി പറക്കുന്ന കപ്പബിരിയാണി നിറച്ച രണ്ട് പിഞ്ഞാണങ്ങൾ കൊണ്ട് വച്ചു. മസാലയിൽ വെന്ത ഇറച്ചിക്കഷ്ണങ്ങൾ വെന്തുടഞ്ഞ കപ്പയിൽ സത്യവും നുണയും പോലെ അലിഞ്ഞ് ചേരുന്നത് ലൂക്കാ കണ്ടു. അതിസുമുഖനായ യുവാവ് ധൃതിയിൽചില്ലുഗ്ലാസുകളിൽ നാരങ്ങാച്ചായയുമായി വന്നു മടങ്ങി. ചിതയിൽ നിന്നെന്നോണം അതിൽനിന്നും പുക പൊന്തി. ഈശോ കപ്പബിരിയാണി കരണ്ടിയിൽ മുക്കിയെടുത്ത് ആസ്വദിച്ച് കഴിച്ചുതുടങ്ങി. ലൂക്കാ കവിൾ കോട്ടി ചിരിച്ചു 'വല്യ ശാസ്ത്രീയക്കാരൻ ഊഹിച്ച് നിഗമനങ്ങളിലെത്തിയിരിക്കുന്നു. സബാഷ്''

'ഊഹമല്ല, തെളിവുണ്ട്. അവരുടെ അവസാന വാക്കുകളിൽ അതുണ്ടായിരുന്നു'

'എവിടെ നോക്കട്ടെ' ലൂക്കാ കീശയിൽ കയ്യിട്ട് രാവിലെ ഈശോ മുരളിക്ക് കൊടുത്ത കടലാസ് തപ്പിയെടുത്ത് കണ്ണിനടുത്ത് പിടിച്ച് വായിച്ചു. 'എന്റെ.....പെണ്ണിന.....ക്കണം.....അവനി..അവനിക്ക്.... ചാള...എന്റെ..പെണ്ണിന....വെള്ളം..വെള്ളം..അവ..നീ..ന..അ..വ...ന.'

ഈശോ ലൂക്കായിൽ നിന്നും കടലാസ് വാങ്ങി. 'ഇതിൽ അവനി.. കഴിഞ്ഞ് 'ഇല്ലാതാക്കി..' എന്ന് കൂടി അസ്പഷ്ടമായി അവർ പറഞ്ഞു. ചാള കഴിഞ്ഞ് 'കൊന്നു' എന്നും ഉണ്ട്. ഇതൊക്കെ ചേർത്ത് വായിച്ചതിൽ നിന്നും പെൺകുട്ടിയെ ഉപദ്രവിച്ചവരെയൊക്കെ കൊന്നു എന്നവർ പറയാൻ ശ്രമിച്ചതായിട്ടാണ് ഞാൻ മനസിലാക്കുന്നത്. നീയോ?'

'രാവിലെ രണ്ട് വാക്കുകൾ മറച്ചു വച്ചതെന്താ?'

'ലൂക്കാ മുരളിയും ഹമീദുമൊക്കെ വിചാരിച്ചാൽ നിഷ്പ്രയാസം മനസിലാക്കാവുന്ന കാര്യങ്ങളാണ് ഇതൊക്കെ. അവർ ശ്രമിക്കട്ടെ. അല്ലേ. എന്റെ മനസ്സിൽ തോന്നിയതാണ് ഞാൻ ചെയ്തത്. നിനക്ക് എന്നെപ്പറ്റി അറിയാമല്ലോ..ചില കാര്യങ്ങൾ സമൂഹത്തിനും നിയമത്തിനും പ്രശ്നമോ വെല്ലുവിളിയോആവശ്യമോ അല്ലെങ്കിൽ എന്റെ ഉള്ളിൽത്തന്നെ ഞാൻ സൂക്ഷിക്കും.'

ലൂക്കാ നാരങ്ങാച്ചായ മെല്ലെ മുത്തിക്കുടിച്ചു കൊണ്ട് ചപ്പാത്തിയും പൊരിച്ച കോഴിയും, ബീഫും അപ്പവും, കൊത്തുപൊറോട്ടയും മട്ടനു മൊക്കെ വെട്ടിവിഴുങ്ങുന്നവരെ നോക്കിനെടുവീർപ്പിട്ടു 'മനുഷ്യരുടെ കാര്യം വല്ല്യ കഷ്ടം തന്നെ അല്ല്യോ?'

'നാളെ പോലീസ് നാട്ടുകാരുടെയൊക്കെ സഹായത്തോടെ ആ സ്ത്രീയുടെ ബോഡി അവരുടെ പറമ്പിൽ അടക്കം ചെയ്യാൻ തീരുമാനിച്ചിട്ടുണ്ട്. അമ്മയെയും മൂന്ന് സഹോദരങ്ങളെയും സംസ്കരിച്ചതിന് അടുത്തായിട്ട് തന്നെ. ആ പെൺകുട്ടിയെ വീട്ടിലേക്ക് കൊണ്ട് വരുന്നുണ്ട്. എനിക്ക് അവിടെ വരെയൊന്ന് പോയാൽ കൊള്ളാമെന്നുണ്ട്. നീ വരുന്നോ?'

'ഓ എന്നാത്തിനാ ഞാൻ വരുന്നേ? എനിക്കിതേലൊന്നും യാതൊരു പങ്കുമില്ല. നമ്മളെ വിട്ടേര്' ലൂക്കാ ദേഷ്യത്തോടെ എഴുന്നേറ്റ് കൈ കഴുകാനായി നടന്നു. 'ഡാ ബില്ല് വന്നിട്ടില്ല. സാധാരണ ബില്ല് വരുമ്പോഴാന്നല്ലോ നീ കൈ കഴുകാൻ ഓടാറ്.'ഈശോ ചിരിക്കുന്നത് കണ്ട് അവൻ പല്ലിറുമ്മി തിരികെ വന്നിരുന്നു. ഈശോ

കണ്ണിറുക്കിക്കൊണ്ട് ചോദിച്ച 'നിനക്ക് ഫ്രൂട്ട് സലാഡ്, ഐസ്ക്രീം വല്ലോം വേണോ?'

ഫ്രൂട്ട് സലാഡ് കഴിച്ച മരിച്ചൊരാളിന്റെ ആമാശയത്തിൽ അതെങ്ങനെയാവും കലങ്ങിക്കിടക്കുകയെന്ന ഭാവന ചെയ്ത് കൊണ്ട് ലൂക്കാ പല്ല് കടിച്ചുടച്ച് കുനിഞ്ഞിരുന്നു. 'നിനക്ക് ഒന്നിലുമൊരു പങ്കുമില്ല. അല്ലേ?' ഈശോയുടെ കണ്ണുകൾ തിളങ്ങുന്നതവൻ കണ്ടു. 'നമ്മൾ സ്വപ്നത്തിൽപ്പോലും വിചാരിക്കാത്ത കാര്യങ്ങളിൽ നമ്മളെ ഈ ലോകം കൊണ്ടിടും. പീലാത്തോസിനെപ്പോലെ കൈ കഴുകിക്കളഞ്ഞ് നമ്മളങ്ങ് പോകുകേം ചെയ്യും'

എന്താണ് ഈശോ പറയാൻ ശ്രമിക്കുന്നതെന്ന് അവന് മനസിലായില്ല. എത്ര ചോദിച്ചിട്ടും പിന്നീടൊന്നുമയാൾ പറഞ്ഞതുമില്ല. ഈ ലോകം മുഴുവനും പൊയ്ക്കാലിൽനടക്കുന്ന ക്രൂരന്മാരെക്കൊണ്ട് നിറഞ്ഞിരിക്കുന്നതായി ലൂക്കായ്ക്ക് തോന്നി.

●

പതിമൂന്ന്

നീളെ സുഷിരങ്ങളുമായി നിശബ്ദത പാറിപ്പറക്കുന്ന രാത്രി. പുസ്തകങ്ങൾ വായിക്കുന്നത് വെറുപ്പായതിനാൽകിട്ടുന്ന സമയമെല്ലാം സിനിമാ കാണാനാണ് ലൂക്കാ വിനിയോഗിക്കുക, അതും കുറ്റാന്വേഷണചലച്ചിത്രങ്ങൾ. പലവട്ടം കണ്ട 1986ൽ പുറത്തിറങ്ങിയ പത്മരാജൻ ചിത്രം 'കരിയിലക്കാറ്റു പോലെ' ഒരിക്കൽക്കൂടി കണ്ടു കൊണ്ടിരിക്കുകയായിരുന്നു അവൻ. സിനിമാസംവിധായകൻ ഹരികൃഷ്ണന്റെ (മമ്മൂട്ടി) കൊലപാതകത്തെപ്പറ്റി ഡിവൈഎസ്പി അച്യുതൻകുട്ടി (മോഹൻലാൽ) ഹരികൃഷ്ണന്റെ ഭാര്യ രാഗിണിയോട് (ജലജ) സംസാരിക്കുന്നതിനിടെയാണ് കൈഫോൺ അലറി വിളിച്ചത്. ഈശോയാണ് അല്ലാതെയാരാണ് ഈ നേരത്ത് വിളിക്കാൻ. കഴിഞ്ഞ ദിവസത്തെ അനുഭവം കാരണം ലൂക്കാ ഫുള്ളാക്കിയ ബാറ്ററി നിറച്ച കൈഫോൺ നിറതോക്ക് പോലെ തൊട്ടടുത്ത് തന്നെ കരുതി വച്ചിരുന്നു. 'എന്തോ ഉണ്ട്?'

'അല്ല നാളെ നീ വരുന്നുണ്ടോന്നറിയാൻ വിളിച്ചതാ'

'ഓ എന്തോത്തിനാ? ഞാനില്ല' ലൂക്കാ കൈ നീട്ടി കരിയിലക്കാറ്റിനെ നിർത്തി വച്ചു. 'രണ്ട് മൂന്ന് സംഗതികൾ ഉരുത്തിരിഞ്ഞ് വന്നിട്ടുണ്ടെടാ?'

'ഓ, എന്തോവാ ഇത്ര വല്ല്യ സംഗതി?' ലൂക്കാ ഒട്ടും തല്പരനല്ലെന്ന് നടിക്കാൻ ശ്രമിച്ചു. 'നീ കൂടെ വന്നാലേ അത് നടക്കത്തുള്ളൂ. നിന്നെ കാണിച്ച് തരേണ്ടിയ സംഗതിയും ഉണ്ട്' വലിഞ്ഞുമുറുക്കിയ വയലിൻ കമ്പിയിൽ വിരലോടിക്കും പോലെയുള്ള ഈശോയുടെ ശബ്ദം കേട്ടപ്പോൾ ലൂക്കാ എഴുന്നേറ്റ് കതക് തുറന്ന് പുറത്തിറങ്ങി. 'ദേ കളിക്കല്ലേ, ഞാൻ ദേ ഇപ്പോ അങ്ങ് വരും'

'നീ വന്നാൽ കാണിച്ച തരാൻ എന്റെ കയ്യേലിരിക്കുവല്ല അത്.

തിരുവല്ലം വരെ പോണം. നാളെ നീ വാ. നമുക്ക് ഒരുമിച്ച പോകാം'

'ഓ എന്നെ കൊണ്ട് പോകാനുള്ള സൈക്കോളജിക്കൾ മൂവല്ലേ ഇത്. ഇയാൾ പോയി പണി നോക്ക്. എന്റെ പട്ടി പോലുംഇനി ഇയാടെ കൂടെ വരത്തില്ല'

'എടാ കഥയേൽ ഒരു വലിയ ട്വിസ്റ്റ് ഉണ്ടായെടാ. നീ എന്തോവാ നേരത്തേ പറഞ്ഞത് നിനക്ക് ഒന്നിലുമൊരു പങ്കുമില്ലന്ന്. നിനക്ക് കൂടി ഒരു ചെറിയ പങ്ക് വരുന്ന വിധത്തോലാ ട്വിസ്റ്റ് ഉണ്ടായേക്കു ന്നേ'ഈശോയുടെ ചിരി ലൂക്കായുടെ നട്ടെല്ലിലൂടെ ആയിരം കാലുകളു ന്നി ഇഴഞ്ഞ് കയറി. കള്ളിമുൾക്കൂട്ടത്തിൽ വീണത് പോലെ ലൂക്കായ്ക്ക് തോന്നി. ഈശോയ്ക്ക് നേരത്തേ മുതൽ എന്തോ അറിയാമെന്ന് അവന്റെ മനസ് പറഞ്ഞു.

'അപ്പൊ നാളെ രാവിലേ പത്ത് മണി. ഞാൻ അത് വഴി വരാം, നീ വലിഞ്ഞ് കേറി ഇങ്ങോട്ട് വരണ്ട; കേട്ടല്ലോ' ഈശോയുടെഒച്ചയും ലൈനും മുറിഞ്ഞു മാറി. തലമുടിയിൽ വലിച്ച് ഈശോയ്ക്ക് നല്ല നാല് പറഞ്ഞുകൊണ്ട് അവൻ ആലോചിക്കാൻതുടങ്ങി. കോപ്പിലെ എന്ത് ട്വിസ്റ്റാണ് ഇപ്പൊ ഉണ്ടായിരിക്കുന്നത്. ആലോചിച്ചാലോചിച്ചാലോ ചിച്ചാലോചിച്ചാലോചിച്ചാലോചിച്ചാലോചിച്ചാലോചിച്ചാലോചിച്ചാ ലോചിച്ച് ലൂക്കാ മതിലും ചാരിഇരുന്നു. തൊട്ടുമുൻപ് തീവണ്ടി കടന്നു പോയ പാളം പോലെ അവന്റെ ഉള്ളം വെന്ത് വിറച്ചുകൊണ്ടിരുന്നു. വെളിച്ചങ്ങൾ കൊണ്ട് മുറിവേറ്റ രാത്രി അവനെ വന്ന് പൊതിഞ്ഞു.

●

പതിനാല്

വളരെ ഉത്സാഹഭരിതമായൊരു പ്രഭാതമായിട്ട് കൂടി ലൂക്കാ എഴുന്നേൽക്കാൻ മെനക്കെടാതെ വാട്സ് ആപ് കടുക് വറക്കുന്നതും കേട്ട് കിടന്നു. നല്ല ക്ഷീണം തോന്നി. ഇന്നലെ പത്തിരുപത് സാധ്യമായ വഴികളെപ്പറ്റി ആലോചിച്ചിരുന്നതിനാൽമൂന്ന് മണി കഴിഞ്ഞപ്പോഴാണ് ഉറക്കം കടന്നുവരാൻ തയ്യാറായത്. ദൌർഭാഗ്യം വിടാതെ പിന്നാലേ കൂടിയ ഈ കുടുംബവുമായി തന്നെ ബന്ധിപ്പിക്കുന്ന യാതൊന്നും തന്നെ അവന് കണ്ടെടുക്കാനായില്ല. തിരിഞ്ഞും മറിഞ്ഞും കുറച്ചു കൂടി കിടന്ന ശേഷമവൻ സമയം നോക്കി. ഒൻപത് പതിനഞ്ച്. നാശംഒരു മുക്കാൽ മണിക്കൂർ കൂടി ഇനി തള്ളി മാറ്റണം. പത്ത് മണിയാകാൻ ഇത്രയും കാത്തിരുന്ന വേറൊരവസരവുമില്ല. നാലഞ്ച് ഇ-പത്രങ്ങൾ കൈഫോൺ സ്ക്രീനിൽ വെറുതേ ഓടിച്ചു നോക്കിയ ശേഷം എഴുന്നേറ്റ് ഉടുപ്പും ജീൻസും ധരിച്ച് മുറി പൂട്ടി ലൂക്കാ പുറത്തേക്കിറങ്ങി. വീടിന് മുന്നിലുള്ള സസ്യാഹാരഹോട്ടലിൽ പോയിരുന്ന് രണ്ടാമത്തെ ചായ കുടിയ്ക്കുവേ ഈശോ വിളിച്ചു. 'നീ കോസ്മോപൊളിറ്റന്റെ മുന്നിലേക്ക് കേറി നിൽക്ക്ഞാൻ ഇറങ്ങുവാ' എന്ന് മാത്രം പറഞ്ഞ് മറഞ്ഞു പോയി. ലൂക്കാക്ക് കലി തോന്നി. മണലിൽ കുഴിച്ചിട്ട ശവം പോലെ എന്തൊരു വരണ്ട സ്വഭാവമാണ് ചില മനുഷ്യർക്ക്.

അവൻ നടന്ന് ആശുപത്രിയുടെ മുന്നിൽ ചെന്ന് നിന്നു. കോസ്മോയിലേക്ക് ആംബുലൻസുകൾ വന്നും പോയുമിരുന്നു. അകത്തേക്കും പുറത്തേക്കും ആളുകൾ ഒഴുകുകയാണ്. എല്ലാ ആശുപത്രികളും നിറഞ്ഞിരിക്കുന്നു. സകല മോർച്ചറികളും നിറഞ്ഞിരിക്കുന്നു. എല്ലാവരും രോഗികളാണെന്ന് തോന്നുന്നു. ജീവിച്ചിരിക്കുന്ന ശവങ്ങളെക്കൊണ്ട് നിറഞ്ഞൊഴുകി നാറുന്ന വലിയൊരു മോർച്ചറി മാത്രമാണീ ലോകമെന്നവന് തോന്നി. നേരേ എതിരേയുള്ള കടമുറികൾക്ക് മുന്നിലായി

ആർക്കും ശല്യമാകാത്ത രീതിയിൽ ഇത്തിരിയിടമെടുത്ത് ഒരു വൃദ്ധ പത്രമാസികകൾ വിൽക്കുന്നത് നോക്കി അവൻ നിന്നു. വെളുത്ത മുണ്ടും, വെളുത്ത ബ്ലൗസും ചുമന്ന കരയുള്ള വെള്ളത്തോർത്തുമാണ് വേഷം. മലയാളം, ഇംഗ്ലീഷ് പിന്നെ ചില തമിഴ് പത്രങ്ങൾക്കും ഇടമുണ്ട്. അവർ കുട്ടികളുടെ ദ്വൈവാരിക കണ്ണിന് വളരെയടുത്ത് പിടിച്ച് വായിക്കുന്നത് കണ്ടപ്പോൾ അവന് ചിരി വന്നു. ഓട്ടോക്കാരും, ചില മധ്യവയസ്കൻമാരുമൊക്കെ കുശലം പറഞ്ഞ് പത്രങ്ങൾ വാങ്ങുന്നതിൽ നിന്നും അവരെ എല്ലാവർക്കും വലിയ കാര്യമാണെന്ന് ലൂക്കാ അനുമാനിച്ചു. മുറിഞ്ഞപാലം വഴി വർഷങ്ങളായി മുറിയിലേക്ക് പോകുന്നുണ്ടെങ്കിലും ഇന്ന് വരെ അവരെ ശ്രദ്ധിച്ചിട്ടില്ലെന്നതിൽ അവന് ഖേദം തോന്നി. ശവശരീരമായാൽ മാത്രം കണ്ണിൽപ്പെടുവാൻ വിധിക്കപ്പെട്ട ഇങ്ങനെ എത്രായിരം മനുഷ്യർ നിറഞ്ഞതാണ് ഇവിടമെന്ന് ലൂക്കാ ചിന്തിച്ചു. അവർ മരിച്ചാൽ ആവശ്യമെങ്കിൽ ശരീരം പോസ്റ്റ്മോർട്ടം ചെയ്യാം, എന്നാൽ അവരുടെ നീണ്ട ജീവിതത്തെ കീറിമുറിച്ച് നിഗമനങ്ങളിലെത്താൻ ആർക്കാണ് കഴിയുക, അതിനാരെങ്കിലും മുതിരുമോ എന്നൊക്കെ നെടുവീർപ്പിടുന്നതിനിടെ ഈശോയുടെ കാർ മുന്നിൽ വന്ന് നിന്നു. 'പെട്ടന്ന് കേറ്'' കോസ്മോയുടെ ഗേറ്റിൽ നിന്ന് വാഹനങ്ങളെ നിയന്ത്രിക്കുന്ന വനിതാഉദ്യോഗസ്ഥയെ നോക്കി ഈശോ പറഞ്ഞു. കാർ വിട്ടപ്പോഴാണ് വൃദ്ധയുടെ കയ്യിൽനിന്നും ഒരു പത്രം വാങ്ങാമായിരുന്നു എന്നവന് തോന്നിയത്. കഷ്ടമായിപ്പോയി.

'ഉം പറ എനിക്കെന്താ ഇതുമായി ബന്ധം?' ലൂക്കാ നേരേകേറി ചോദിച്ചത് കേട്ട് ഈശോ പുഞ്ചിരിച്ചു 'നീ കിടന്ന് ധൃതിവയ്ക്കല്ലേ പറയാം' സ്റ്റിയറിംഗിൽ താളമിട്ട് ഈശോ ഒരു മൂളിപ്പാട്ട് കൂടി പാടിയപ്പോൾ ലൂക്കായുടെ നിയന്ത്രണം മലഞ്ചെരിവിലേയ്ക്ക് കുത്തനെ മറിഞ്ഞു. എലിക്കുഞ്ഞിനെ കുത്തിയോടിക്കുന്ന പൂച്ചയെ ലൂക്കാ ഡ്രൈവിംഗ് സീറ്റിൽ ദർശിച്ചു. 'കുട്ടിക്കാലത്ത് നടന്ന മോശം അനുഭവങ്ങൾ നമ്മൾ വളരും തോറുംവളർന്നോണ്ടേ ഇരിക്കും, ഇല്ല്യോന്ന് മ്യൂസിയത്തിൽ വച്ച് നീ ചോദിച്ചതോർമയുണ്ടോ. ഞാൻ അതെപ്പറ്റി സൈക്ക്യാട്രീലെ മാർത്തയുമായി സംസാരിച്ചു. ഒരിക്കൽ അടിച്ചമർത്തൽ നേരിട്ട്ഉടഞ്ഞ മനസുമായി ജീവിച്ച കുട്ടി മുതിർന്ന വ്യക്തിയായി മാറുമ്പോൾ തനിക്ക് നേരിട്ടത് മറ്റുള്ളവരിലേക്ക് പൂർവാധികം ശക്തിയോടെ പകരാനും അതിൽ ആസ്വാദനം കണ്ടെത്താനും സാധ്യതയുണ്ട് എന്നാണ് മാർത്ത പറഞ്ഞത്. ഒരു മുതിർന്ന മനുഷ്യൻ ക്രൂരമായിട്ടോ വിചിത്രമായിട്ടോ പെരുമാറുന്നുണ്ടെങ്കിൽ അതിന്റെ കാരണം തേടി അയാളുടെ കുട്ടിക്കാലത്തിലേക്കാണ്

പോകേണ്ടിയത്''

താൻ മ്യൂസിയത്തിൽ വച്ച് എന്തിനായിരുന്നു അത് ചോദിച്ചതെന്ന് ലൂക്കാ തല പുകയ്ക്കവേ ഈശോ തുടർന്നു 'കുട്ടികളെ സംബന്ധിച്ച് ഒരു ചെറിയ പ്രശ്നം പോലും അവരെ ട്രൂമയിലേക്ക് നയിക്കും. മനസ്സിൽ നിരന്തരഅസ്വസ്ഥതകൾ നിറയ്ക്കുന്ന വിഷമാവസ്ഥകളെയാണ് ട്രൂമ എന്ന് പറയുന്നത്. അറിയാമല്ലോ. ഒരിരുട്ട് മുറിയിൽ പത്ത് മിനുട്ട് ഒറ്റയ്ക്കായിപ്പോകുന്നത് പോലും ഭീകരമായ ട്രൂമയിലേക്ക് കുട്ടിയെ നയിക്കും. ഭാവിയിൽ ഇരുട്ടിനെ പേടിക്കാനും ഇരുട്ടിനെപ്പറ്റി കൂടുതൽ ബോധവാനാകാനും അത് വഴി വയ്ക്കും. അത് വച്ച് നോക്കുമ്പോൾ അതിലും ഭീകരമായ ജീവിതാവസ്ഥകൾ നിരന്തരംഅനുഭവിച്ച് വരുന്ന കുട്ടികളെപ്പറ്റി പിന്നെന്ത് പറയാനാണ്? അവരൊക്കെ എന്താവില്ല'

'ഏത് കുട്ടിയെപ്പട്ടിയാണ് പറഞ്ഞു വരുന്നത്? ആ പെൺകുട്ടിയെപ്പറ്റിയാണോ?'

'തീർച്ചയായും പ്രഥമപരിഗണന അവൾക്ക് തന്നെയാണ്. പക്ഷേ മുതിർന്നവരെപ്പറ്റിക്കൂടിയാണ് ഞാൻ പറഞ്ഞത്''

'അവളുടെ ടെസ്റ്റ് റിസൾട്ട് വന്നോ?'

'ഉവ്വ് ലൂക്കാ, റിസൾട്ട് വന്നു. പ്രതീക്ഷിച്ച പോലെ അവൾ ഗർഭിണിയാണ്. രണ്ട് മാസം' ഈശോ പതിയെ പറഞ്ഞു. ലൂക്കാ മുഖം കുനിച്ചിരുന്നു. അവൻ വിരലുകൾ പിണച്ചൊടിക്കാൻ ശ്രമിക്കുന്നതയാൾ ശ്രദ്ധിച്ചു. 'അല്ല, ആ പെൺകുട്ടി ഇന്ന് ശവമടക്കിന് വാരത്തില്ല്യോ?'

'ഉം, പോലീസ് കൊണ്ട് വരാതിരിക്കില്ല. വരും. എന്താ?'

'എന്നെ തമ്പ്രാന്റർ ഇറക്കിയേരെ. എനിക്ക് ആരേം കാണണ്ട. ഇയാൾ കളിക്കാതെ വണ്ടി നിർത്ത്. എന്നെ എന്തോത്തിനാ വലിച്ചിഴച്ച് കൊണ്ട് പോകുന്നേ?'

'ലൂക്കാ ജീവിതത്തിന്റെ ഓരോ അവസ്ഥകളല്ലേ, ആ കുട്ടി എന്നാ അറിഞ്ഞിട്ടാ?'

'അപ്പൊ ഇയാടെ അനുമാനങ്ങൾ എല്ലാം കറക്ടായി വന്നല്ലോ -ഇതിന് കാരണക്കാരായവന്മാരും കൊല്ലപ്പെട്ടു, കൊന്ന സ്ത്രീയും ചത്തു. ഇനി എന്തോവാ?

'ലൂക്കാ അവിടെ ഒരു ചെറിയ പ്രശ്നമുണ്ട്. എന്റെ അനുമാനങ്ങൾ എന്തായാലും അത് ഞാൻ നിന്നോട് മാത്രമേ പറഞ്ഞിട്ടുള്ളൂ. അത്

ശരിയാണെന്ന് തന്നെയാണ് എന്റെ വിശ്വാസം. പക്ഷേ..' ഈശോ ഒന്ന് നിർത്തി അവനെ നോക്കി.

'ഉം പക്ഷേ?'

'ആ പെൺകുട്ടിയെ ഉപദ്രവിച്ച; അത് പുറത്തറിയുമെന്നായപ്പോൾ ആ സ്ത്രീയെ മണ്ണെണ്ണയൊഴിച്ച് ചുട്ടു കൊന്ന യഥാർത്ഥപ്രതിയെ ഇന്നലെ രാത്രി ഹമീദ് അറസ്റ്റ് ചെയ്തു'

'എന്ത്?' ലൂക്കായുടെ മുഖത്ത് അവിശ്വസനീയത ചോര പോലെ തെറിച്ച് നിറയുന്നത് ഈശോ കണ്ടു. അവൻ എന്തൊക്കെയോ ആലോചിച്ച് ചിരിക്കാനും തുടങ്ങി. ഇരുവരും കുറച്ചു നേരം മൌനം പാലിച്ചു. കാർ തമ്പാനൂർ പിന്നിട്ടപ്പോൾ ലൂക്കാ ചോദിച്ചു'ആരാണ യാൾ? ആരെയാ ഹമീദ് പിടിച്ചത്''

വാഹനങ്ങൾ കുന്നുകൂടിയ ഓവർബ്രിഡ്ജിലൂടെ കഷ്ടപ്പെട്ട് കാർ കിഴക്കേകോട്ടയിലേക്ക് വളച്ചെടുക്കുന്നതിൽ മുഴുകിയ ഈശോ മറുപടിയൊന്നും പറഞ്ഞില്ല.

●

പതിനഞ്ച്

അര മണിക്കൂർ കൊണ്ട് കാർ തിരുവല്ലം തൊട്ടു. ചിത്രാഞ്ജലി സ്റ്റുഡിയോ കടന്ന് കാർ പോലീസ് സ്റ്റേഷനിലേയ്ക്ക് വളഞ്ഞു പുളയവേ ഈശോ പറഞ്ഞു 'ഇവിടെ അടുത്താജഡ്ജ്കുന്ന്' ലൂക്കാ കേട്ട ഭാവം നടിച്ചില്ല. അവൻ ധ്യാനത്തിലെന്ന പോലെ കണ്ണടച്ചിരുന്നു. കാർ റോഡരികിൽ ഒതുക്കിയശേഷം ഇരുവരും അകത്തേക്ക് നടന്നു. നല്ല തിരക്കുള്ള സ്റ്റേഷനുകളിലൊന്നായതിനാൽ റോഡിലും മുറ്റത്തുമൊക്കെ ആൾക്കൂട്ടമുണ്ട്. പൂക്കളുടെ ചിത്രമുള്ള നൈറ്റി ധരിച്ച ഒരു സ്ത്രീ തോർത്ത് കൊണ്ട് വായ പൊത്തി ഒരു മൂലയ്ക്ക് നിൽപ്പുണ്ട്. കൂടെ ഒരു സംഘം മധ്യവയസ്കൻമാരും. മറ്റൊരു വശത്ത് രണ്ട് മൂന്ന് ഓട്ടോ ഡ്രൈവർമാർ പോലീസുകാരോട് സംസാരിച്ചു നിൽക്കുന്നു. പാറാവുകാരൻ ഈശോയെ നോക്കി ചിരിച്ചു. അകത്തേക്ക് കടന്ന ലൂക്കാ ഒന്ന് ഞെട്ടിപ്പോയി. ഒരു മുപ്പത്തഞ്ച് വയസ്സ് പ്രായമുള്ളൊരുത്തനെ ഒരു പോലീസുകാരൻ ചുവരിൽ ചേർത്ത് കുനിച്ചു നിർത്തി കൈമുട്ടുന്നി ഇടിക്കുകയാണ്. ഒരു സഹപോലീസുകാരൻ ഈശോയുടെ അടുത്തേക്ക് വന്നു. 'ഹമീദ് സാറൊണ്ട്. ഒര് പാർട്ടി അകത്തിരിപ്പോണ്ട്. ഇപ്പ പോവും' ഇതെന്താസംഭവമെന്ന് ഈശോ പുരികം കൊണ്ട് ചോദിച്ചപ്പോൾ അയാൾ ചിരിച്ചു 'ഇത് അയലോക്കക്കാര് തമ്മിലൊള്ള ഒരു ചെറിയ കേസ്. ഈ നായട മോൻ തൊട്ടപ്പുറത്ത വീട്ടുകാര കെണറ്റി വെഷം കലക്കി'

'യ്യോ എന്നിട്ട്?' ഈശോ അതിശയം അഭിനയിച്ചു.

'അവിടയുള്ള മൂന്നാല് പേര് ആശുത്രീലാണ്'

ആശുപത്രിയിൽ വിഷബാധയേറ്റ് കിടക്കുന്നവരുടെ ആന്തരിക സ്ഥിതിഗതികൾ കീറിമുറിച്ചുനോക്കി ഈശോയും, കുനിഞ്ഞുനിന്ന് ഇടി കൊള്ളുന്നവന്റെ ഉൾച്ചതവുകളെ സൂക്ഷ്മപഠനത്തിനു വിധേയമാക്കാൻ ശ്രമിച്ച് ലൂക്കായും അവിടെ തങ്ങി നിന്നു.

കടന്നൽക്കൂട്ടത്തിൽഅരമണിക്കൂർ ചെലവഴിച്ചത് പോലെ രണ്ട്

രാഷ്ട്രീയക്കാർ പെരുകിപ്പെരുകി പുറത്തേക്ക് ഇറങ്ങിപ്പോയപ്പോൾ ഈശോയും ലൂക്കായും ഹമീദിന്റെ മുറിയിലേക്ക് കയറി. 'ങാ ഡോക്ടർ നേരേ ഇങ്ങ് വന്നോ, നന്നായി. ഇരിക്ക്.. ഇരിക്ക്'

ഇരിക്കുന്നതിനിടെ ലൂക്കായെ ഈശോ വിശദമായി പരിചയപ്പെടുത്തി. 'ഓക്കേ. നിങ്ങൾക്ക് രണ്ട് പേർക്കും കാത്തിരിക്കാൻ മുഷിച്ചിലൊന്നുമില്ലെങ്കിൽ നമുക്ക് ഒരുമിച്ച് പോകാം' ഹമീദ് ഘടികാരത്തിലേക്ക് നോക്കി. 'ഒരു പതിനൊന്ന് മണിയാകുമ്പോ ബോഡി വീട്ടിലെത്തും. ഇത് വരെ അങ്ങോട്ടേക്കൊന്നും തിരിഞ്ഞു നോക്കീട്ടില്ലാത്ത നാട്ടുകാരിൽ ചിലരും പാർട്ടിക്കാരുമൊക്കെ ഇപ്പൊ ഭയങ്കര സജീവം. ചടങ്ങും കാര്യങ്ങളുമൊക്കെ അവർ ചെയ്തോളും'

'കുട്ടി?'

'അവളെ കൂട്ടിക്കൊണ്ട് വരാൻ ഏർപ്പാട് ചെയ്തിട്ടുണ്ട്. ഇവിടന്ന് രണ്ട് വനിതാപ്പോലീസുകാരികൾ ഒപ്പം പോകുന്നുണ്ട്'

'പ്രതിയെ ചോദ്യം ചെയ്തോ? അവൻ എന്ത് പറയുന്നു?' ഈശോ ലൂക്കായെ നോക്കിക്കൊണ്ട് അല്പം ഗൌരവത്തിൽ ചോദിച്ചു. ഹമീദ് നടൻ സുകുമാരനെപ്പോലെ താടി ചൊറിഞ്ഞു 'അറസ്റ്റിന്റെ കാര്യം അതീവ രഹസ്യമാക്കി വച്ചിരിക്കുകയാണ്. ഡോക്ടർ ഉൾപ്പെടെ ചിലരേ സംഗതി അറിഞ്ഞിട്ടുള്ളൂ. പ്രതിമൈനർ ആണോ എന്നൊരു സംശയം. കണ്ടാൽ പതിനെട്ട് തോന്നും. പക്ഷേ പതിനാറേ ആയിട്ടുള്ളൂന്നാ അവൻ പറയുന്നത്.ഇവനൊക്കെ എന്തേലും സത്യം പറയുമോ. ഇന്ന് അത് ക്ലാരിഫൈ ചെയ്യും. എന്നിട്ടേ സംഭവം പുറത്ത് വിടൂ'

ലൂക്കാ ഹമീദിനെയും ഈശോയെയും മാറിമാറി നോക്കി. 'അവൻ കുറ്റം സമ്മതിച്ചോ?' ഈശോ തല നീട്ടി.

'എവിടെന്ന്, പഠിച്ച കള്ളനല്ലേ അവൻ. ഒരക്ഷരം അവൻ വാ തുറന്ന് പറയുന്നില്ല'

'പ്രതിയെ ഞങ്ങൾ ഒന്ന് കാണട്ടേ?'

'ഓ, പിന്നെന്ത്' ഹമീദ് ഫയലിനടിയിൽ ഞെക്കിയപ്പോൾ ഒരു പോലീസുകാരൻ പ്രത്യക്ഷപ്പെട്ടു. അയാളുടെ പിന്നാലേ ചെല്ലാൻ ഹമീദ് ആംഗ്യം കാട്ടി. ആകാംക്ഷയുടെ ഈച്ചകൾ പാറിപ്പറക്കുന്ന കണ്ണുകളുമായി ലൂക്കാ ചാടിയെഴുന്നേറ്റു.

പോലീസുകാരൻ ലാത്തി കൊണ്ട് തണുപ്പ് ഖരീഭവിച്ച കമ്പികളിൽ തട്ടി. അകത്തെ ഇരുട്ടിൽ ആദ്യം ഒന്നും തെളിഞ്ഞില്ല. മുറിച്ചു വച്ച വെളിച്ചത്തിന്റെ ഒരു പാളിയിലേക്ക് കയറി വന്ന രൂപം കണ്ട്

ലൂക്കാ ഞെട്ടിപ്പോയി. അവൻ അവിശ്വസനീയതയോടെ ഈശോയെ നോക്കവേ പോലീസുകാരൻ മുരണ്ടു 'സാറിന്നല കൊണ്ട് വന്ന ഒടനേ ഭേഷാ ഒരു റൌണ്ട് കഴിഞ്ഞ്. ഒരടിക്ക് ഇല്ല നായട മോൻ. പന്നീര സർട്ടിഫിക്കറ്റ് തപ്പാൻ ആൾ പോയിട്ടുണ്ട്. വന്നിട്ട് ഇവന്റെ ചെവിള വലിച്ചു കീറും. നോക്കിക്കോ'

ഈശോ ജീവിതം കരുതി വയ്ക്കുന്ന യാദൃശ്ചികതകൾ പ്ലാവില യിൽ കോരി പനി പിടിച്ച പോലെ വിളറി നിന്ന ലൂക്കായുടെപകുതി തുറന്ന വായിലേക്ക് പകർന്നു. വിയർപ്പായി പുറത്തേക്ക് പോകാതെ ചൂട് ഉള്ളിൽത്തന്നെ തടഞ്ഞുനിന്നു. പോലീസുകാരൻ 'അതെങ്ങന അവന്റെ അച്ഛൻ അവനക്കാട്ടീം ലോകഫ്രാഡ്, പിന്നെങ്ങന?' എന്ന് പിറുപിറുത്ത് കൊണ്ട് അവിടെനിന്നും പോയി.

'അനീ'

ലൂക്കാ അഴിയിൽ പിടിച്ച് പതിയെ വിളിച്ചത് കേട്ടപ്പോൾ മെലി ഞ്ഞുണങ്ങിയ പയ്യൻ തലയുയർത്തി നോക്കി. അവന്റെ ഇരുണ്ട മുഖത്ത് ദൈന്യത നിറഞ്ഞു. ലൂക്കായുടെ തലച്ചോറിനുള്ളിൽ കുഴിച്ചു മൂടപ്പെട്ട, രാജാമണിയെത്തേടി ഒരു കൊല്ലം മുൻപ് തച്ചോട്ട്കാവ്, മണലിയിലേക്ക് നടത്തിയ യാത്രയുടെ അഴുകിയ ശരീരം പതിയെ ഉയർന്നുവരാൻ തുടങ്ങി. ഇരുട്ട് കുലംകുത്തിയൊഴുകുന്ന മുറിയിൽ നിന്നും ഗ്ലാസിൽ വെള്ളവും നീട്ടി തെളിഞ്ഞു വരുന്ന അനിയുടെ രൂപം ലൂക്കാ അസ്ഥികൾ പോലെ തെളിഞ്ഞു കണ്ടു. ലൂക്കാ ആകെ കുഴഞ്ഞുപോയ മനസിനെ തട്ടിനിവർത്തി. അങ്ങ് കാട്ടാക്കടെയ്ക്കടുത്ത് ഒറ്റപ്പെട്ട് നിന്നഇവനെങ്ങനെ ഇങ്ങ് തിരുവല്ലത്ത് അതിലും ഒറ്റപ്പെട്ടു പോയ ഒരു പെൺകുട്ടിയുടെ അടിവയറ്റിനുമടിയിൽ വന്ന് തൊടും? ഈശോ തോളിൽ തൊട്ടത് ലൂക്കാ അറിഞ്ഞില്ല.

അവൻ ഓർമ്മകളുടെ രേഖാചിത്രങ്ങൾ വരഞ്ഞു. നമ്പർ കൊടു ത്തിരുന്നതിനാൽ അനി അന്ന് രണ്ട് തവണ വിളിക്കുകയുണ്ടായി. എത്ര നിർബന്ധിച്ചിട്ടും തുടർന്ന് പഠിക്കാൻ അവൻ കൂട്ടാക്കിയതേ യില്ല. 'എന്തേലും ജോലി.' അത് മാത്രമാണവൻ കെഞ്ചി യാചിച്ചത്. അപ്പോഴാണ് മാന്നാർ കേന്ദ്രമാക്കി സോഫാവ്യവസായം നടത്തുന്ന ലൂക്കായുടെ ഒരു സുഹൃത്ത് യാദൃശ്ചികമായി വിളിച്ചത്. തിരുവന ന്തപുരത്ത് തമ്പാനൂർ, കാട്ടാക്കട എന്നിവിടങ്ങളിൽ അവർക്ക് സോഫാശാഖകളുണ്ട്. കാട്ടാക്കട കേന്ദ്രമാക്കി ഒരു അപ്ഹോൾസ്റ്ററി സ്ഥാപനം തുടങ്ങുന്ന കാര്യം പറയാനായിരുന്നു അവന്റെ വിളി. അനിയുടെ മുഖമാണ് ലൂക്കാ ആദ്യമോർത്തത്. വീട്ടിൽ നിന്നും പോയിവരാനുള്ള ദൂരമേ കാട്ടാക്കടയിലേക്കുള്ളൂ. അവനെ വിളിച്ച് കാട്ടാക്കട പോയി സുഹൃത്തിനെ പരിചയപ്പെടുത്തി, ഷോപ്പിൽ

ജോലിയുംവാങ്ങിക്കൊടുത്തിട്ടേ ലൂക്കാ പിന്നെ വിശ്രമിച്ചുള്ളൂ. എന്തോ മഹത്തായ കാര്യം ചെയ്ത ചാരിതാർത്ഥ്യവുമായി ഫോറൻസിക് ഡിപ്പാർട്ട്മെന്റിലൂടെ നടന്നതൊക്കെ ലൂക്കാ ഓർത്തു. പിന്നീട് അനി വിളിച്ചതേയില്ല. ചെയ്ത് തള്ളിയ പോസ്റ്റ്മോർട്ടങ്ങളിലേതോ ഒന്നെന്ന പോലെ പതിയെ അവന്റെ കാര്യവും മറവിയിലേക്ക് ലയിച്ച് ചേർന്നു.

വീണ്ടും ഈശോയുടെ കൈ അവന്റെ തോളിൽ വീണു വലിച്ചു 'വാ..പിന്നീട് സംസാരിക്കാം' ഈശോ ലൂക്കായെ പിടിച്ച് കൊണ്ട് പതിയെ ഹമീദിന്റെ മുറിയിലേക്ക് നടന്നു. തറ നീളേ ചോദ്യചിഹ്നങ്ങൾ വീണു കിടക്കുന്നതായി ലൂക്കായ്ക്ക് തോന്നി.

• •

ഹമീദ് കൈഫോൺ താഴെവച്ചശേഷം മുന്നിലിരുന്ന കടലാസുകൾ ഓടിച്ചു വായിച്ച് ഒപ്പിട്ടു. കാത്തുനിന്ന പോലീസുകാരൻ അതുമായി പോയപ്പോൾ അയാൾ സംസാരിക്കാൻ തുടങ്ങി 'ഡോക്ടർ ചെറിയൊരു പ്രശ്നമുണ്ട്. പനത്തുറയിൽ ഒരു പെൺകുട്ടി മിസ്സിങ്ങാണെന്ന് വിവരം കിട്ടി. എനിക്ക് അത്യാവശ്യമായി അവിടെ വരെ പോയേ പറ്റൂ. നിങ്ങൾ ഏഎസ്ഐയുടെഒപ്പം പൊക്കോ, ഞാൻ ഉടനേ അങ്ങെത്തിക്കോളാം.'

'ഹേയ്, അത് പ്രശ്നമില്ല സാർ. പിന്നെ..'

'എന്ത് പറ്റി ഡോക്ടർ, പയ്യനെ കണ്ടിട്ടെന്ത് തോന്നി?'

'സത്യം പറഞ്ഞാൽ വിശ്വസിക്കാൻ കഴിയുന്നില്ല. ഇവനെ കഴിഞ്ഞ വർഷം ഞങ്ങളൊരിടത്ത് വച്ച് കണ്ടിട്ടുണ്ട്. ഇവന്റെ കഷ്ടപ്പാടുകൾ കണ്ട് ഇവൻ ഏതാണ്ട് സഹായിക്കാനുംനോക്കിയിട്ടുണ്ട്' ഈശോ ലൂക്കായെ നോക്കി. ലൂക്കാ ഹമീദിനെ നോക്കി. ഹമീദ് ഇരുവരെയും മാറി മാറി നോക്കി ചിന്തകളിൽ ആഴ്ന്നു. 'ദുരിതങ്ങളും കഷ്ടപ്പാടുകളും ഇല്ലാത്ത ആരാണ് ഉള്ളത്. ഒന്ന് നോക്കിയാൽ എല്ലാ കുറ്റവാളികളുടെയും പശ്ചാത്തലം അത് തന്നെയായിരിക്കും. ഈ ചെറുക്കനില്ലേ അനി. അവനെതിരേ ശക്തമായ തെളിവുകളാണ് ഉള്ളത്. അവൻ നിങ്ങൾ കാണും പോലെയല്ല, പഠിച്ച കള്ളനാണ്'

ഈശോ താൻ ഈ കേസിൽ ഇതുവരെ അനുമാനിച്ച കൊലപാതകങ്ങളെയും ഗതിവിഗതികളെയും തൊണ്ടയിൽഉടക്കി സ്വശ്വാസം പിടപ്പിച്ചു കൊണ്ട് 'ഒന്ന് വിശദീകരിച്ചുപറയാമോ' എന്നയാളെ ദീനനായി നോക്കി. അത് മനസിലാക്കിയിട്ടെന്നോണം ഹമീദ് തന്റെ കസേരയിലേക്ക് മലർന്നു. അയാൾ പറയാൻ തുടങ്ങി.

•

പതിനാറ്

'വളരെ ലളിതമായൊരു കേസാണ്. പെൺകുട്ടിക്ക് താല്പര്യമില്ലാ യിരുന്നിട്ടും പെൺകുട്ടിയുമായി ബലമായിസ്ഥാപിച്ച ചെറിയ അടുപ്പം മുതലാക്കി പ്രതി അവളെ ലൈംഗികമായി പീഡിപ്പിക്കുകയും അത് മനസിലാക്കിയ അവളുടെ അമ്മ അല്ലെങ്കിൽ വളർത്തമ്മയെ ജീവനോടെ ചുട്ടുകൊല്ലുകയുംചെയ്തു. അത്രയും ലളിതമാണ് കേസ്. ഡോക്ടർ വിളിച്ചതിനെത്തുടർന്ന് പെൺകുട്ടിയെ കാണാനായി അവളുടെ വീട്ടിൽച്ചെന്ന അന്ന് തന്നെയാണ് എനിക്കിവനെപ്പറ്റിയു ള്ള സൂചനകൾ ലഭിച്ചത്. അവരുടെ വീട്ടിനുള്ളിൽ നിന്നും വളരെ പഴയൊരു മൊബൈൽ ഫോൺ ലഭിച്ച കാര്യം ഞാൻ ഡോക്ടറോട് സൂചിപ്പിച്ചിരുന്നു. പരിശോധിച്ചതിൽ നിന്നും അത് ആ തോട്ടിൽമുങ്ങി മരിച്ചയാളില്ലേ-- പെൺകുട്ടിയുടെ മാമൻ, ലോഡിംഗ് തൊഴിലാളി; അയാളുടെതാണെന്ന് മനസിലായി. വളരെ കുറച്ച്നമ്പരുകളേ അതിലുണ്ടായിരുന്നുള്ളൂ. മിക്കതും ലോഡിംഗ്തൊഴിലാളികളുടെത്. അതിലോട്ടൊന്നും ഇയാൾ വിളിച്ചിട്ടുമില്ല അവരിലാരും ഇയാളെ തിരിച്ചു വിളിച്ചിട്ടുമില്ല എന്നത് രസകരമായ വേറൊരു വസ്തുതയാണ്. എന്നാൽ അയാൾ മരിച്ചതിന്ശേഷം അതിൽ ഒരു നമ്പരിൽ നിന്ന് മൂന്നു നാല് തവണ ഇതിലേക്ക് വിളിച്ചിട്ടുണ്ട്. ചില പ്രണയസന്ദേശ ങ്ങളും അയച്ചിട്ടുണ്ട്. അനി എന്ന പേര് തന്നെയാണ് മൊബൈലിൽ രേഖപ്പെടുത്തിയിട്ടുള്ളത്. ഞാൻ അന്വേഷിച്ചിടത്തോളം വളരെക രുതിക്കൂട്ടി ഇവൻ പെൺകുട്ടിയുമായി അടുപ്പംസ്ഥാപിക്കുകയാണ് ചെയ്തിട്ടുള്ളത്. അനി കാട്ടാക്കടയിൽ ഒരു അപ്ഹോൾസ്റ്ററി സ്ഥാപ നത്തിലാണ് മുൻപ് ജോലി ചെയ്തിരുന്നത്. അവരുമായി ബിസിനസ് ബന്ധമുള്ള മറ്റൊരാൾ ഇവിടെ കൈമനം തിരുവല്ലം റോഡിനോട് ചേർന്ന് പുതിയൊരു സോഫാനിർമ്മാണസ്ഥാപനം തുടങ്ങിയ പ്പോൾ അനി ഇങ്ങോട്ട് വരികയായിരുന്നു. അത് മൂന്നാല് മാസം മുൻപാണ്. അനി ജോലിചെയ്യുന്ന കടയോട് ചേർന്നാണ് ഇവിടത്തെ

ലോഡിംഗ്തൊഴിലാളികൾ ഇരിക്കാറ്. തടിയോ മറ്റോ വീണ് അയാളുടെകാലൊടിഞ്ഞപ്പോൾ ആശുപത്രിയിലേക്ക് പോയവരുടെ കൂട്ടത്തിൽ ഇവനുമുണ്ടായിരുന്നു. അങ്ങനെയാകണം ഇവൻ പെൺകുട്ടിയുടെ മാമനുമായി പരിചയപ്പെടുന്നതും വളരെ ഒറ്റപ്പെട്ട് കഴിയുന്ന അന്തർമുഖരായ പെൺകുട്ടിയെയും വളർത്തമ്മയെയും പറ്റി മനസിലാക്കുന്നതും. ഒരു പക്ഷേ ഇവൻ ഇവരറിയാതെ തക്കസമയം കാത്ത് അവിടെയുള്ള കുന്നിൽ കയറിയിരുന്ന് കാര്യങ്ങൾ നിരീക്ഷിക്കുകയും മറ്റും ചെയ്തിട്ടുണ്ടാകണം. അയാൾ തോട്ടിൽ മുങ്ങി മരിച്ചപ്പോൾ ഇവൻ അവിടെ പോകുകയും ചടങ്ങുകളിൽ പങ്കെടുക്കുകയും ചെയ്തിട്ടുണ്ട്. പിന്നെയാണ് പതിയെ ആ നമ്പറിലേക്ക് വിളിച്ച് തുടങ്ങിയത്. ഇവൻ മനസ്സിൽ കണ്ടത് പോലെ ആ പെൺകുട്ടി സംസാരിച്ചതോടെ കാര്യങ്ങൾ ഇവന്റെ വഴിക്ക് വന്നു.... കഴിഞ്ഞ ദിവസം അവിടെ നടന്ന ബഹളവും നാട്ടുകാരുടെ ഇടപെടലുമൊക്കെക്കാരണം വാർത്ത പരന്നതോടെ അതറിഞ്ഞ ഇവൻ ആകെ സംഭ്രാന്തിയിലായി. പിടിക്കപ്പെട്ടാൽ ഉണ്ടായേക്കാവുന്ന ഭവിഷ്യത്തുകൾ ഭയന്ന് രാത്രി തന്നെ അവരുടെ വീട്ടിലേക്ക് പതുങ്ങിയെത്തി. അകത്ത് ഉറങ്ങിക്കിടക്കുന്ന രണ്ട് രൂപങ്ങൾ കണ്ട് അത് പെൺകുട്ടിയും വളർത്തമ്മയുമാണെന്ന് തെറ്റിദ്ധരിച്ച് മണ്ണെണ്ണ അകത്തേക്ക് വീശിയൊഴിച്ച് തീ കൊടുത്ത ശേഷം ഓടിപ്പോകുകയായിരുന്നു. തമിഴ്നാട്ടിലേക്ക് രക്ഷപ്പെടാൻ തയ്യാറെടുക്കുന്നതിനിടെ മണലിയിലെ ഇവന്റെ വീട്ടിൽ നിന്നാണ് ഇന്നലെ ഇവനെ ഞങ്ങൾ പിടികൂടിയത്'

ഹമീദ് പറഞ്ഞതെല്ലാം മനസിനു കുറുകേ വലിച്ചു കെട്ടിയ വെള്ളത്തുണിയിൽ ചലിക്കുന്ന ചിത്രങ്ങളായി കാണുകയായിരുന്ന ഈശോയും ലൂക്കായും അരിവാൾ പോലെ കറുമുറുമൂർച്ചയുള്ള അനേകം ചോദ്യങ്ങൾ ഹമീദിന്റെ കഴുത്തിന് നേരേ ഉയർത്താൻ വെമ്പി. കരിഞ്ഞു വലിച്ചെറിയപ്പെടാതിരിക്കണമെങ്കിൽ വളരെ മയത്തോടെ നെയ്യ് തൂകി ചുട്ടെടുത്ത ചപ്പാത്തി പോലെയാകണം ഇടപെടൽ എന്നിരുവർക്കും തോന്നി.ഈശോ നാവ് നനച്ചു 'അല്ല, ഒരു വല്യമ്മയല്ലേ രാത്രി ആ സ്ത്രീക്ക് കൂട്ട് കിടന്നേ? അവർക്ക് യാതൊരു പൊള്ളലും ഇല്ലല്ലോ..അത്'

'അതേ, വളരെ ശക്തമായ വാദത്തിനും അതേ സമയം അതിലുംശക്തമായ എതിർവാദത്തിനും വഴിവയ്ക്കുന്ന ഒന്നാണത്. വളരെ ഇടുങ്ങിയ ജനലഴികൾക്കിടയിലൂടെ അനി മണ്ണെണ്ണ അകത്തേക്ക് വീശി ഒഴിച്ചെങ്കിലും മുറിയുടെ അങ്ങേ അറ്റത്ത് അടുക്കളയിലേക്കുള്ള കതകിനോട് ചേർന്ന് കിടക്കുകയായിരുന്ന വല്യമ്മയുടെ ദേഹത്തേക്ക് എത്താൻ തക്ക അളവോ ആയമോ ഒന്നും അതിനുണ്ടായിരുന്നില്ല.

ഇരുട്ടിൽ മണ്ണെണ്ണ രണ്ടു പേരുടെയും ദേഹത്ത് വീണിട്ടുണ്ട് എന്ന് കരുതിയ പ്രതി തീപ്പെട്ടി കത്തിച്ച് അകത്തേക്കിട്ടു. തീ അല്പം പടർന്നത് കണ്ടപ്പോഴേ ഭയന്ന അവൻ ഓടി. ഈ പ്രായമായ സ്ത്രീകളുടെ ഒരു പ്രത്യേകത ഡോക്ടർക്കറിയാമല്ലോ, അവർ രാത്രി വലുതായി ഉറങ്ങില്ല. ഇങ്ങനെ എന്തെങ്കിലുമൊക്കെ ആലോചിച്ച് കിടക്കും. ഇരുട്ടത്ത് ഒരു ഇല വീണാലും ചാടി എഴുന്നേൽക്കും. തീ ചെറുതായി കണ്ടപ്പോത്തന്നെ വല്യമ്മ അടുക്കള വാതിൽ വഴി പുറത്തേക്ക് ചാടിയിറങ്ങി രക്ഷപ്പെടുകയായിരുന്നു.' ഈശോയും ലൂക്കായും പ്രകടമായ അവിശ്വാസം മുഖത്ത് വരച്ചുകാട്ടിയിരിക്കുന്നത് ശ്രദ്ധിച്ചിട്ടാകണം ഹമീദ് അത്യുത്സാഹത്തോടെ തുടർന്നു 'പുറത്തിറങ്ങിയ അവർ ഒരു ചെറിയ രൂപം, അനി ഓടി മറയുന്നത് കണ്ടതായി മൊഴി തന്നു കഴിഞ്ഞു'

ഇരുട്ടിനെയും പ്രായമായ കണ്ണുകളെയും തയ്ച്ചു കൂട്ടി നിർമ്മിച്ചൊരു ചോദ്യം ഒരേ സമയം ഈശോയുടെയും ലൂക്കായുടേയുംനഗ്നതയ്ക്ക് മീതേ വന്നു വീണെങ്കിലും ഇരുവരും അതുടുക്കാൻശ്രമിക്കാതെ പിറന്ന പടി തന്നെ ഹമീദിന് മുന്നിലിരുന്നു. ഇരുമ്പ്കൂടം കൊണ്ട് അയാളുടെ വിധികളുടെ തലയ്ക്കടിക്കണമെന്നുണ്ടെങ്കിലും ചെറുവിരൽ പോലും ചൂണ്ടാനാകാതെ ഇരുവരും ഇരുന്നഴുകി. ഹമീദ് എഴുന്നേറ്റ് പോയി മുറിയുടെ മൂലയിലുള്ള ചെറിയൊരു ഷെൽഫ് തുറന്ന് ഒരു കഷണം കടലാസ് എടുത്ത് വന്ന് അത് ലൂക്കായ്ക്കും ഈശോയ്ക്കുമിടയിൽ വച്ചു.

'ഇതിൽപ്പരം ഇനിയെന്താണ് വേണ്ടത്?' അയാൾ ഈശോയോട് ചോദിച്ചു. മൂന്നു ജോഡി കണ്ണുകൾ വന്നുപതിച്ച കടലാസ് പുകയാൻ തുടങ്ങി.

'എന്റെ.....പെണ്ണിനെ.....ക്കണം.....അ..വ...നി....ഇല്ലാതാക്കി..അ ...വ..നിക്ക്....ശാല...കൊന്നു..എന്റെ..പെണ്ണിനെ....വെള്ളം..വെള്ളം.. അവ..നീ..ന..അ..വ...നി.' ഹമീദ് ഉറക്കെ വായിച്ചു.പിന്നെ ബെൽറ്റും തൊപ്പിയും നേരേയാക്കി പോകാൻ തയ്യാറായിക്കൊണ്ട് തുടർന്നു 'മൂന്നുനാല് തവണയാണ് അവർ അനിയാണ് അനിയാണ് എന്ന് ശ്വാസം പിടച്ചു പിടച്ച് പറഞ്ഞിരിക്കുന്നത്. 'എന്റെ പെണ്ണിനെ രക്ഷിക്കണം, അവനാണ് അനി' എന്ന് പറഞ്ഞത് ഡോക്ടർ കേട്ടതല്ലേ? ഞാൻ റെക്കോർഡ് ചെയ്തെടുത്ത ശബ്ദം ഡോക്ടർ പകർത്തി എഴുതിയെന്നാണ് എന്റെ ഓർമ്മ'

ഈശോ അറിയാതെ എഴുന്നേറ്റു പോയി. താൻ വ്യാഖ്യാനം ചെയ്തെടുത്ത നാണയത്തിന് മറ്റൊരു വശം കൂടിയുണ്ടെന്ന് കേട്ടപ്പോൾ

ഈശോയുടെ ഉള്ളം നീറി. ലൂക്കായുടെ വായിൽ നിന്നും അറിയാതെ വാക്കുകൾ പുറത്തു ചാടി 'ചാള? അപ്പോ ചാളയോ?' പുറത്തേക്ക് നടക്കുന്നതിനിടെ ഹമീദ് എന്തോ നിലവാരം കുറഞ്ഞ തമാശ കേട്ട പോലെ നെറ്റി ചുളിച്ചവനെ തിരിഞ്ഞു നോക്കി. ഈശോ ധൈര്യം സംഭരിച്ച് ചാള എന്ന വാക്ക് മൊഴിയിൽ ഉണ്ടായിരുന്നതായി താൻ പറഞ്ഞ കാര്യമാണ് ലൂക്കാ സൂചിപ്പിച്ചതെന്ന് തോന്നുന്നവെന്ന് കൈ കഴുകി. ഇപ്പോൾ ഹമീദ് കാണിച്ച വാക്കുകളിൽ അത് 'ശാല' എന്നായി മാറിയിരിക്കുന്നു.

'ഓ അതോ' ഹമീദ് വഴിനീളേ നിവർന്ന് നിന്ന സഹപോലീസുകാരിൽ ചിലരോട് അനുഗമിക്കാൻ ആംഖ്യം നൽകിക്കൊണ്ട് പടിയിൽ നിന്ന് ലൂക്കായെ ഇരുത്തി നോക്കി 'സാഹചര്യങ്ങൾ പരിഗണിച്ചു കൊണ്ടാണ് ഞാൻ സംസാരിക്കുന്നത്. ചാള എന്നല്ല ശാല എന്നാണ് അവർ പറഞ്ഞത്. ഷാ..ശാ..സാ..ചാ ഒക്കെ ഒരാൾ ശ്വാസം വിങ്ങി ഉച്ചരിക്കുമ്പോ പ്രൊനൌൺസിയേഷനിൽചിലപ്പോ കേൾക്കുന്നവർക്ക് പ്രശ്നം വരാം; 'ശ'യാണോ 'ച' ആണോ അതോ 'സ' ആണോ കേട്ടതെന്ന്. അത് പോലെ 'ല' ചിലപ്പോൾ 'ള'യും 'ള'ചിലപ്പോ 'ല'യും പോലെ തോന്നിയെന്നിരിക്കും. പ്രത്യേകിച്ച് തമിഴ് പശ്ചാത്തലമുള്ളവർക്ക്. ഉച്ചാരണത്തിൽ വന്ന പിശകാവും ഇല്ലേ ഡോക്ടർ?'

ഈശോ ചിരി പോലെ എന്തോ ഒന്ന് മലബന്ധം വലിച്ചടച്ച കതകുകൾക്കിടയിലൂടെയെന്ന വണ്ണം മുക്കിമൂളി പുറത്തേക്ക് തള്ളാൻ ശ്രമിച്ചു. 'ഇവിടെ അനി ജോലി ചെയ്യുന്ന ഷോപ്പിന്റെ പേരറിയാമോ, സോഫാ ശാല. സോഫാ ശാല എന്ന് വലിയ ബോർഡ് ഉണ്ട്. അങ്ങോട്ട് പോകുമ്പോ നിങ്ങൾക്ക് കാണാം. ശാല മാത്രമേ ആ പാവം സ്ത്രീക്ക് കണ്ട ഓർമയുണ്ടാകൂ. സോഫ എന്നൊക്കെ ആ അവസാന നിമിഷം ഓർത്ത് വച്ച് പറയാൻഅവർക്ക് വലിയ വിദ്യാഭ്യാസമൊന്നുമില്ലല്ലോ-എന്നിട്ടും സോഫാശാലയിലെ അനി എന്ന സൂചന തരാനവർ ശ്രമിച്ചു.' മുന്നിലേക്ക് വന്നു നിന്ന ബോലെറോയുടെ ഡോർ തുറന്ന് അകത്തേക്ക് കയറുന്നതിനിടെ ഹമീദ് പറഞ്ഞു. 'നിങ്ങൾ വണ്ടിയിലാണോ വന്നത്?എന്തായാലും ഏഎസ്ഐയുടെ കൂടെ വന്നോ കേട്ടോ-ഞാൻ സമയത്ത് തന്നെ അവിടെ എത്തിക്കോളാം'

പോലീസ് വാഹനം റോഡിലേക്കിറങ്ങി മറഞ്ഞു. പൂക്കളുടെചിത്രമുള്ള നൈറ്റി ധരിച്ച സ്ത്രീ തോർത്ത് കൊണ്ട് വായ പൊത്തി കരഞ്ഞുകൊണ്ട് അപ്പോഴും ഒരു മൂലയ്ക്ക് നിൽപ്പുണ്ട്. പോലീസുകാരോട് സംസാരിക്കുന്ന ഓട്ടോ ഡ്രൈവർമാരുടെ മുഖം നിരാശയിൽ മുഴുവനായും മുങ്ങിക്കഴിഞ്ഞു. ഈശോയും ലൂക്കായും പതിയെ നടന്ന്

പോയി കാറിൽക്കയറിയിരുന്നു.

'അവനെ ഇനി കാണണ്ടേ?' ലൂക്കാ ചോദിച്ചു. ഈശോ കണ്ണുകൾ മുറുകെയടച്ച് വളയത്തിൽ തല മുട്ടിച്ചിരുന്നു. 'അതെപ്പറ്റി നമുക്ക് ഒരുപാട് സംസാരിക്കാനുണ്ട് ലൂക്കായേ. ഇപ്പൊ എന്റെ തല പൊളിയുവാ..നീ ഒന്ന് ക്ഷമിക്ക്. തിരിച്ചു പോരുന്ന വഴി നമുക്ക് ഇവിടെ ഒന്നൂടി കേറാം. സംസാരിക്കാം. പോരേ?'

'മതി' ലൂക്കാ മുഖം കുനിച്ചിരുന്നു 'ഇനി എന്തോവാ പ്ലാൻ?'

തൊട്ടു മുന്നിൽക്കൊണ്ട് ചവിട്ടി നിർത്തി കൈ കാണിച്ച ഏഎസ്ഐയുടെ വണ്ടി നോക്കി പൊക്കോളാൻ കൈ കാണിച്ചു കൊണ്ട് ഈശോ വണ്ടി സ്റ്റാർട്ട് ചെയ്തു 'ഇത് വരെ വന്നതല്ലേ. നമുക്ക് അവിടെ വരെയൊന്ന് പോയേച്ചു വരാം'

'എന്താണ് സത്യം?' പൊടുന്നനെ ലൂക്കാ ചോദിച്ചു. മനുഷ്യാണു ഭ്രമിയിൽ വീണ് പൊട്ടി മുളച്ച് വളർന്നെഴുന്നേറ്റിരുന്ന് പുരാതനകാലത്തിന്റെ ആദ്യാക്ഷരം കുറിച്ചതു തന്നെ എന്താണ് സത്യമെന്ന്ചോദിച്ചു കൊണ്ടാണ്. ഇന്നും അത് തന്നെയവർ ആവർത്തിച്ചുകൊണ്ടിരിക്കുന്നു. സത്യം താൻ രൂപപ്പെടുത്തിയത് തന്നെയാണ്-അയാൾ മനസ്സിൽ മറുപടികൾ ക്രമീകരിച്ചു കൊണ്ട് വാഹനത്തെ മുന്നോട്ടു സഞ്ചരിപ്പിച്ചു.

•

പതിനേഴ്

'ലൂക്കാ നീ എന്തേലും പറ' കാർ ഇഴഞ്ഞു നീങ്ങവേ സുനാമി പോലെ തള്ളിക്കയറിയ നിശബ്ദതയെയും വാടിക്കുഴഞ്ഞ ലൂക്കായെയും തട്ടിത്തെറിപ്പിക്കുവാൻ ഈശോ ശ്രമിച്ചു. ലൂക്കാ ഒരക്ഷരം ഉരിയാടാതെയിരുന്നപ്പോ ഈശോ സമയം പോകാനായി ഹിഗ്വിറ്റ എന്ന കഥയിലെ ഗീവറുഗീസച്ചൻ തൊഴിച്ച തൊഴി ആസ്ഥാനത്ത് കൊണ്ട് മരിച്ചു പോയ ജബ്ബാറിനെ പിടിച്ചുകിടത്തി ശവശസ്ത്രക്രിയ ചെയ്യാൻ തുടങ്ങി. മടുത്തപ്പോ വീണ്ടും ലൂക്കായെ തോണ്ടി 'എന്തോ പഴമാടാ നിന്റെ വായിൽ, സംസാരിക്കെടാ എന്തേലും'

'ഇപ്പൊ വേണ്ട, പക്ഷേ തിരിച്ചു പോകുമ്പോ എവിടേലും നിർത്തി ഹോട്ടായി എനിക്കെന്തെങ്കിലും വാങ്ങിത്തരാമോ, എന്നാ ഞാനൊരു സംശയം ചോദിക്കാം' ലൂക്കാ ഒന്നനങ്ങി.

'ഇപ്പൊ എറങ്ങിപ്പൊക്കോണം എന്റെ വണ്ടിയേന്ന്'' ഈശോ ചൂടായി. 'ഞാൻ വാങ്ങിത്തന്നേച്ച് നീ കുടിച്ചത് തന്നെ'

'ഇയാടെ മേലധികാരി ചമയലും ഉദ്യോഗസ്ഥദുഷ്പ്രഭുത്വവുംസഹിക്കാൻ മേലാതായിട്ടുണ്ട് കേട്ടോ' അതിന് മറുപടിയായി അനുനിമിഷം സങ്കീർണ്ണതയിലും വേദനകളിലും വിങ്ങുന്ന മനുഷ്യാസ്വസ്ഥതകളെപ്പറ്റി ഈശോ സംസാരിക്കാൻ തുടങ്ങി. അതൊഴിവാക്കാനായി പിൻകാഴ്ചക്കണ്ണാടിയിൽ പാമ്പിനെപ്പോലെ ചുരുളുകളിട്ട് തൂങ്ങിക്കിടക്കുന്ന ജപമാലക്കുരിശിലെ ക്രൂശിതരൂപം നോക്കി ലൂക്കാ പറയാൻ തുടങ്ങി 'ഞാൻ ഒരു ഫിലോസഫി എവിടെയോ വായിച്ചിട്ടുണ്ട്. ഹെറാക്ലീറ്റസ് എന്ന ഗ്രീക്കുകാരൻ എഴുതിയതാണ്. അതായത് ഒരു നദിയിൽ രണ്ട് തവണ ഇറങ്ങാൻ പറ്റത്തില്ല എന്നോ കാൽ കുത്താനാകത്തില്ല എന്നോ മറ്റോ ആണത്. നിങ്ങളും മാറുന്നു, ആ നദിയും മാറുന്നു.നിങ്ങളും പഴയ ആളല്ല, ആ നദിയും പഴയ നദിയല്ല. ഓരോ

നിമിഷവും സകലവും ഇങ്ങനെ മാറി മറിഞ്ഞോണ്ടിരിക്കുവാ. ഒഴുകിപ്പോകുന്ന നദിയെ-നമ്മുടെ പമ്പയെയും അച്ചൻകോവിലിനെയും ചുമ്മാ നോക്കിയിരുന്നാപ്പോലും അതേലൊരു തത്വശാസ്ത്രം കിടപ്പുണ്ട് അല്ല്യോ, ഇയാൾ എന്ത് പറയുന്നു, ശരിയാന്നോ?'

ഈശോ മറുപടികൾ കോർത്തെടുക്കാൻ ശ്രമിച്ച് കാർ ഓടിച്ചു. കാർ ഓടിക്കൊണ്ടേയിരുന്നു. കറുത്ത നദി പോലെയുള്ള റോഡിലേക്ക് കാർ അതിന്റെ കുഞ്ഞിക്കാലുകൾ വച്ച് ഇറങ്ങുന്നതായിട്ടാണ് ലൂക്കായ്ക്ക് തോന്നിയത്.

•

അനുബന്ധം

THIRUVALLAM POLICE STATION
*ലെ ലേറ്റ് 1990കൾ
दूरदर्शन
सत्यम् शिवम् सुन्दरम्
DD NATIONAL
"നിലാവിന്റെ പൂങ്കാറ്റിൽ നിശാപുഷ്പ ഗന്ധം..... ..കമാരേട്ടാ"
I LOVE YOU RASNA!!
" കുട്ടിക്കാലത്തെ പലപ്പോഴും ഓർത്തെടുക്കാറുള്ളത് ഉറച്ചു പോയ ചില ദൃശ്യങ്ങളുടെ സഹായത്താലാണ്
BOOST ENERGY
Boost
" ടീവിയുള്ള വീട്ടുകൾ തേടി ഞായറാഴ്ച നാല് മണിക്ക് ഓടി തടസ്സവും പരസ്യവും കറന്റ് കട്ടും വീട്ടുകാരുടെ സൗകര്യവും കഴിച്ചു മിച്ചം കിട്ടുന്ന കുറച്ച് സിനിമാരംഗങ്ങൾ കണ്ടെടുത്തത് ഇന്നും അതേപടി മനസിൽ ഒട്ടിയിരിപ്പുണ്ട്"
1

14-8-64
BRITANNIA
കറുത്ത കൈ
MALAYALAM
"അതിൽത്തന്നെ മനോഹരമായ പല രംഗങ്ങളും
ഓർമ്മയിലുണ്ടെങ്കിലും അന്നും ഇന്നും
അവയെയൊക്കെ
കുത്തിമലർത്തി ഇരുട്ട് നിറഞ്ഞ കിണറും, കത്തി
പിടിച്ച കറുത്ത കൈയും
ഭീകര അധോലോകത്തിലിരിക്കുന്ന മുഖം മൂടി ധരിച്ച
രൂപവും മറ്റുമൊക്കെയാണ് കൂടുതൽ തെളിച്ചത്തോടെ
ആക്രമണകാരിയാകുന്നത്"
ഡെയിഞ്ചർ
ബിസ്കറ്റ്
"സിനിമ തീരുമ്പോ
രാത്രിയാവും"
"അർജ്ജുനൻ
ഫൽഗുനൻ..."
" റബറുകാട്...ഇടവഴി...തോട്.."
ലങ്കാദഹനം
LANKADAHANAM
"നന്നായി ഇരുട്ട് വീണ
വഴികളിലൂടെ
ജീവനും കയ്യിലെടുത്താണ്
ഓടിയിരുന്നത്.
ആരോ പിന്നാലെയുണ്ടെന്ന്
തോന്നിയിരുന്നു."
പ്രേം നസീർ തോൽപ്പിച്ച
ഘാതകൻ കത്തിയുമായി
പിറകിലുണ്ടെന്ന് ഞാൻ
ഭയന്നു വിറച്ചു"

"ഇരുട്ടത്തുടെ ചെമ്പരത്തികൾ
നിറഞ്ഞ ഒരാളിന് കടന്ന്
പോകാവുന്നത്ര
ചെറിയൊരിടവഴി താണ്ടി
വേണമായിരുന്നു വീട്ടിലേക്കോടാൻ."
CINTHOL
" കതകകൾക്ക് പിന്നിലും
കട്ടിലിന് കീഴെയും മൂലകളിലും
പല തവണ നോക്കി ആരുമില്ലെ
ന്നുറപ്പിച്ചിട്ട് വിളക്കുമായി ഒരിടത്ത്
വിറവിറച്ചിരിക്കുമായിരുന്നു "
"വീട്ടിൽ അമ്മയില്ലെങ്കിൽ
(കറന്റില്ലാത്തതിനാൽ) ഞാൻ
ചെന്ന് വിളക്ക്
കത്തിക്കണമായിരുന്നു."
ഇരകൾ
"നസീർ മാറി മോഹൻലാലും
മമ്മൂട്ടിയും
സുരേഷ് ഗോപിയും വന്നപ്പോൾ
കണ്ട
രണ്ട് മൂന്ന് സിനിമകൾ ,അന്ന്
പേരറിയില്ലായി
രുന്നെങ്കിലും കഥകളുടെയും
ഉദ്വേഗങ്ങളുടെയും
ദൃശ്യങ്ങളുടെയും ചൂണ്ട കൊണ്ട്
ഉള്ളിലെവിടെയോ
കൊളുത്തിപ്പിടിച്ച് കിടന്നു.
എന്നേലും അവസരം
കിട്ടുമ്പോൾ ആ സിനിമകൾ
വീണ്ടും കാണണമെന്ന്
തീരുമാനിച്ച് കാത്തിരുന്നു"
യവനിക
കെ. ജി. ജോർജ്
ജോഷി
"വർഷങ്ങൾക്ക് ശേഷം നെറ്റും
ലാപ്ടോപ്പുമൊക്കെ വന്നപ്പോ
ആവർത്തിച്ച് ആ സിനിമകൾ
കണ്ടു തുടങ്ങി "
ചലച്ചിത്ര പ്രേമികളുടെ
മനം കവർന്ന
ഒരു CBI ഡയറിക്കുറിപ്പ്
എന്ന ചിത്രത്തിന്റെ
141-ാം ദിവസം
ആഘോഷ പരിപാടിയും
എന്ന ചിത്രത്തിന്റെ
100-ാം ദിന ആഘോഷ പരിപാ.
"ചില രംഗങ്ങൾ വരുമ്പോൾ
1990കളിലെ കുട്ടിയായി
മാറുന്നത് അനുഭവിക്കും"
141
ഒരു CBI ഡയറിക്കുറിപ്പ്
3

nizamworld.blogspot.com
इन्स्पेक्टर गरुड़
कोबा सिंडिकेट
"ഇൻസ്പെക്ടർ ഗരുഡും
,രത്നഗിരിക്കോട്ടയും
ജമ്പനും തുമ്പനും ,ദൂരദർശൻ
സീരിയലുകളും
,ഞായർ സിനിമകളും കടന്ന് എട്ടാം
ക്ലാസിലെത്തുമ്പോഴേക്കും
ലോകം 2000 AD ആകുകയും
ഗ്ലോബലൈസേഷനും വിവര
സാങ്കേതിക സ്ഫോടനവും
ഗ്രാമത്തിലേക്ക് വരികയും ചെയ്തു."
"മുഖ്യധാരാ സാഹിത്യ പുസ്തകങ്ങൾ
ധാരാളമാ
വായിച്ചു തുടങ്ങി. സിനിമകൾ
ഒന്നൊഴിയാതെ
കണ്ടുതുടങ്ങി. "
ബഷീർ
കമ്മീഷണർ
The Adventures of Sherlock Holmes
Arthur Conan Doyle
"അപ്പൊഴും കുറ്റാന്വേഷണ-ഉദ്വേഗ
സാഹിത്യവും
സിനിമകളും ഏറ്റവും
സ്വകാര്യമായൊരു സന്തോഷ
മായി പിന്തുടർന്നു കൊണ്ടേയിരുന്നു "
"മുഖ്യധാരാ സാഹിത്യം / ചിത്രകല/
സിനിമകൾ
തേടിപിടിച്ചാസ്വദിക്കുന്നതിനിടയിൽ സമയം
കണ്ടെത്തിത്തന്നെ
ഇത്തരം അന്വേഷണപുസ്തകങ്ങളും
സിനിമകളും തേടിനടന്നു "
"കലാചരിത്രകാരൻ / വിമർശകൻ എന്നത്
(ബ്യോം കേഷ്
ബക്ഷിയെപ്പോലെ)
കുറ്റാന്വേഷകനെപ്പോലെയാണെന്ന്
ശാന്തിനികേതനിലെ സഹപ്രഫസർ
പർവേസ് കബീർ ദാ
ഇടയ്ക്കിടെ പറയാറുണ്ടായിരുന്നു"
INNOCENCE OF FATHER BROWN
G.K. CHESTERTON
সত্যান্বেষী
" സാഹിത്യ കലാ ഭംഗികൾ ചോരാതെ
തന്നെ കുറ്റകൃത്യങ്ങളെയാവിഷ്കരിക്കു
ന്ന രചനകളെ പ്രത്യേകം സ്നേഹിച്ചു "

MY NAME IS RED
ORHAN PAMUK
"കലാ-സാഹിത്യ
പുസ്തകങ്ങൾ
ആർത്തിയോടെ
വായിച്ചു തീർക്കാനലഞ്ഞ
കലാലയ കാലത്ത്
ചില പുസ്തകങ്ങൾ
പ്രത്യേകം മനസിലുടക്കി"
THE THIEF
FUMINORI NAKAMURA
THE DEVOTION OF SUSPECT X
KEIGO HIGASHINO
NATIONAL BESTSELLER
THE NAME OF THE ROSE
UMBERTO ECO
" അവയുടെ ചുവട് പിടിച്ച്
മലയാള സാഹിത്യത്തിൽ
കഥാ-നോവലുകൾ
വരുന്നതും
ആഘോഷിക്കപ്പെടുന്നതും
കണ്ടു "
THE DA VINCI CODE
DAN BROWN
"ഞാൻ നോവലുകളും
കഥകളും
എഴുതാനും
പ്രസിദ്ധീകരിക്കാനും
തുടങ്ങിയപ്പോൾ
അതെല്ലാം
അതിഗൗരവ മുഖ്യധാരാ
രൂപങ്ങളായി
കൊത്തിയെടുക്കാനാണ്
ശ്രമിച്ചത്"
DOROTHY L SAYERS
WHOSE BODY?
" വളരെ ഒതുങ്ങി
മാറിയിരുന്ന്
പ്രാദേശിക
മനുഷ്യജീവിതവും
സങ്കീർണ്ണ
മാനസിക മേഖലകളും
വിഷയങ്ങളാ
ക്കാനാണ് ശ്രമിച്ചത് "
YELLOW LIGHTS OF DEATH
BENYAMIN
"കുറ്റാന്വേഷണ
പുസ്തക/
സിനിമകളാസ്വദിക്കൽ
ഒരു സ്വകാര്യ-
സമാന്തര
വിനോദമായി
മാത്രം കണ്ട് തുടർന്നു
പോന്നു"
5

" പ്രാധാന്യം ഉണ്ടായാലും ഇല്ലെങ്കിലും
ഒരേ സമയം സംഭവിച്ചു കൊണ്ടിരിക്കുന്ന
പല കാര്യങ്ങളിൽ ഒന്ന് = മീനവിയൽ "
മാവേലിക്കര
मावेलिक्करा
MAVELIKARA
"മീനവിയൽ/Meanwhile
ചില ദേശങ്ങൾ, ചില
സ്ഥാപനങ്ങൾ.
ജീവിതം. അതൊക്കെ അതിന്റെ
വഴിയേ. ഈ ചിതറിയ
ചിത്രങ്ങൾ
നിറഞ്ഞ കാലം പോലെ
അതൊക്കെ
അങ്ങനെ വന്നു കടന്നു പോയി"
(SHANTINIKETAN)
അമൽ
കൽഹണൻ
നീ/ഞാൻ ആരാണ്?
"ഇതൊക്കെയാണ് mean
while ഇതിനിടെ
ഉരുക്കിയുരുക്കി
കോറിയെടുത്ത
നമ്മുടെ കുഞ്ഞു കുഞ്ഞു
അടയാളങ്ങൾ ...
വല്യ വല്യ സന്തോഷങ്ങൾ....
ഭീകരമായ സ്വയം വ്യസന
സമുച്ചയം
പരസ്യങ്ങൾ....
സമാധാനം കളയാനുണ്ടായ
ഒറ്റപ്പെട്ട ദ്വീപുകൾ "
അമൽ
മഞ്ഞക്കാർഡുകളുടെ
സുവിശേഷം
"ഒരേ സമയം ഒരു നൂറ് കോടി
കാര്യങ്ങൾ
നമ്മിലും, ചുറ്റും നടക്കുന്നുണ്ട്.
നമ്മൾക്കു
ള്ളിലെ മീനവിയൽ, നമുക്ക്
ചുറ്റുമുള്ള
മീനവിയൽ. ബാഹുല്യത്താൽ
ഒന്നും ക്രോഡീകരിച്ച് വക്കാൻ
സാധിക്കാത്ത വിധം വിവര -
വാർത്താ - ചിത്ര-
ചലച്ചിത്ര- നവമാധ്യമ
സംഭവബഹുലമാണ് ഈ
കാലഘട്ടം.
അതിനെ ഓർക്കാനാണ്
ട്രോളന്മാർ സൃഷ്ടിച്ച
"മീനവിയൽ' എന്ന പദം ഞാൻ
ഇഷ്ടത്തോടെ
സ്വന്തമാക്കാൻ ആഗ്രഹിക്കുന്നത് "
"പല അടരുകളിൽ,
പാളികളിൽ
കിടക്കുന്ന എന്റെ
ഗതിവിഗതി
കളിൽ നിന്ന്
മെനഞ്ഞെടുത്തതാണ്
ഈ തെറ്റുകുറ്റവിടവുകൾ
നിറഞ്ഞ
ചിത്ര വിശദീകരണശ്രമം
പോലും "
പരസ്യക്കാരൻ തെരുവ്
RAJA
OF EXCELLENCE
6

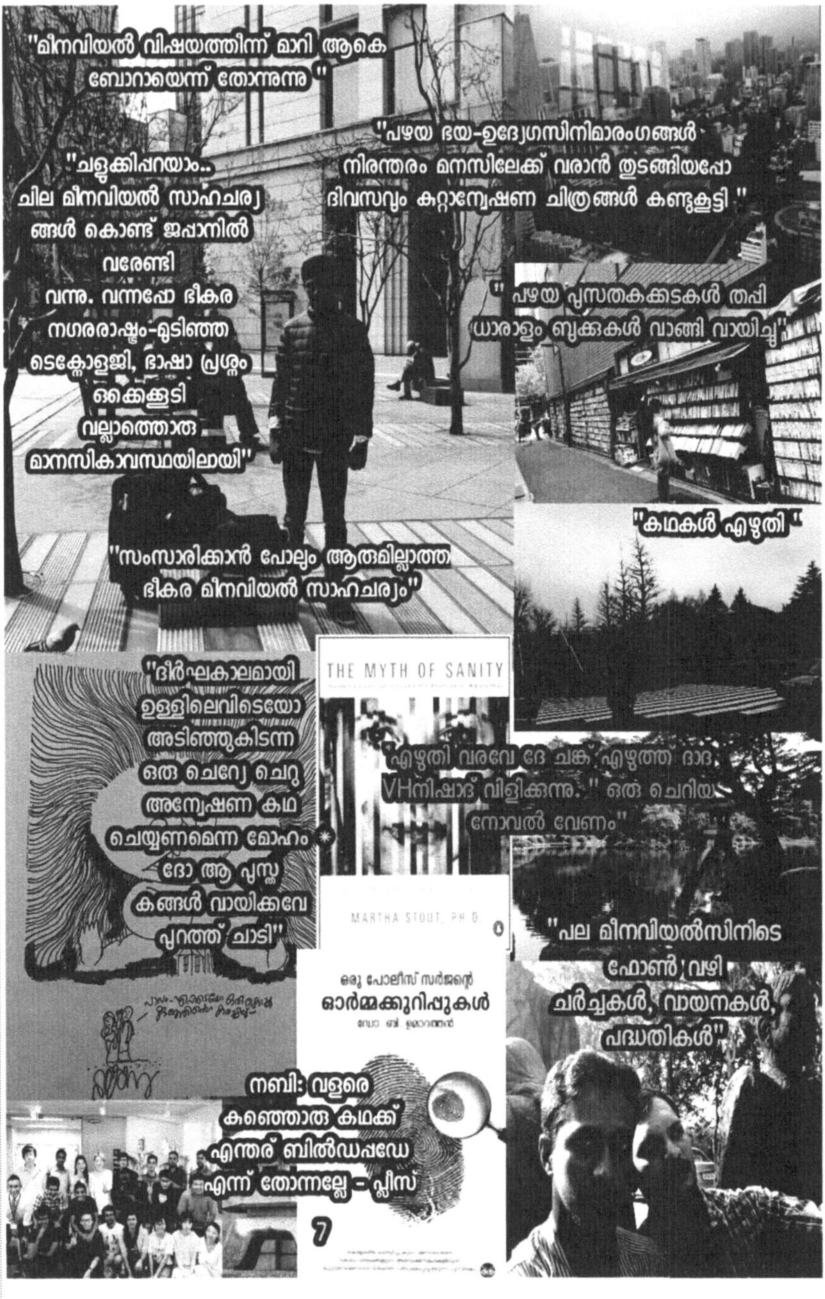
"മീനവിയൽ വിഷയത്തിന്ന് മാറി ആകെ
ബോറായെന്ന് തോന്നുന്നു "
"പഴയ ഭയ-ഉദ്വേഗസിനിമാരംഗങ്ങൾ
നിരന്തരം മനസിലേക്ക് വരാൻ തുടങ്ങിയപ്പോ
ദിവസവും കുറ്റാന്വേഷണ ചിത്രങ്ങൾ കണ്ടുകൂട്ടി "
"ചളുക്കിപ്പറയാം..
ചില മീനവിയൽ സാഹചര്യ
ങ്ങൾ കൊണ്ട് ജപ്പാനിൽ
വരേണ്ടി
വന്നു. വന്നപ്പോ ഭീകര
നഗരരാഷ്ട്രം-മുടിഞ്ഞ
ടെക്നോളജി, ഭാഷാ പ്രശ്നം
ഒക്കെക്കൂടി
വല്ലാത്തൊരു
മാനസികാവസ്ഥയിലായി"
" പഴയ പുസതകക്കടകൾ തപ്പി
ധാരാളം ബുക്കുകൾ വാങ്ങി വായിച്ചു"
"കഥകൾ എഴുതി "
"സംസാരിക്കാൻ പോലും ആരുമില്ലാത്ത
ഭീകര മീനവിയൽ സാഹചര്യം"
"ദീർഘകാലമായി
ഉള്ളിലെവിടെയോ
അടിഞ്ഞുകിടന്ന
ഒരു ചെറ്യേ ചെറു
അന്വേഷണ കഥ
ചെയ്യണമെന്ന മോഹം
ദോ ആ പുസ്ത
കങ്ങൾ വായിക്കവേ
പുറത്ത് ചാടി"
THE MYTH OF SANITY
MARTHA STOUT, PH.D.
"എഴുതി വരവേ ദേ ചങ്ക് എഴുത്ത് ദാദ
VHനിഷാദ് വിളിക്കുന്നു. " ഒരു ചെറിയ
നോവൽ വേണം"
"പല മീനവിയൽസിനിടെ
ഫോൺ വഴി
ചർച്ചകൾ, വായനകൾ,
പദ്ധതികൾ"
ഒരു പോലീസ് സർജന്റെ
ഓർമ്മക്കുറിപ്പുകൾ
നബി: വളരെ
കുഞ്ഞൊരു കഥക്ക്
എന്തര് ബിൽഡപ്പഡേ
എന്ന് തോന്നല്ലേ - പ്ലീസ്
7

"അങ്ങനെ ഇരുന്ന് എഴുതി/ടൈപ്പ് ചെയ്തു. 'അന്വേഷിപ്പിൻ കണ്ടെത്തും' എന്ന് പേരുമിട്ടു. തീരെച്ചെറിയ ഈ ശ്രമം എങ്ങനെയായിട്ടുണ്ടെന്നറിയാൻ ആഗ്രഹമുണ്ട്."
"വായിക്കുകയും തോന്നിയ അഭിപ്രായങ്ങൾ, നിർദ്ദേശങ്ങൾ വെട്ടിത്തുറന്ന് അറിയിക്കുകയും വേണം"
"amal Pirappancode എന്ന FB വഴിയോ, 81 29 29 33 57 നമ്പറിൽ നേരിട്ടോ വാട്സാപ്പ് വഴിയോ ഏതസമയത്തും ഇടിച്ചു കയറി വരാൻ മടിക്കണ്ട"
"ഈ മീനവിയൽക്കാലത്ത് എന്തിലുമെന്ന പോലെ എഴുത്തിലും വലിയ രഹസ്യങ്ങളോ വലയങ്ങളോ ഉണ്ടെന്ന് ഞാൻ വിശ്വസിക്കുന്നില്ല. നേരിട്ട് കാണാനും എഴുത്ത്/വായനകളെ പറ്റി തുറന്ന് സംസാരിക്കാനുമൊക്കെ വളരെ സന്തോഷമാണ് "
"ഈ ചിത്രസംവാദരീതിക്ക് മുതിർന്നത് തന്നെ ഈ മാധ്യമം വഴി എന്തേലും സംസാരിക്കാനാവുമോ എന്ന് നോക്കാനാണ്"
*ലെ.ഭയം പോലും ഭയക്കുകയാണ് ഒന്ന് പ്രതികരിക്കാൻ
"എല്ലാവരുടെയും ജീവിതം/എഴുത്ത് /വായന വിജയിക്കട്ടേ സ്നേഹത്തോടെ സൗഹൃദത്തോടെ" അമൽ
"SP കളുടെ ലോകത്ത് ഇതും ഒരു ഭാഷ !!!"
8
(ഈ മീനവിയൽ കരിഞ്ഞ്ബോറായെങ്കിൽ ക്ഷമിക്കു)
(ശുഭം)

പഠനം

അന്വേഷണത്തിന്റെ കാറോട്ടങ്ങൾ 'അന്വേഷിപ്പിൻ കണ്ടെത്തും' ഒരു വായന

ഡോ. വീണ

one more Murder
Better than exra
One more murder in this town
Don't mean a thing just lock your door
And drive around
One more murder in this town,
Don't worry the rain will
Wash the Chalk markers from the ground...

Kewen Griff.

'അന്വേഷിപ്പിൻ കണ്ടെത്തും' എന്ന അമലിന്റെ നോവൽ വ്യത്യസ്തമായൊരു വായനാനുഭവമാണ് മുന്നോട്ട് വയ്ക്കുന്നത്. പേരു സൂചിപ്പിക്കുന്നതുപോലെ തന്നെ അന്വേഷണത്തിന്റെ (Search/investigation) വിവിധ വഴികളിലേക്ക് ഈ നോവൽ ചിറകടിച്ചു പറക്കുന്നുണ്ട്. സസ്പെൻസ്സിന്റെ തലതൊട്ടപ്പൻ ആൽഫ്രഡ് ഹിച്ച് കോക്കിന്റെ ഒരു പ്രസ്ഥാവനയുണ്ട്. സിനിമ ജീവിതത്തിൽ നിന്നും മുറിച്ചെടുത്ത കഷണമല്ല, ഒരു ഉണ്ടു കേക്കാണെന്ന്, ഭീതി, പേടി ഓർമ്മ... ഇവയെയെല്ലാം തൊട്ടു നോക്കുമ്പോഴുള്ള ഒരു ലാഘവത്വവും ക്രൂസ്സലില്ലായ്മയും ഈ നിരീക്ഷണത്തിലുണ്ട്. അമലിന്റ നോവൽ തുടങ്ങുന്നതും തുടരുന്നതും അവസാനിക്കുന്നതും ഈ Tone ൽ തന്നെയാണ്. തേടി

പോകാനുള്ള/Chase ചെയ്യാനുള്ള ഒരുപാട് സാദ്ധ്യതകളെയാണ് ഈ നോവൽ പ്രകാശിപ്പിക്കുന്നത്. അന്വേഷിപ്പിൽ കണ്ടെത്തും മുട്ടുവിൻ തുറക്കപ്പെടും. ഇന്ദ്രജാലത്തിൽ (Magic) അടച്ചപെട്ടിയ്ക്കുള്ളിൽ നിന്നും ഒരു രഹസ്യം കാഴ്ചക്കാർക്കായി വെളിപ്പെടുന്നു. കണ്ടെത്താനാവും എന്ന ആപ്തവാക്യത്തിന്റെ പൊരുൾ ഈ നോവലിലെ ഓരോ വാക്കിൽ നിന്നും വരിയിൽനിന്നും വായനയ്ക്കായി ദാഹിക്കുന്നു. ഒരു Jigsaw puzzle പോലെയോ Sudoku പോലെയോ ചിത്രകഥകളിലെ 'വഴി കണ്ടെത്താമോ' പോലെയോ പദപ്രശ്നം പോലെയോ പൊളിച്ചെടുക്കേണ്ട ചിലത് ഈ നോവൽ വായനയിലാകമാനം ചിതറി കിടക്കുന്നു.

തിരുവനന്തപുരം മെഡിക്കൽ കോളേജിലെ ഫോറൻസിക് പ്രൊഫസറും പോലീസ് സർജ്ജനുമായ ഈശോയും അയാളുടെ ബന്ധുവും നാട്ടുകാരനും ഫോറൻസിക് വിദ്യാർത്ഥിയുമായ ലൂക്കായും അവരുടെ മാനസികതലങ്ങളിലൂടെ കണ്ടെടുക്കുന്ന വൈവിധ്യമാർന്ന രണ്ട് കുറ്റാന്വേഷണങ്ങളാണ് നോവലിന്റെ കാതൽ. പരസ്പരം ഒരു കൊളുത്ത് കൊണ്ടെന്നവണ്ണം ഈ കൊലപാതകങ്ങളെ ബന്ധിപ്പിച്ചിട്ടുമുണ്ട്. ഒരു ചൈനീസ് പെട്ടി (Chinese box) പോലെ തുറന്നു നോക്കാവുന്ന ഒരു പാട് സാദ്ധ്യതകൾ ഓരോ വളവിലും തിരിവിലും ഈ നോവൽ കാത്തുസൂക്ഷിക്കുന്നുണ്ട്. ചെറുതുകൾ മുളച്ചു വരുമ്പോൾ കാണുന്ന വലിയ പെട്ടിയാണോ വലിയ പെട്ടികൾ എടുത്തുമാറ്റി കിട്ടുന്ന കുഞ്ഞതിശയമാണോ Chinese box-നെ അത്ഭുതത്തിന്റെ പര്യായമാക്കുന്നത്? അതോ കാഴ്ച കാണുന്ന കണ്ണുകൾ ഉണ്ടാക്കുന്നതാണോ Enchantment. കുറ്റവാളി ആര്? കുറ്റവാളി നമുക്കിടയിൽ തന്നെയുണ്ടോ? കുറ്റം എന്ത്? എന്നിങ്ങനെയുള്ള മുൻവിധികളിൽ വ്യാപിക്കാതെ തന്നെ വായനയിലേക്ക് കടക്കാം. അപ്പോളതാ ആദ്യവാക്കു തന്നെ ഒരു ചൂണ്ടുവിരലാണ് മാരക വിഷമായ പൊട്ടാസ്യം സയനൈഡ് മരച്ചീനി ഇലയുടെ മണമുള്ള സയനൈഡ്

കാറിടിച്ച് മരണപ്പെട്ട ഈശോയുടെ പ്രൊഫസറും റിട്ട. ഫോറൻസ്സിക്ക് വകുപ്പ് മേധാവിയുമായ സുശീലൻ സാറിന്റെ അപകടമരണത്തിൽ നിന്നുമാണ് നോവൽ ആരംഭിക്കുന്നത്. സുശീലൻ സാറിനെ ഇടിച്ച കാറിന്റെ ഡ്രൈവറെ കണ്ട ഈശോ പന്ത്രണ്ട് വർഷങ്ങൾക്കു മുമ്പ് അയാളുടെ ഭാര്യയുടെ പോസ്റ്റ്മോർട്ടം താൻ ചെയ്തത് ഫ്ളാഷ് ബാക്കിൽ ഓർക്കുന്നു. മനസ്സിൽ മുളയിട്ട സംശയങ്ങൾക്ക് വെള്ളവും വെളിച്ചവും പകരാനായി ഈശോ തന്റെ വാട്ട്സണായ ലൂക്കായെയും കൂട്ടി മലയിൽകീഴെന്ന ഗ്രാമപ്രദേശത്തേക്ക് യാത്ര തിരിക്കുന്നു. യാത്രയിലുടനീളം ആര്?? എന്ത്??? എങ്ങനെ??? എന്ന സസ്പെൻസ്

അവരുടെ കാറിന്റെ ഡിക്കിയിലിരുന്ന് ഒരു ശവം പോലെ പുഴുത്തു നാറുന്നുണ്ട്. മനുഷ്യാവസ്ഥയുടെ വിവിധ തലങ്ങളിലേക്ക് കാടുകയറി പോകുന്ന ഒരു യാത്രയായി തീരുന്നു ഇത്. ഓർമ്മകൾ, മരണം, ജീവിതമെന്ന സമസ്യ, നൊമ്പരങ്ങൾ, യാഥാർത്ഥ്യം... ഇവയെല്ലാം മുഖം മൂടിയണിഞ്ഞ് ഈ Road Novelൽ അവതരിക്കുന്നു. ഈശോ ലൂക്കാ എന്നീ കഥാപാത്രങ്ങളോടൊപ്പം സഞ്ചരിച്ചു കൊണ്ട് കാറും ഈ അന്വേഷണത്തിൽ പങ്കുകൊള്ളുന്നു. ഈ inanimate/inorganic/ non-living കാർ മൂന്നാമനാണ്.

യാത്രകളുടെ പുസ്തകം / Book of Travels/Journeys എന്നുമീ നോവലിനെ വിളിക്കാം. മനുഷ്യമനസ്സിലേക്കും ഭൂതകാലത്തിലേക്കുമുള്ള യാത്രയാണ് ഒരു വശത്ത്. തിരുവനന്തപുരത്തിന്റെ വെളിമ്പ്രദേശങ്ങളിലൂടെ ഓടിപ്പോകുന്ന സഞ്ചാരമാണ് ഇനിയൊരു വശത്ത്. തലച്ചോറും ആമാശയവും കുടലും വലിച്ചെടുത്ത് പുറത്തേയ്ക്കിടുന്ന അന്വേഷണമാണ് ഇനിയുമൊന്ന്. ഈശോയും ലൂക്കായും തമ്മിലുള്ള ബന്ധവും ഈ നോവൽ വായനയിലെ ഏറ്റവും ഉറക്കെ കേൾക്കുന്ന/ Pronounce ചെയ്യപ്പെടുന്ന ഒരു വസ്തുതയാണ്. കണക്കിലും ശാസ്ത്രത്തിലും തത്ത്വശാസ്ത്രത്തിലും വിരൽ തൊട്ട Duality ഈ ഹോംസിലും വാട്സണിലുമുണ്ട്. നേർ/എതിർ രീതികൾ വർത്തമാനത്തിൽ പ്രകടമാണ്. ഈശോ സെൻഗുരുവാകുന്നുണ്ട്. പച്ച മനുഷ്യനാകുന്നുണ്ട്. അധികാരിയാകുന്നുണ്ട്. തത്ത്വശാസ്ത്രവും ജീവിതത്തെ നോക്കിയുള്ള പരിഹാസം പുരട്ടിയ ചിരിയും കൈകോർത്തു വരുന്ന സംഭാഷണങ്ങൾക്കിടയിൽ ഇവർ കേരളീയ സമൂഹത്തോടൊട്ടിച്ചു ചേർക്കാവുന്ന ദാസനും വിജയനുമാകുന്നു. “എല്ലാത്തിനും അതിന്റേതായ സമയമുണ്ട് ദാസാ” (ചിത്രം നാടോടിക്കാറ്റ്) എന്ന ചെറുതത്ത്വചിന്ത കുറ്റാന്വേഷണത്തെ ഒരു പ്രത്യേക താളത്തിൽ നടത്തിക്കുന്നു.

സാഹിത്യത്തിലേക്കും സിനിമയിലേക്കും ചിത്രകലയിലേക്കും ശിൽപ്പകലയിലേക്കും അവിടന്ന് ട്രോളുകളിലേക്കും പാട്ടുകളിലേക്കും മിമിക്രിയിലേക്കും പടർന്നു പന്തലിക്കുന്ന Intertextualityയുടെ ശിഖരങ്ങൾ നോവലിൽ തണൽ വിരിച്ചുനിൽക്കുന്നു. ഇൻഡ്യൻ കുറ്റാന്വേഷണചരിത്രത്തിൽ ഏറെ ചർച്ച ചെയ്യപ്പെട്ട ആരുഷി വധക്കേസ്സിൽ വിധിയും കേരള കുറ്റാന്വേഷണചരിത്രത്തിലെ രണ്ട് വ്യത്യസ്ത case studies ആയ തളിപറമ്പ് ബാലകൃഷ്ണൻ വധവും ഡോ. ഓമന (കാമുകനെ വെട്ടികൊന്ന് നുറുക്കി സ്യൂട്ട് കേസ്സിൽ കടത്താൻ ശ്രമിച്ച വ്യക്തി) കേസും വീണ്ടും ജനമനസ്സിൽ നിറഞ്ഞ പരിസരത്തു നിന്നും (2017) ഒരു Literary text എന്ന നിലയിൽ അമലിന്റെ നോവൽ വായിക്കുമ്പോൾ രൂപം കൊള്ളുന്ന ചിന്തകൾ

പലതാണ്. Cliché ആവർത്തനങ്ങളെ അപലപിച്ച 'Cliché തിയറി രൂപപ്പെടുത്തുമ്പോഴും ജീവിതമാകുന്ന Parodyയെ കെട്ടിപ്പിടിക്കുന്നുണ്ട് അമൽ ഈ നോവലിൽ. വേദപുസ്തകം എന്ന കൃതിയുടെ (literary text ആയി കണ്ടാൽ) ആദിബോധവും, പുണ്യ-പാപങ്ങളെ കുറിച്ചുള്ള ചിന്തകളും പ്രപഞ്ചത്തിലുള്ള ആവർത്തനങ്ങളെ പ്രതിയുള്ള ഓർമ്മപ്പെടുത്തലുകളും ഈ നോവൽ വായനയുടെ വെളിപാടാകുന്നു. ആഞ്ജലീനാ ജോളി വേഷമിട്ട 'Taking lives'ൽ കൊലയാളി (Serial Killer) കൊലചെയ്യപ്പെടുന്ന ആളുടെ വ്യക്തിത്വം ഒരു ഉടുപ്പുപോലെ എടുത്തണിയുന്നു. ഹോളീവുഡ് സൈക്കോളജിക്കൽ ത്രില്ലറായ ഈ സിനിമയുടെTagline ഏറെ ചർച്ച ചെയ്യപ്പെട്ടതാണ്.

"He would Kill to be you"

പാട്രീഷ്യാ കോൺവെല്ലിന്റെ നോവലുകൾ ശക്തമായ intertext ആയി കടന്നു വരുന്നുണ്ട്. മലയിൽകീഴ്- തലച്ചോട്ട്കാവ് സ്ഥലഭൂമികകളിൽ അടയാളപ്പെടുന്ന ഈ നോവൽ സ്കാർപ്പെറ്റ നോവൽ പരമ്പരയിലെന്നവണ്ണം Trill (True+Real) എന്ന Portmanteau യെ വഹിക്കുന്നു. Fast and Furious ചിത്രങ്ങളിലേതു കണക്ക് ഇരച്ചുപോകുന്ന/ വേഗതയുടെ കാറോട്ടം ഒരു ഘട്ടത്തിൽ വായനാവിഭവമായി തീരുന്നുണ്ട്.

അമലിന്റെ നോവലുകളിലെ ഭാഷ ശ്രദ്ധയോടെ പിൻതുടരേണ്ട ഒന്നുതന്നെയാണ്. തിരുവിതാംകൂറിന്റെ ചേലും ചന്തവും ഒട്ടിച്ചു വച്ച ഭാഷയിൽ നാടിന്റെ സാമൂഹ്യ-സാംസ്കാരിക സവിശേഷതകൾ ഏറെയുണ്ട്. തിരുവനന്തപുരത്തിന്റെ ഗ്രാമപ്രദേശങ്ങളിൽ കേട്ടുവരുന്ന ഭാഷയും മദ്ധ്യതിരുവിതാംകൂർ ഭാഷയും കൂടി കലർന്നിട്ടുണ്ട് നോവലിൽ. ഭാഷയെ ശക്തമായ രാഷ്ട്രീയമാക്കി മാറ്റി എഴുതപ്പെടുന്നുണ്ട് അമലിന്റെ നോവലുകളിൽ. ഈ നോവൽ രചനയിലും ഏറ്റവും Powerful tool ഭാഷാരീതികളും പ്രയോഗങ്ങളും തന്നെയാണ് Time, മാഗസ്സിനിൽ Richard Corliss Woody Allen -നുമായി നടത്തിയ ഒരു സംഭാഷണത്തിനിടയിൽ ഇങ്ങ്മർ ബർഗ്മാൻ പറഞ്ഞതായി ഒരു ചോദ്യത്തിനുത്തരമായി വുഡി അലൻ പറയുന്നതിങ്ങനെ: Sven Nykvist (his Cinematographer) told me that when they were doing all these scenes about death and dying, they'd be cracking jokes and gossiping about the actors sex lives. മരണവുമായുള്ള ചൂതുകളിക്കിടെയാണിത് പറയുന്നത്. അമലിന്റെ നോവലിലൂടെ കടന്നുപോകുമ്പോൾ ഈ ട്രപ്പീസു കളികാണാം. പോസ്റ്റ്മോർട്ടം ആന്തരിക രക്ത സ്രാവം എന്നിങ്ങനെയുള്ള അതിഗൗരവമായ/ തീക്ഷ്ണമായ ചിന്തകൾക്കിടയിലാണ് ലൂക്കാ ഭാഷകൊണ്ട് കോട്ടുവായിടുന്നത്.

മിമിക്രി കാണിച്ചും/കോപ്രായം കാണിച്ചും/ കൊഞ്ഞനം കുത്തിയും ഒരു ജനപ്രിയ കൂട്ടിലേക്ക് നമ്മെ കയറ്റി ഭാഷകൊണ്ട് വാതിലടയ്ക്കുന്നുണ്ട് അമൽ. വ്യസനസമുച്ചയം, കൽഹണൻ (നീ/ഞാൻ) ആരാണ്? എന്നീ നോവലുകളോട് ചേർത്തു നിർത്തി വായിച്ചാൽ തിരുവിതാംകൂറിന്റെ പച്ചയായ ഒട്ടേറെ ജീവിതങ്ങളെ, സാമൂഹ്യസാഹചര്യങ്ങളെ, ഭാഷകൊണ്ട് വരഞ്ഞിരിക്കുന്നത് കാണാം/കേൾക്കാം.

"Every murderer is probably somebody's old friend" എന്ന് ക്രൈം എഴുത്തിന്റെ തമ്പുരാട്ടി Agatha Christie പറഞ്ഞിട്ടുണ്ട്. 'Old' ഒരു വഴിയാണ് വെട്ടി തുറക്കുന്നത്. പഴയ ഓർമ്മയിലേക്ക് (പന്ത്രണ്ട് വർഷങ്ങൾ പഴക്കമുള്ള) ഇശോയുടെ കാർ ഒഴുകി പോകുന്നുണ്ട്. "Like most things in life, you want to be frightened a little-but not too much" എന്നും Agatha Christe കൂട്ടിച്ചേർക്കുന്നു. ചെറിയ പേടികളുടെ തരിപ്പ്. ചിലർ ചിലരോട് മാത്രം പറയുന്ന രഹസ്യങ്ങൾ. ചിലർ പറയുകയേ ചെയ്യാത്ത രഹസ്യങ്ങൾ. ഭയത്തെ നൂലിൽ കെട്ടി നടത്തിക്കുന്നുണ്ട്. 'Murder on the Orient Express'-ൽ തീവണ്ടിയിൽ അടഞ്ഞു പോയൊരു മുറിയുണ്ട്. The locked room mystery യുടെ ശ്രേണിയിലേക്ക് രാജാമണിയുടെ ഭാര്യയുടെ അടഞ്ഞമുറിയും ചേരുന്നുണ്ട്. അടഞ്ഞമുറിക്കുള്ളിലുള്ള രാജാമണിയുടെ ഭാര്യയുടെ മരണം/ആത്മഹത്യയെ 'കൊലപാതക'മാക്കുന്നതിനുള്ള അനുമാനങ്ങളിലൂടെ/hintsയാണ് ഒന്നാം ഭാഗത്തെ കണ്ടെത്തൽ തുടരുന്നത്.

സെല്ലാറിലിരിക്കുന്ന വീഞ്ഞുപോലെ കുറ്റം കാലം കൊണ്ട് പഴകുന്നുണ്ട് മണിയന്റെ ചെവിയിലേക്കൂതിയ ആ ഒറ്റച്ചോദ്യം മറ്റൊരു Sealed മുറിയാണ്.

മാർകേസിന്റെ 'Balthazar's Marvellous Afternoon' എന്ന കഥയിൽ തടിപ്പണിക്കാരൻ ഒരു നിമിഷം കൊണ്ട് ഒറ്റപ്പണികൊണ്ട് കലാകാരൻ നിന്ന ഇരിപ്പിടത്തിലേക്ക് ഉയർത്തപ്പെടുന്നുണ്ട്. ഈശോയും ചില നേരങ്ങളിൽ അങ്ങനെ മറ്റൊരു മാനത്തിലേക്ക് കയറിപ്പോകുന്നുണ്ട്. ജഡ്ജ് കുന്നിലെ കൊലപാതകങ്ങൾ/മരണങ്ങൾ തേടുന്ന രണ്ടാം ഭാഗത്തിലും ഭൂതകാലങ്ങളിൽ കുഴിച്ചിട്ട മനുഷ്യരുടെ വിധിതേടി ഈശോലൂക്കാ തിരുവല്ലാക്കാർ അലഞ്ഞുതിരിയുന്നുണ്ട്. കർബുർഗി, ഗൗരി ലങ്കേഷ് ചിത്രങ്ങൾ ഉയർത്തിപ്പിടിച്ച ജാഥ ഒരു ഘട്ടത്തിൽ അവരെ കടന്നു പോകുന്നുമുണ്ട്. ആത്മഹത്യയായി എഴുതി 'അവസാനിപ്പിക്കുന്ന' കേസുകളെ പ്രതി ഈശോ ആശങ്കാകുലനാകുന്നുമുണ്ട്. ജഡ്ജ് കുന്നിലെ കൊലപാതകങ്ങളും ഗർഭിണിയാക്കപ്പെടുന്ന പെൺകുട്ടിയുമെല്ലാം ഒരു കൊളാഷ് വരയ്ക്കുന്നുണ്ട് 'എന്റെ... പെണ്ണിനെ... ക്കണം... അവനി... അവനിക്ക്... ചാള്'

എന്ന വാക്യം de-code ചെയ്യുക രണ്ടാം അന്വേഷണത്തിലെ ഒരു പ്രധാന വഴിത്തിരിവാണ്. ഹിച്ച് കോക്കിന്റെ മാർണിയെ കുറിച്ച് നോവലിൽ പരമാർശിക്കുന്നുണ്ട്. നായികയുടെ വേഷപ്പകർച്ചകൾ/ഫോബിയകൾ ഒക്കെ ചിതറിപ്പോകുന്നത് ഇതിനോട് ചേർത്തുവായിക്കാവുന്നതാണ്.

"ഒരു ഗ്രാമത്തിലൊരു കൊല നടന്നാലത് ആ ഗ്രാമത്തെ ബാധിക്കും. അറിഞ്ഞോ അറിയാതെയോ താനും അതിൽ പങ്കാളിയായോ എന്ന് ഓരോ ഗ്രാമീണനും സംശയിക്കും" എന്ന് 'പാലേരി മാണിക്യം ഒരു പാതിരാ കൊലപാതകത്തിന്റെ കഥ' യിൽ ടി.പി. രാജീവൻ. ഇങ്ങനെ ജഡ്ജ് കുന്നിലെ മനുഷ്യരും, ഒറ്റപ്പെട്ട തീപ്പെട്ടിക്കുട് വീടും, ഒഴുക്കുള്ള തോടും കൊലപാതകത്തിൽ പങ്കുചേരുന്നു. പരസ്പരം സംശയിക്കുന്നു.

"1258-ൽ ചൈനയിൽ നടത്തിയ ഒരു കുറ്റാന്വേഷണത്തെക്കുറിച്ച് സിയുവാൻ ല്യ രചിച്ച പുസ്തകത്തിൽ വിവരിക്കുന്നു. ഒരാളുടെ മൃതദേഹം അയാളുടെ കൊയ്ത്തു കഴിഞ്ഞ വയലിൽ അരിവാളുകൊണ്ടുള്ള മുറിവുകളേറ്റ നിലയിൽ കാണപ്പെട്ടു. കുറ്റാന്വേഷകൻ കൊയ്ത്തിൽ സംബന്ധിച്ച എല്ലാ തൊഴിലാളികളോടും അവരവരുടെ അരിവാളുകൾ കൊണ്ടുവരാൻ ആവശ്യപ്പെട്ടു. അരിവാളുകൾ വയൽ വരമ്പത്ത് നിരത്തി വച്ചു. അല്പ സമയത്തിനുള്ളിൽ ഒരു അരിവാളിൽ ധാരാളം ഈച്ചകൾ വന്നിരിക്കാൻ തുടങ്ങി. ആ അരിവാളിന്റെ ഉടമസ്ഥൻ താമസിക്കാതെ കുറ്റസമ്മതം നടത്തി. കൊലയ്ക്കുപയോഗിച്ച അരിവാളിൽ ഉണ്ടായിരുന്ന രക്തവും സൂക്ഷ്മമായ മാംസ ഭാഗങ്ങളുമാണ് ഈച്ചകളെ ആകർഷിച്ചത്'" -ക്രൈം കേരളം: കേരളത്തിന്റെ കുറ്റാന്വേഷണ ചരിത്രം - ഡോ. ബി ഉമാദത്തൻ

Kenchukisation-ഉം മാൾ സംസ്കാരവും അടയാളപ്പെടുത്തുന്ന, വാട്സാപ്പിലൂടെ ക്രൈമുകൾ ആസൂത്രണം ചെയ്യപ്പെടുന്ന വർത്തമാന കാലത്ത് അമലിന്റെ നോവൽ പുതിയ വായനകൾ ആവശ്യപ്പെടുന്നു. മനുഷ്യരെല്ലാം ഒരു തരത്തിൽ കുറ്റവാളികൾ തന്നെയാണ്. ഈശോയുടെ കാർ കുഞ്ഞിക്കാലുകൾ വച്ച് അതിസങ്കീർണ്ണമായ ഒരു ലോകത്തിലേക്ക് നീങ്ങുന്നു.

•